அமில தேவதைகள்

தமிழ்மகன்

விலை : ரூ. 160/-

மின்னங்காடி

பதிப்பக வெளியீடு - 20

அமில தேவதைகள் / அறிவியல் சிறுகதைகள்

ஆசிரியர் : தமிழ்மகன் ©

முதல் பதிப்பு : 2014, செப்டம்பர்

இரண்டாம் பதிப்பு : 2022, ஜனவரி.

வெளியீடு : மின்னங்காடி பதிப்பகம்
24, அண்ணா 3-வது குறுக்குத் தெரு,
அவ்வை நகர், பாடி, சென்னை - 50.

Rs.160/-

Amila Devathaikal / Sci- fi Stoies

Author : Tamilmagan ©

First Edition : 2014, September

Second Edition : 2022, January

Published by : Minnangadi Publications
24, Anna 3rd Cross Street,
Avvai Nagar, Padi, Chennai - 50

Website : www.minnangadi.com

Mail : minnangadipublications@gmail.com

Phone : 72992 41264

ஆசிரியர் குறிப்பு

பிறப்பு, படிப்பு, பணி

- தமிழ்மகன் என்கிற பா.வெங்கடேசன் சென்னையில் 1964-ல் பிறந்தவர்.
- படிப்பு; B.Sc., M.A. மாநிலக் கல்லூரி, சென்னைப் பல்கலைக்கழகம்.
- 1989 தொடங்கி போலீஸ் செய்தி, தமிழன் நாளிதழ், வண்ணத்திரை, தினமணி, குமுதம், குங்குமம், ஆனந்த விகடன் இதழ்களில் 2019 வரை பணியாற்றியவர்.
- மாநிலக் கல்லூரியில் படித்தபோது 'பூமிக்குப் புரியவைப்போம்', 'ஆறறிவு மரங்கள்' என இரண்டு கவிதைத் தொகுதிகள் வெளியாகின.
- இளைஞர் ஆண்டையொட்டி, 1984-ல் டி.வி.எஸ். நிறுவனமும் இதயம் பேசுகிறது இதழும் இணைந்து நடத்திய போட்டியில் இவரது வெள்ளை நிறத்தில் ஒரு காதல் புதினம் முதல் பரிசு பெற்றது. இதயம் பேசிறது இதழில் தொடராக வெளியானது. அரசியல் விமர்சகர் சின்னக்குத்தூசி தேர்வு செய்தார். இதுவும் கல்லூரி படிக்கும்போதே நிகழ்ந்தது. பேராசிரியர்கள் இரா.இளவரசு, கவிஞர் மு.மேத்தா, பொன். செல்வகணபதி, இ.மறைமலை, பி.சிவகுமார் போன்றோர் ஆசிரியர்களாக – வழிகாட்டிகளாக- அமைந்தனர்.

விருதுகள்

- 1984-ல் இதயம் பேசுகிறது - டி.வி.எஸ் நிறுவனம் நடத்திய போட்டியில் வெள்ளை நிறத்தில் ஒரு காதல் நாவலுக்கு விருது.
- மொத்தத்தில் சுமாரான வாரம் குறுநாவல் தி.ஜானகிராமன் நினைவு போட்டியில் தேர்வு செய்யப்பட்டது. 1986-ல் தேர்வு செய்தவர் எழுத்தாளர் அசோகமித்திரன்.
- இவர் எழுதிய மானுடப் பண்ணை நாவல் 1996-ல் தமிழக அரசின் விருது பெற்றது.
- எட்டாயிரம் தலைமுறை சிறுகதைத் தொகுப்பு 2008-ம் ஆண்டுக்கான தமிழக அரசின் விருது பெற்றது.
- 'கிளாமிடான்' சிறுகதை ஆழி பதிப்பகம் - எழுத்தாளர் சுஜாதா நினைவு அறிவியல் புனைகதை விருது பெற்றது. (2008).
- வெட்டுப்புலி நாவல் (2009) கோவை ரங்கம்மாள் நினைவு விருது,

ஜெயந்தன் அறக்கட்டளை விருது பெற்றது.

- ஆண்பால் பெண்பால் நாவலுக்கு (2011) விகடன் விருதும் ஜி.எஸ். மணி நினைவு விருதும் கிடைத்துள்ளன.
- வனசாட்சி நாவல் (2012) சுஜாதா அறக்கட்டளை விருது, மலைச்சொல் விருதுகள், அமுதன் அடிகள் விருது ஆகியன பெற்றது.
- வேங்கை நங்கூரத்தின் ஜீன் குறிப்புகள் நாவலுக்கு கனடா இலக்கியத் தோட்ட புனைவு இலைக்கிய விருது (2017) பெற்றார்.
- திராவிடர் கழகத்தின் பெரியார் விருது (2014), விஜய் டி.வி நீயா? நானா? வழங்கிய இலக்கிய விருது (2016), நெருஞ்சி இலக்கிய வட்டத்தின் க.நா.சு விருது உள்ளிட்ட பல விருதுகள் பெற்றவர்.
- படைவீடு நாவல் (2021) வென்றுமண்கொண்டார் விருது, சௌமா விருது, வள்ளுவப் பண்பாட்டு விருது, உலகத் தமிழ்ப் பண்பாட்டு மையம் விருது ஆகியன பெற்றது.

எழுதிய நூல்கள்

- பூமிக்குப் புரியவைப்போம், ஆறறிவு மரங்கள் இரண்டும் கவிதைத் தொகுப்புகள்.
- வெள்ளை நிறத்தில் ஒரு காதல் (1984), மானுடப் பண்ணை நாவல் (1996), சொல்லித் தந்த பூமி (1997), ஏவி. எம். ஸ்டூடியோ ஏழாவது தளம் (2007), வெட்டுப்புலி (2009),ஆண்பால் பெண்பால் (2011), வனசாட்சி (2012), ஆபரேஷன் நோவா (2014), தாரகை (2016), நான் ரம்யாவாக இருக்கிறேன் (2018), படைவீடு (2020), பிரம்மராட்சஷ் (2021) ஆகியவை இவரது நாவல்கள்.
- எட்டாயிரம் தலைமுறை (2008), மீன்மலர் (2008), அமரர் சுஜாதா (2013), மஞ்சு அக்காவின் மூன்று முகங்கள் (2014), சாலை ஓரத்திலே வேலையற்றதுகள் (2021), தமிழ்மகன் 100 சிறுகதைகள் இவரது சிறுகதைத் தொகுப்புகள்.
- இவருடைய நூல்கள் பலவும் முனைவர் பட்டத்துக்கும் ஆய்வு பட்டயங்களுக்கும் எடுத்தாளப்பட்டுள்ளன. கல்லூரிகளில் பாடமாக வைக்கப்பட்டுள்ளன.
- திரைப் பிரமுகர்கள் பற்றிய அரிய செய்திகளைச் சொல்லும் செல்லுலாயிட் சித்திரங்கள் (திரை) (2009), நூற்றாண்டு கண்ட தமிழ்ச் சிறுகதைகளை அறிமுகப்படுத்தும் தமிழ்ச் சிறுகதைக் களஞ்சியம் - (2013) ஆகிய கட்டுரைத் தொகுப்புகளும் இவர் படைப்புகள். சென்னையின் வரலாற்றை

மெட்ராஸ் நல்ல மெட்ராஸ் (2016) என்ற பெயரில் எழுதியிருக்கிறார். விகடன் இணைய இதழில் வெளிவந்து பெரும் வரவேற்பைப் பெற்றது.

- ஆனந்த விகடனில் வெளியான ஆபரேஷன் நோவா (2014), ஜூனியர் விகடனில் வெளியான 'நான் ரம்யாவாக இருக்கிறேன்' (2018) ஆகிய அறிவியல் புனைகதைகள் பெரும் வாசக வரவேற்பைப் பெற்றன. திரையுலகைப் பின்னணியாகக் கொண்டு தாரகை என்ற நாவலை எழுதியுள்ளார்.

திரைத்துறை பணிகள்

- உள்ளக்கடத்தல், ரசிகர் மன்றம், பீட்ஸா மம்மி -3, கொற்றவை உள்ளிட்ட திரைப்படங்களுக்கு வசனம் எழுதியுள்ளார். நான் ரம்யாவாக இருக்கிறேன், ஆபரேஷன் நோவா நாவல்கள் சினிமாவுக்காக ஒப்பந்தமாகியுள்ளன.

குடும்பம்

தந்தை க.பாலகிருஷ்ணன் - தாய் பார்வதி. மனைவி திலகவதி.

மகன் மாக்ஸிம் - மருமகள் த.சந்தியா. பேத்தி அகல்விழி.

மகள் அஞ்சலி - மருமகன் ஸ்ரீதர். பேரன்கள் அதியமான், அகிலன்.

தொடர்புக்கு:

writertamilmagan@gmail.com

7824049160

அன்புத் தோழி எஸ்.காயத்ரிக்கு ...

கிளாமிடான்

யோசனையின் ஊடே ஜன்னலோர மரக்கிளை லேசாக ஆடுவதைக் கவனித்தார் பேராசிரியர் எழிலரசு. காற்று அடிக்காமலேயே மரக்கிளை ஆடுவது வினோதமாக இருந்தது. ஊன்றி பார்த்தபோது மரக்கிளை நகர்ந்தது மாதிரியும் தெரிந்தது. ஜன்னல் ஓரக் கிளையாக இருந்ததால் இன்னும் சற்று நெருங்கிப் பார்த்தார். நகர்ந்தது கிளையில்லை. கிளையின் மீதிருந்த ஓர் உருவம். மனிதன்.. பச்சோந்தி போல மரத்தின் நிறத்துக்கே மாறிப்போயிருந்தான். பேராசிரியருக்கு அதிர்ச்சியாக இருந்தது. “யாரப்பா அது?” என்றார்.

கிளையில் இருந்தவன் தன்னை யாரோ கவனித்துவிட்டார்கள் என்ற அச்சத்தில் மீண்டும் மரத்தின் நடுக்கிளைக்குப் போய் மறைந்து கொண்டான்.

“களவுக்காரனோ, கலகக்காரனோ.. யாராக இருந்தாலும் அரசாங்கத்திடம் ஒப்படைக்க வேண்டியிருக்கும்... மரியாதையாக இறங்கி வா.”

முகத்தை மட்டும் வெளியே காட்டி மிரள மிரள விழித்தான் மரத்தில் இருந்தவன்.

“ஓ.. நீ அந்தக் கிராமத்தான்தானே?... தப்பி வந்தவன் அல்லவா?” என்றபடி திரைக்காவலருக்குத் தகவல் தர எத்தனித்தார்.

திரைப் பொத்தானை அழுத்துவதற்குள் மரக்கிளையில் ஒரே தாவாகத் தாவி வந்து அவர் முன் வந்து நின்றான் அவன். கிராமத்தான் பற்றிக் கேள்விப்பட்டிருந்தாலும் இப்போதுதான் நேரில் பார்த்தார் எழிலரசு. நகரத்தானைவிட பெரிதும் மாறுபட்டிருந்தான்.

“நான் தப்பி வந்தவன் அல்ல. தெரியாமல் வந்துவிட்டவன். திரும்பி கிராமத்துக்குப் போக உதவுங்கள்” என்றான். அவனுடைய உச்சரிப்பும்கூட வேடிக்கையாக இருந்தது.

நகரத்து ஆடையோ, நகரத்தின் நிறமோகூட இல்லாமல் இருந்தான். சொல்லப்போனால் சேற்றின் நிறத்தில் ஒரு கால் சட்டையும் மேல் சட்டையும் இருந்தது. தைக்கப்பட்டபோது அது வேறு ஏதோ நிறத்தில் இருந்திருக்க வேண்டும். சேற்றின் நிறம் அதற்கு அவர்களின் வேலை தந்த பரிசு. ஒரு வரலாற்றுப் பேராசிரியருக்கான அக்கறை விழித்துக் கொண்டது அவருக்கு. பார்த்ததுமே அவன் மீது பரிதாபம் பொங்கியது.

“மூன்று நாள்கள் ஆயிற்றே.. சாப்பிட்டாயா?” என்றார் பரிவோடு.

“இல்லை. எனக்கு பசிப்பதில்லை...” மேற்கொண்டு ஏதோ சொல்ல தயாரானவன் மாதிரி இருந்தாலும் எதுவும் சொல்லவில்லை.

எதற்கும் இருக்கட்டும் என்று குடுவை நீரை அவன் பக்கம் திருப்பினார். அவன் அதைக் குடித்தான் எனக் கூறுவதைவிட வாய்வழியாக உடலின் மேல் ஊற்றிக் கொண்டான் என்பதுதான் சரியாக இருக்கும். படுக்கையில் தூங்குமாறு சொன்னபோதும் தரையில்தான் படுக்கும் பழக்கம் என்றான். விவசாயியாக இருப்பதால் உள்ள தரம்குறைந்த வாழ்க்கையையும் அவன் புரிந்து கொண்டவனாகத் தெரியவில்லை. என்னை கிராமத்துக்கு அனுப்பி வைத்துவிடுங்கள் என்றான் லூப் வாக்கியம் போல. அதைத் தவிர வேறு நோக்கம் அவனுக்கு இல்லை. நகரத்துக்கும் கிராமத்துக்கும் இருக்கிற வித்தியாசம் “பரங்கி’ திரைப்படத்துக்கும் “பரட்டை’ திரைப்படத்துக்குமான வித்தியாசம் போல இருப்பதாகச் சொன்னான். நகரத்தில் அந்த இரண்டு படமும் திரையிடப்படவில்லை. பிரமிக்க வைக்கும் வித்தியாசங்களோடு கூடிய இரண்டு கிராம திரைப்படங்களை அவன் ஒப்பிட்டுச் சொல்வதாகத் தோன்றியது.

“என்ன நடக்கிறது அங்கே?... விவரிக்க முடியுமா?” என்றார் எழிலரசு.

"எங்கே?" கேள்வியின் ஆதாரமே புரியாமல் கேட்டான்.

"இல்லையப்பா இங்கே நாங்கள் வசதியாக வாழ்கிறோம். ஆரோக்கிய உணவு உண்கிறோம். சுகமாக இருக்கிறோம். நீங்கள் இது எதுவும் இல்லாமல் வாழ்வதாகத் தோன்றுகிறது. நீங்கள் என்ன சாப்பிடுகிறீர்கள்? உங்களை எப்படி நடத்துகிறார்கள்?" என்று விளக்கிச் சொன்னார்.

"நீங்கள் சொன்ன வாக்கியத்தில் எனக்கு சில சொற்கள் புரியவில்லை... வசதி, ஆரோக்கிய, சுகமாக.. இதெல்லாம் என்ன?"

அங்கு எப்படி நடத்துகிறார்கள் என்பது குறித்து அவனை எதையும் விவரிக்க வேண்டியதில்லை என்ற முடிவோடு வேறு விஷயங்களை எளிமையாகவும் ஒவ்வொன்றாகவும் கேட்க ஆரம்பித்தார். "நீ தினமும் என்ன வேலை செய்கிறாய்?"

"நெல் சாகுபடி பிரிவில்..." சற்றே வெறுமையாகப் பார்த்துவிட்டு "நெல் சாகுபடி.. நெல் சாகுபடி" என இருதரம் தனக்காகச் சொல்லிப் பார்த்துக் கொண்டான்.

"நெல் சாகுபடி சரி.... தினமும் வயலுக்குப் போய் என்ன செய்வாய்?"

ஆழ்ந்த யோசனையில் மூழ்கிப் போனான். நெல் சாகுபடி என்பதைத் தவிர வேறு விளக்கங்களை அவனிடம் யாரும் விசாரித்திருக்க மாட்டார்கள் போலும். பிறகு "பயிர் செய்கிறோம்" என்றான். திடீர் நினைவு ஏற்பட்டவனாக "நாங்கள் வயலுக்குப் போக மாட்டோம். வயலில்தான் நாங்கள் வசிக்கிறோம்."

"சரி. இங்கு எப்படி வந்தாய்?"

"ம்.. வந்து.. விளைபொருள் வண்டியில் மூட்டைகளை அடுக்கிவிட்டு.. வண்டியிலேயே தூங்கிவிட்டேன்... வண்டியை ஒரு இடத்தில் நிறுத்தினார்கள். நான் இறங்கிப் பார்த்தேன். கிராமம் காணாமல் போயிருந்தது. இது நகரம் என்று புரிந்தது. நான் தெரியாமல் வந்துவிட்டேன். தப்பி வந்தவன் அல்ல." வெளிச்சத்தில் அவனை உற்று நோக்கினார். அவனின் உடலின் நிறமும்கூட தண்ணீரில் ஊறி பிசுபிசுப்புப் படர்ந்து இருந்தது.

"நெல் மூட்டையை வண்டியில் ஏற்றுவதும் உங்கள் வேலைதானா?"

"ஆமாம். உழவு செய்வது.. நாற்று நடுவது.. களையெடுப்பது.. கதிர் அறுப்பது எல்லாமே நெல் சாகுபடியாளரின் வேலைகள்தான்."

"காய்கறிகள்...?"

"நான் தப்பி வந்தவன் இல்லை. என்னை கிராமத்துக்கு அழைத்துச் செல்லுங்கள்.."

தமிழ்மகன் | 9

"அதற்காகத்தான் கேட்கிறேன்."

"காய்கறிகள் தோட்டப் பயிர் பிரிவில். தென்னை சாகுபடி, வாழை சாகுபடி, நீர் பாசனப் பிரிவு எல்லாம் தனித்தனியாக இருக்கிறது" .. என்னிடம் இருக்கும் அத்தனைத் தகவலையும் சொல்லிவிட்டேன், இதற்கு மேல் கேட்காதீர்கள் என்பதாக இருந்தது அவன் பேச்சு.

உ.நா. சபையின் மனித மேம்பாட்டு அமைப்பு போன்றவை கிராமங்களில் இல்லை என்று திட்டவட்டமாகத் தெரிந்தது. நகர உ.நா.சபையில் இதை முறையிட்டால் என்ன என்று ஆவேசம் கொண்டார். அவனைப் படுத்துக் கொள்ளச் சொன்னார். மிக சோர்வாக இருந்தபோதும்கூட அவன் நின்று கொண்டுதான் இருந்தான். அமரவும் மறுத்தான். படுப்பது, உட்காருவது போன்றவை அவனுக்கு ஆடம்பரமான விஷயமாகவும் உயர் அதிகாரிகள் சம்பந்தபட்டதாகவும் இருந்தது. கிராமத்தில் எல்லோருமே இப்படித்தானா இல்லை அதிலும் ஏற்றத்தாழ்வுகள் இருக்கிறதா என்று தெரியவில்லை.

உயிரி தொழில்நுட்பப் பேராசிரியர் அமர்நாத் அவனை எல்லா பக்கமும் சோதித்தார். அடையாள மச்சத்தைத் தேடுவது மாதிரி அங்குலம் விடாமல் தேடினார். அந்த இடத்தைப் பரிசோதிக்கும்போதும் அவன் தேவைப்படும் அளவுக்குக் கூச்சம் காட்டவில்லை. அறுத்துவிடுவார்களோ என்ற தயக்கம் கலந்த பயம்தான் அதில் இருந்தது.

தொலைவிசாரணைத் திரையில் என்னவோ நேரடியாக ஒளிபரப்பிக் கொண்டிருந்தார்கள். "எது எது நேரடி ஒளிபரப்போ எவையெல்லாம் ஒத்திகை பார்த்து உருவாக்கப்பட்டவையோ?' மக்களை இளித்தவாயர்களாக நினைக்கிறார்கள்" என எழிலரசுவின் சலிப்பு தொடர்ந்தது.

"எல்லாவற்றையும் மீறி நேற்று ஒரு கிராமத்தான் நகரத்துக்கு வந்துவிட்டான். நீங்கள் எல்லாம் என்ன செய்கிறீர்கள்?" குடியரசுத் தலைவர் மிகுந்த ஆவேசத்தோடு கேட்டார்.

"கிராமத்திலிருந்து நகரத்துக்கு வரும் வழிகள் இரண்டுதான். அவை வாரத்துக்கு ஒரு முறைதான் திறக்கப்படும். அப்போது கண்காணிப்பு வாயிலில் தீவிரமான பரிசோதனை உண்டு. விளைபொருள்களைத் தவிர மனிதர்கள் யாரேனும் அந்த வழியாக வெளியேறினால் அவர்கள் கருகி இறந்து போய்விடுவார்கள். சக்தி வாய்ந்த மின்காணிகள் பொருத்தப்பட்டுள்ளன. யாரும் தப்பித்திருக்க வாய்ப்பே இல்லை."

"அப்படியானால் கிராமத்தில் ஒருவன் மூன்று நாள்களாக

அடையாள அட்டை பதிக்காமல் இருக்கிறான். அவன் எங்கே போய் தொலைந்தான் என்று கிராமவாசிகளுக்கும் தெரியவில்லை. அவனுடைய பிரேதமும்கூட கிடைக்கவில்லை.”

“கிராம காவலர்கள்...?”

“அவர்களிடமும் விசாரித்துவிட்டேன். சல்லடைபோட்டுத் தேடிவிட்டார்கள். காணாமல் போனவன் “கிராமத்தான் நெ.சா. லட்சத்து பதிமூன்று’ துரிதமாகத் தேடுங்கள்.”

“நாளைக்குள் நெல் சாகுபடிக்கு அவனை அனுப்பி வைக்கிறேன்.”

அந்த ஒளிபரப்பைப் பார்த்துவிட்டு கிராமத்தான் அதிர்ச்சியோடு தன் பழைய பல்லவியை ஆரம்பித்தான். “தப்பி வந்தவன் அல்ல, தெரியாமல் வந்தவன்”

கிராமவாசிகள் கிராமங்களிலேயேதான் இருக்க வேண்டும் என்றும் நகரவாசிகள் நகரத்திலேயே இருக்க வேண்டும் என்றும் சட்டம் கொண்டுவரப்பட்டபோதுகூட அதற்கு அமோக வரவேற்பு இருந்தது.

பிறகு நடந்தது அப்படி லகுவாக இல்லை. கிராமத்து மக்கள் நிலத்திலும் நீரிலும் வெயிலிலும் கிடந்து உழலுவதும் நகரத்தில் நிழலிலும் நல்ல ஆரோக்கியமான சூழலில் வாழ்வதும் தவிர்க்க முடியாததாகிவிட்டது.

“நகரத்தில் வேறு உணவும் கிராமத்தில் வேறு உணவும் இருப்பதாகச் சில சதிகாரர்கள் சொல்லுவதை நம்பாதீர்கள்” என்று குடியரசுத் தலைவர் ஆண்டுதோறும் விழிப்புணர்வு நாள் கூட்டத்தில் முழங்குவார். அதனாலேயே சிலருக்கு அதில் சந்தேகம் வலுத்தது. ஆனால் யாரும் வெளிக்காட்டிக் கொள்வதில்லை. எல்லோருக்கும் சந்தேகமும் எந்தச் சந்தேகமும் இல்லையே என்ற பாவனையும் பழகிப் போயிருந்தது.

அமர்நாத், கிராமத்தான் முதுகில் ஓரிடத்தைச் சுட்டிக் காட்டி, “இங்கே பார்த்தீர்களா?” என்றார். அவர் சுட்டிய இடத்தில் அவன் உடலில் திட்டுத் திட்டாய் தோலின் நிறத்தில் மாற்றமிருந்தது. கொஞ்சம் சமூக அக்கறையும் அரசு அதிருப்தியும் கொண்ட சொற்ப நபர்களில் அவரும் ஒருவர் என்பதால் அவரிடம் விசயத்தை விளக்க அழைத்திருந்தார் எழிலரசு.

“சூரிய ஒளியில் நின்றால் எப்படி இருக்கிறது உனக்கு?” என்றார் அவனிடம் உறுதிப்படுத்திக் கொள்ளும்விதமாக.

“நாள் முழுக்க எனக்குச் சூரிய ஒளி தேவைப்படுகிறது. வேறு உணவுகூட இரண்டாம்பட்சம்தான். கடந்த இரண்டு ஆண்டுகளாக எங்களுக்கு இப்படி இருக்கிறது. இதற்காக எங்களுக்குத் தினமும்

ஊசி போடுவார்கள்.. நாங்கள் இனிமேல் சூரிய ஒளிமூலமாகவே வாழ முடியும் என்கிறார்கள். எங்களுக்குத் தனியாக ஆகாரம்கூட தேவையில்லை என்று கூறுகிறார்கள்." வகுப்பில் எழுப்பிக் கேள்வி கேட்கப்பட்ட மாணவன் போல சொன்னான்.

"இதனால் உனக்குக் கடினமாக இல்லையா?" என்றார்.

அவனுக்கு அதில் சொல்வதற்குக் கருத்து எதுவும் இன்றி வார்த்தையைக் கிரகிக்க முடியாமல் பார்த்தான். தரையில் சரிந்து படுத்துக் கொண்டான். மிகவும் களைத்திருந்தான்.

எழிலரசு பக்கம் திரும்பி, "கிளாமிடாமோனாஸ் பற்றிப் படித்திருப்பீர்கள். நகரும் தன்மையும் சூரிய ஒளியால் ஸ்டார்ச் தயாரிக்கவும் முடியக் கூடிய ஒரு செல் உயிரினம் அது. அது தாவரமா, விலங்கினமா என்பதை அறுதியிட்டு வரையறுக்க முடியாததைப் போல ஆறறிவு மனிதனையும் மாற்றியிருக்கிறார்கள்."

"அடக் கொடுமையே... மனிதர்களைப் பச்சையம் மூலம் ஸ்டார்ச் தயாரிக்கும்படி செய்திருக்கிறார்கள். குளோரோ ப்ளாஸ்ட் தன்மையை விலங்குகளுக்கு ஏற்படுத்தும் விபரீத முயற்சி. கிராமத்து மனிதர்களுக்கு சாப்பாடுகூட இல்லாமல் சூரிய சக்தி மூலமாகவே இயங்கும் ஆர்கனிக் இயந்திரமாக்கும் அநியாயம்."

"ஐய்யய்யோ அது எப்படி சாத்தியம்?"

"சாத்தியம்தான். கடந்த நாற்பது ஆண்டுகளாக எங்களுக்கு உத்தரவிடப்பட்டுள்ள ஆராய்ச்சியே அதுதான். விலங்குகளுக்கும், தாவரங்களுக்கும் ஒரே மாதிதரிதான் செல் அமைப்பு. இரண்டுக்குமே நியுக்கிளியஸ், ஷஸட்டோப்ளாஸம், டி.என்.ஏ., ஆர்.ஏ. மைட்டோ காண்ட்ரியா, கோல்கி எல்லாம் இருக்கிறது. பொது தோற்றத்தில் விலங்கு சமாசாரம் கொஞ்சம் வட்டமாக இருக்கும். தாவர செல் செவ்வகமாக இருக்கும். தோற்றத்தைப் பொருத்து இரண்டுக்கும் ஒரு சதவீத வித்தியாசம்தான். தாவர செல்லின் முக்கிய வித்தியாசம் அதில் உள்ள குளோரோ ப்ளாஸம். அந்த வித்தியாசத்தை உடைப்பதற்குத்தான் இவ்வளவு ஆராய்ச்சிகள்."

"அநியாயம்."

"அதைத்தான் நானும் சொல்கிறேன்."

"இதனால் என்ன நடக்கும்?"

"ஒன்று சொல்லட்டுமா? ஐநூறு கோடி ஆண்டுகளுக்கு முன்னால் பூமியில் ஒரு 'ஒரு செல்' விலங்கும் ஒரு 'ஒரு செல்' தாவரமும் தோன்றின. முதலில் தோன்றிய அந்த 'ஒரு செல்' தாவரத்தை அப்போது தோன்றிய 'ஒரு செல்' விலங்கு ஸ்வாகா செய்தது.. ஹேஸ்யம்தான். ஆனால் அதில் தர்க்கரீதியான வாய்ப்பு இருக்கிறது.

எப்போதும் தாவரங்கள் விலங்குகளின் நலனுக்கானவை."

"இதனால் அரசுக்கு என்ன நன்மை?"

"புரியவில்லை? கார்களைச் சூரிய சக்தியில் இயக்குங்கள் என்றால் இவர்கள் மனிதர்களையே சூரிய சக்தியால் இயக்கி லாபமடைய பார்க்கிறார்கள்"

"அது புரிகிறது.. அதற்காகப் பொன் முட்டை வாத்துக்களை இப்படி அறுத்துவிட்டால்.. இன விருத்தியைத் தொடர்வது எப்படி?"

"பதியன் போடுவார்களோ என்னவோ... எந்த அளவுக்குப் போயிருக்கிறார்கள் என்று தெரியவில்லை. கொஞ்ச நாள்களாகவே தாவர செல், விலங்கு செல் வித்தியாசத்தைப் பகுத்தாயும் ஆராய்ச்சிக்குத்தான் என்னைப் பயன்படுத்திக்கொண்டிருக்கிறார்கள். ஆர்.என்.ஏ.வில்தான் அவர்களின் முழு கவனமும். எனக்கு எங்கோ உறைத்தது. ஆனால் இத்தனை மோசமாகப் போவார்கள் என்று யோசிக்கவில்லை. உ.நா. சபையும் இதற்கு உடந்தையாக இருக்குமா?"

"ஆமாம். பொல்லாத உலக நாடு சபை... " என்றார் எழிலரசு. எப்போதும் போல அரசு முயற்சிகளின் மீது தன் வெறுப்பை வெளிக்காட்டினார்.

"காலப் போக்கில் தாவரத்தன்மை அதிகமாகிவிட்ட காரணத்தால்தான் சாகுபடி விளைபொருள்களோடு கலப்படமாகி மின்காணிக்குத் தப்பி நகரத்துக்கு வந்து சேர்ந்திருக்கிறான்" அமர்நாத் அவருக்கே தெளிவுபடுத்திக் கொள்வது போல பேசினார்.

"அப்படியானால் இவன் மூளை, நரம்பு மண்டலம், இருதயம்.. ரத்தமெல்லாம்...?"

"இயற்கை இப்படித்தான் தன்னை தகவமைத்துக் கொள்கிறது. மியூட்டேஷன் என்று வைத்துக் கொள்ளுங்களேன். தவளை நீரிலும் நிலத்திலும் வசிப்பதில்லையா? ஆம்பிபியன் போல. ஆல்டர்நேட் எனர்ஜி போல. இரண்டிலும் இயங்கக் கூடியவனாக மாற்றியிருக்கிறார்கள்."

இவர்கள் அரசு கவனிப்பில் இல்லாதோர் பட்டியலில் இருந்ததால் அவர்களால் இவ்வளவு பேச முடிந்தது. இல்லையென்றால் இன்னேரம் நகரக் காவல் அதிகாரி வந்திருப்பார்.

நெ.சா. மனிதன் கண் இமைப்பது அசாதாரணமாக இருந்தது. வந்ததிலிருந்து இமைக்கவேயில்லையோ என்று நினைத்தார். இவனை எப்படியும் காப்பாற்ற வேண்டும் என்று நினைத்தவர், பிறகு இவர்களை என்று திருத்திக் கொண்டார். கிராமத்துக்குப் போகும் மரபு மருந்துகளில் "குளோரோ ப்ளாஸின்' அளவைக் குறைப்பதன் மூலம் இந்தக் கொடுமைக்கு விடிவு காணமுடியும்

என்று தோன்றியது. மனித உடம்பில் ஒளிச்சேர்க்கை விகிதம் அதிகரிக்க, அதிகரிக்க இது சிரமம் என்றும் புரிந்தது. உலக கிராமம் முழுவதிலும் இப்படித்தானா? இங்குமட்டுமா? அல்லது தமிழ்க்குடியரசில் மட்டுமா?

நிலைகுலைந்து கிடந்த கிராமத்து நெ.சா. மனிதனை கவலையோடு பார்த்துவிட்டுப் புறப்பட்டார் அமர்நாத். "இப்போது என்ன பெயரில் இருக்கிறீர்கள்?" என்றார் கதவுப்பிடியை அழுத்தியபடி.

"ஏன் கேட்கிறீர்கள்? ...எழிலரசு. பெயர் என்பது பதினாறு இலக்க எண் என்று ஆகிப் போனபின்பு இது நம் மனத்திருப்திக்காகத்தானே? பாஸ்வேர்ட் மாற்றும் சந்தர்ப்பங்களில் எல்லாம் பெயரையும் மாற்றிக் கொள்வேன். ஆனால் எங்கள் வீட்டில் யாருக்கும் பெயர் விருப்பம் இல்லை.."

"எனக்கும்கூடத்தான்... சொல்லப் போனால் நீங்கள் ஒருவர்தான் என்னை அமர்நாத் என்று ஞாபகப்படுத்திக் கொண்டிருக்கிறீர்கள்... சரி வருகிறேன்"

காலை தேநீரோடு அவனை எழுப்ப முனைந்தார் எழிலரசு. அவன் இரவு கிடந்த வாக்கிலேயே படுத்துக் கொண்டிருந்தான் இன்னமும். அவனுக்கும் ஒரு பெயர் சூட்டலாம் என்ற ஆவல் எழுந்தது எழிலரசுவுக்கு. மெல்லத் தொட்டு உலுக்கிப் பார்த்தார். அவன் சில்லென்று நிலைக்குத்திப் போய் இருந்தான். நாடித்துடிப்பு சுத்தமாக இல்லை. தோல் மரத்துப் போய்... சரியாகச் சொல்வதானால் மரப்பட்டையாய்ப் போயிருந்தது.

அசைவற்றுக் கிடந்தான். இறந்துவிட்டான்... அப்படி அவர் முடிவு செய்த தருணத்தில் அவன் கண் பாவைகள் சற்றே அசைந்ததைக் கவனித்தார். திடுக்கிட்டுப் போனார். பிணம் பார்க்கிறது என்ற அச்சம் எழுந்து அடங்கியது.

"உயிர்.... இருக்கிறது" நிதானமாக முணகினார்.

நேரம் கடத்தாமல் அவனை வேகமாக உலுக்கினார். அவனுடைய கரங்கள் மரத்தின் கிளைபோல ஆடியது. வேகமாக அவனைப் பற்றி இழுத்தபோது தரையில் பதிந்திருந்த அவன்

முதுகுக்குக் கீழ் சல்லி வேர்கள் தென்பட்டன.

(அமரர் சுஜாதா அறக்கட்டளை - ஆழி பதிப்பகம் இணைந்து நடத்திய அறிவியல் புனைகதை போட்டியில் முதல் பரிசு பெற்ற சிறுகதை)

துவிஜன்

என்னுடைய இரண்டு நண்பர்களைப் பற்றிச் சொல்வதற்காகத்தான் இந்தக் கதை. அதில் முதல் நண்பன் இந்த இகபர உலகத்தில் அவ்வளவு முக்கியமானவனாக நினைக்கத்தக்கவன் அல்ல. அவனைப் பற்றி இரண்டாவதாகச் சொல்கிறேன். இப்போது இரண்டாவது நண்பனைப் பற்றி...

அவன் மிகப் பெரிய சோதிடன். சோதிடனானது எனக்கு சமீபத்தில்தான் தெரியும். என்றாலும் அதை வைத்துத்தான் அவனை உங்களுக்கு அறிமுகப்படுத்த முடியும். சொன்னதும் உங்களுடைய நண்பரா என்று ஆச்சர்யப்படுவீர்கள். அவனைச் சந்திப்பதற்கு நேரம் வாங்கித் தரச் சொல்லி என்னை நச்சரிப்பீர்கள்.. கருணாமூர்த்தி. அவரா என்று நீங்கள் ஆச்சர்யமாகலாம். நான் ஒருமையில்தான் பதில் சொல்வேன். ஆம் அவனேதான்.

எந்தப் பிரச்சினையோடு போனாலும் அவனிடம் உடனடியாகத் தீர்வு இருந்தது. வயிற்றில் அடிக்கப்பட்டவர்கள், முதுகில் குத்தப்பட்டவர்கள், அதிர்ஷ்டம் கெட்டவர்கள், வாழ்ந்து கெட்டவர்கள், தீராத வியாதியாளர்கள், தீராத பகையாளிகள், கல்யாணம் தள்ளிப் போனவர்கள், குழந்தை தள்ளிப் போனவர்கள்..

என நெருக்கியடிக்கும் கூட்டம். பிரச்சினையைச் சொல்ல வருகிறவர்கள் சொல்லிக் கொண்டிருக்கும்போது இது போன்ற துக்கங்களை எல்லாம் ஏற்கெனவே பலமுறை எதிர் கொண்டவன் போல தீர்க்கமாக உள்வாங்கிய நோக்கில் தலையை ஒரு ஸ்பிரிங் ஆக்ஷன் போல மேலும் கீழும் அசைத்துக் கேட்டுக் கொண்டிருப்பான். எதிர்முனையில் பேரதிர்ச்சியான செய்திகளை மிகுந்த நடுக்கத்தோடு சொல்லும்போதும் கண்ணை மூடிய நிலையிலேயே மறக்காமல் ஒரு புன்முறுவலைத் தவழவிடுவான்.

முதன் முதலாக அவன் சோதிடனாகிவிட்டதாகத் தகவல் தெரிந்த போது நம்பவே முடியவில்லை. வீட்டுத் திண்ணையில் உட்கார்ந்து பாக்கு இடித்துப் புகையிலை போட்டுக் கொண்டிருக்கும் உங்கள் பாட்டி மறுநாள் பல்கலைக் கழக துணை வேந்தராகிவிட்டதாகச் சொன்னால் என்ன அதிர்ச்சி ஏற்படுமோ, அது ஏற்பட்டது. அவனால் எப்படி சோதிடனாக முடியும் என்றேன். சோதிடராவதற்கும் குடும்பப் பாரம்பர்யம் இருக்க வேண்டும் என்பதாகவும் ஒரு எண்ணம் இருந்தது. இவனோ காரல் மார்க்ஸ் பாசறையில் இருந்தவன். பத்தாண்டு இடைவெளியில் எப்படி ஒரு தோழர், சோதிடராகிவிட மாறிவிட முடியும்?

அவன் சோதிடன் ஆனது எனக்கு முதலில் சிரிப்புமூட்டும் விஷயமாகத்தான் இருந்தது.

ஆரம்பத்தில் இத்தகவலை என்னிடம் சொன்னபோது நான் கேலியாக ஏதோ கமெண்ட் அடித்தேன். போன் நம்பர் வாங்கி அவனிடம் நேரடியாக அந்தக் கிண்டலைத் தெரிவிக்கலாம் என்று நினைத்துத் தொடர்பு கொண்டேன். “உன்கிட்ட வருகிறவர்களுக்கு நல்ல காலம் பிறக்கிறதோ இல்லையோ, உனக்குப் பிறந்தாயிற்று” என்று சொன்னால் அவனும் ரசிக்கும்படியாக இருக்கும் என்று யோசித்து வைத்திருந்தேன். மறு முனையில் “நீங்கள் ஏற்கெனவே பதிவு செய்தவரா?’ என்று கேட்டார்கள். “நான் அவருடைய நண்பர்’ என்று சொன்னேன். “மாலை ஆறு மணிக்குப் பேசுங்கள்’ என்று பெயரைக் குறித்துக் கொண்டார்கள். அப்போதே கிண்டலடிக்கும் எண்ணம் எல்லாம் குறைந்து போய்விட்டது. இயல்பாகப் பேசினால் மட்டும் கிண்டல் அடிக்கலாம் என்று யோசித்துக் கொண்டேன். மிகவும் ஆத்மார்த்தமாகப் பேசும் சந்தர்ப்பமாக அமைந்தால் “என்னடா இது கூத்து?’ என்று சொல்லலாம் எனவும் சீரியஸாக பேசினால், ‘எப்படி இந்த ஞானம் வந்தது’ என்று கேட்கலாம் எனவும் மனம் ஒத்திகை செய்ய ஆரம்பித்துவிட்டது.

அங்கு போகும் முன்னர் அந்த இடத்தை மஞ்சள், குங்குமம், தாயத்துகள், பெரிய சாமி படங்கள் என்றுதான் கற்பனை செய்து வைத்திருந்தேன். நான் யோசித்து வைத்திருந்த எதுபோலவும்

இல்லாமல் இருந்தது அது. மஞ்சள், குங்குமம் பார்த்திராத நாகரீக முகத்துடன் ஒரு பெண் வரவேற்பறையில் அமர்ந்திருந்தாள். அவளைப் பார்ப்பதற்காக வந்தது போலவே இருந்தது அவளுடைய வியப்புகள் வெளிப்படுத்தின. அவள் என்னைப் பார்த்து ரொம்ப நாள் பழகியவள் போல் சிரித்தாள். என் நினைவுகளில் அவளைப் பற்றிய ஒரு தடயமும் இல்லை. எங்கே பார்த்திருக்கிறோம் என்று அவசர அவசரமாக நினைவோட்டிப் பார்த்தேன். தபால் கொடுக்க வந்தவர், தண்ணீர் சுத்திகரிப்பு எந்திரம் விற்பனை செய்ய வந்தவன் எல்லோருக்கும் அதே மாதிரி சிரிக்கவே, கொஞ்சம் ஏமாற்றமாக இருந்தது.

அறை குளிரூட்டப்பட்டிருந்தது. அவளுக்கு எதிரே பிரபல மருத்துவமனைகளில் காத்திருப்பவர்கள் மாதிரி வரிசையாகக் கோர்க்கப்பட்டிருந்த நாற்காலிகளில் மக்கள் அமர்ந்திருந்தனர். சத்தம் போட்டு பேசவும் தயக்கம் இருந்தது. அப்படி யாரோ மெல்ல பேசினாலும் அதில் வல்லின மெய் எழுத்துகளை மட்டும் ஓரளவுக்குக் கேட்க முடிந்தது.

புதுப்பித்துக் கொள்ளாத மனிதன் எழுதப்படாமலேயே மங்கிப் போய்விட்ட காகிதத்துக்குச் சமம்.

– எமர்சன்

என்று ஒரு பொன்மொழி சட்டம் செய்யப்பட்டு மாட்டப்பட்டிருந்தது. எமர்சன் அப்படி சொல்லியிருப்பாரா என்று திடீரென்று சந்தேகித்தேன்.

அதற்குள் என்னை உள்ளை அழைத்தார்கள்.

வரிசையில் இருந்தவர்களையெல்லாம் விட்டுவிட்டு என்னை முதலில் அழைத்தான் என் நண்பன். எவ்வளவு மரியாதை வைத்திருக்கிறான் என்று நான் வியக்க, அதை நான் உணர்கிறேனா என்பதில் அவனும் கவனமாக இருந்தான். தலைக்கு மேல் ஒரடி உயர்ந்து இருக்கும் சாய்மானம் உள்ள நாற்காலியில் பிறைவட்டம் போல் அசைந்தபடி பேசினான். சாஃப்ட் வேர் கம்பெனி எம். டி. போல இருந்தான். என்னைப் பார்த்து அவன் ஏதாவது கமெண்ட் அடித்தால் கேட்டுக் கொள்ளலாம் போல இருந்தேன். “தணிகாசலம் வரவில்லையா?” என்றான். தணிகாசலம் என்பது நான் இரண்டாவதாகச் சொல்லப் போகிற முதல் நண்பன்.

ஆள் மழமழவென வேறு தோல் போர்த்தியது மாதிரி இருந்தான். பட்டுச் சட்டை அணிந்து நெற்றியில் சந்தனம், விபூதி தீற்றியிருப்பான் என்ற என் எதிர்பார்ப்பும் வீணாகிப் போனது.

“என்ன சாப்பிட்டே?” என்று கேட்டபடி பொத்தானை

அழுத்தினான். அழுத்திய விரலை எடுப்பதற்குள் கதவைத் திறந்து கொண்டு ஒருவன் வந்தான்.

டேபிள் வெயிட்டை சுழற்றிவிட்டபடி, "அந்தக் காலத்தை மறக்கவே முடியாதில்ல?' என்றான். மனிதன் வசதி வந்துவிட்டால், வசதியாக இல்லாமல் இருந்த காலத்தை 'அந்தக் காலம்' என்று சொல்கிறான்.

நிறைய அமைச்சர்களோடு போட்டோ எடுத்து மாட்டி வைத்திருந்தான். சினிமா நட்சத்திரங்கள் சிலருடனும் போட்டோ இருந்தது.

எல்லாவற்றிலும் இவனுடன் போட்டோ எடுத்துக் கொள்ள அவர்கள் விரும்பியதுபோல ஒரு தோற்றம் இருந்தது. நண்பரின் முக பாவனை அப்படியானது.

சீரியஸாகவும் இயல்பாகவும் இருந்தது அவனுடைய பேச்சு. "காரல் மார்க்ஸ், லெனின், ஏங்கெல்ஸ்னு நமக்கு எவ்வளவு கனவு.. இல்ல?" சிரித்தான்.

அதெல்லாம் கனவாக - பழங்கதையாக மாறிவிட்டதா என உறுதியாகத் தெரியவில்லை. தெரிந்திருந்தாலும் அதற்காக அவசரப்பட்டுச் சிரிக்கிற அளவுக்கு தைரியம் இல்லை. எதிரில் இருப்பவர் சிரிப்பதற்காக பதிலுக்குச் சிரித்துவிடக்கூடாது என்பதில் வைராக்கியமாக இருந்தேன்.

"தணிகாசலம் மாறிட்டானா இல்லையா?" மாறித்தான் இருப்பான் என்ற நம்பிக்கையோடு கேட்டான். கண்களில் "எல்லாம் அவ்வளவுதான்.. இதில் என்ன கேள்வி வேண்டியிருக்கிறது' என்ற கேலி இருந்தது. அவன் பழனிக்கு மொட்டைப் போடப் போயிருக்கிறான்... சபரிமலைக்கு மாலை போட்டிருக்கிறான் என்று ஆதரவாக பதில் வரும் என்ற எதிர்பார்ப்பு அவன் கண்களில் இருந்தது. தணிகாசலம் அப்படித்தான் இருக்க வேண்டும் என்று விரும்பிய வேகத்திலேயே அதை நம்பவும் செய்தான்.

உடனடியாக அவனுடைய ஆர்வத்தைச் சாகடிக்கத் தோன்றவில்லை. "அப்பிடியேதான் இருக்கான்" ஏனோ அவன் இதைக்கேட்டு அதிர்ச்சியடைந்துவிடக்கூடாது என்று ஒருவித அலட்சியம் தொனிக்குமாறு சொன்னேன். அவன் கண்ணை மூடி ஸ்பிரிங் போல தலையை மேலும் கீழும் ஆட்டி உள்வாங்கிக் கொண்டான்.

"லேட் மேரேஜ். பொண்டாட்டி ஸ்கூல் டீச்சரா வேல பாக்குது.. இவன் இன்னமும் ஜோல்னா பை. மங்களூர் பீடி.. பைல "அணு ஆயுத ஒப்பந்தம் தேவையா'னு ஒரு அறிக்கை.."

நண்பன் தன் நிலைமைக்குச் சற்றும் பொருந்தாத அந்த உலகுக்கு ஒரு கணம் போய்விட்டு வந்ததை அவன் முகக் குறிகள் மூலம் உணர்ந்தேன்.

"ஒரு மசால்வடை டீ குடிச்சுட்டு படுத்துத் தூங்கியிருக்கோம்ல?"

நானும் என்ன சொல்வதென்று தெரியாமல் "அது ஒரு காலம்" என்று கூறிவிட்டேன்.

"இரண்டு பேருக்குமே தணிகாசலம் பற்றிய பேச்சிலிருந்து வெளியே வருவதற்கு பிரயாசைப்பட்டோம். சிறிது நேரம் பேசாமல் இருந்து வேறு தலைப்புக்கு மாறுவதற்கு விரும்பினோம்.

அவன் சோதிடக் கலையைப் பற்றி பேச ஆரம்பித்தான்.

"நாம் பிறக்கும் நேரத்தில் இருக்கும் நட்சத்திர, கிரக நிலைக்கு ஏற்பத்தான் நம் வாழ்க்கை அமையும். அப்போதைய கிரகங்களின் ஆதிக்கம் நம் வாழ்க்கையை வடிவமைக்கிறது. இது முழுமையான விஞ்ஞானம். பெயரில் ஒரு உயிர் எழுத்தைச் சேர்த்துக் கொள்வது, கை ரேகை எல்லாமே பொய். ஆனால் கிரகங்களின் ஆட்சி மெய்யானது. எனக்கு சோதிடம் கற்பித்தவர் பெரிய மகான். பத்து பைசா காசு வாங்க மாட்டார். அவருக்கு எல்லோருடைய தலையெழுத்தும் டி.வி.யில் பார்க்கிற மாதிரி தெரியும். ஆனால் யாருக்கும் எதுவும் சொல்லமாட்டார். எல்லாம் விதியின் படி நடக்கும், மாற்ற முடியாது என்பார். அதற்கு பிராயசித்தமும் இல்லை என்பார். ஒரு எலுமிச்சை பழத்தை எடுத்து பிழிந்துவிடுவதால், கோயிலில் தீபம் ஏற்றினால் விதி மாறிவிடுமா என்ன.. விதி வலியது என்பது அவருடைய தீர்மானம்.

ஒரு முறை அவரைப் பார்க்க வந்த ஒரு குடும்பத்தினர், வீட்டுக்குக் கிளம்ப காரில் எறியபோது.. இதில் இரண்டு பேர்தான் வீடு போய் சேருவார்கள் என்றார். காரில் ஆறு பேர் கிளம்பிப் போனார்கள். எனக்கு திக் என்று இருந்தது. தடுத்திருக்கலாமே என்றேன். சூரியனும் வியாழனும் சுற்றுவதைத் தடுக்க முடிந்தால் இதைத் தடுக்கலாம் என்றார். விழுப்புரம் பக்கத்தில் ஆக்ஸிடென்ட். இரண்டு பேர்தான் பிழைத்தார்கள்.'- இப்படியாகச் சொல்லிக் கொண்டு போனான்.

தணிகாசலமாக இருந்தால் இன்னேரம் எழுந்து ஒரு அறைவிட்டுவிட்டு பீடி கொளுத்திக் கொண்டு போயிருப்பான். "பணக்காரனா பொறக்கறது அவன் தலைவிதி. ஏழையா பொறந்தது என் தலைவிதி. சமத்துவம் வந்துடணும்னு நினைக்காதே.. இதானே சொல்ல வர்றே.. ஏமாந்தா எடுத்து வாயில வெச்சுடுவியே?" என்று கேட்டிருப்பான்.

நான் பேசாமல் இருந்தேன். "நீ என்ன ராசி?" என்றான்.

"அட விடுப்பா" என்று என் குரலில் பாசாங்கு அதிகமாக இருந்தது. "சிம்ம ராசி.."

"நட்சத்திரம்?"

"அட.. பூரம்."

தலையை ஆட்டி கண்கள் சொருக தியானித்தான்... அதாவது இருந்தான்.

"பிறந்த நாள்.. நேரம் தெரியுமா?"

சொன்னேன். பிறந்த இடம் எது என்றான். சென்னையில் மயிலாப்பூர் என்பதையும் சொன்னேன்.

பெரிய சைஸ் கம்ப்யூட்டர் டிஜிட்டல் மானிட்டர் போல இருந்த திரையை ஒளிரச் செய்து அறை விளக்குகளை அணைத்தான்.

திரையில் அண்டசராசரமும் தெரிந்தது. கிரகங்கள், சூரியன், நட்சத்திரம்.. கொஞ்ச நேரம் பார்த்தால் நம்பிக்கை வந்துவிடும்போல இருந்தது. நீ பிறந்த போது கிரகங்களின் நிலை எப்படி இருந்தது என்பதை இப்போது இதில் என்னால் உருவாக்கிக் காட்ட முடியும் என்றான். இருபத்தேழு டிகிரி துல்லியத்தில் சொல்வது கம்ப்யூட்டரால் சாத்தியமாகியிருக்கிறது..

பேசியபடியே 1964 டிசம்பர் 24-ம் தேதி இரவு 10.53 மணிக்கு கிரகங்கள் எப்படியிருந்தன என்று காட்டினான். அதாவது நான் பிறந்த நேரத்தில்.

அறையின் குளிரும் இருட்டும் திரையில் தோன்றிய காட்சியும் சேர்ந்து சிலிர்க்க வைத்தது. ஏதோ ரகசியம் அவிழ்ந்து கொண்டது மாதிரி நெஞ்சு அடித்துக் கொண்டது.

"சரிப்பா லைட்டை போட்டுடு" என்றேன் தைரியமாக.

அவன் இதற்கு மேல் நீ தாங்க மாட்டாய் என்பதாக ஒரு சிரிப்பு சிரித்துவிட்டு விளக்கை எரியவிட்டான்.

"தணிகாசலம் இதையெல்லாம் நம்ப மாட்டான்" என சம்பந்தமில்லால் சொன்னேன்.

"இதில் இருக்கிற விஞ்ஞானத்த என்னவிட அவனாலதான் நல்லாத் தெரிஞ்சுக்க முடியும். அவன ஒருவாட்டி அழைச்சுட்டு வா.."

அவன் வரமாட்டான். கூப்பிட்டால் காறித்துப்புவான்.

"போன எலக்ஷனுக்கு கட்சிக்காரங்க வந்து எல்லாருக்கும் ஆயிரம் ரூபா கொடுத்தாங்க. குடுக்க வந்தவனை செருப்பைக் கழட்டி அடிச்சி அனுப்பிட்டான்.. டி.வி. குடுக்குறேன்.. செல்

போன் தர்றேன் வந்தவனுங்களையும் சட்டைய பிடிக்காத குறை. அவ்வளவு ஏன்.. நம்ம முதலமைச்சர்ங்க மழை வெள்ளத்தால பாதிக்கப்பட்டவங்களுக்கு ரெண்டாயிரம் கொடுத்தபோதும் சண்டதான்... இத்தனைக்கும் அன்னைக்கு சாப்பாட்டுக்கே வழியில்ல.. என் கிட்டதான் அம்பது ரூபா கடன் வாங்கிக்கிட்டு போனான்...” என்று தணிகாசலத்தைக் குறைத்து மதிப்பிடாதே என்பதாக இதைச் சொன்னேன்.

“சமஸ்கிருதத்தில் துவிஜன் என்பார்கள். தாயின் வயிற்றில் பிறப்பது ஒரு ஜனனம். இரண்டாவது ஜனனம் நம் ஞானத்தால் உருவாவது. துவி என்றால் இரண்டு. (ஜெர்மனியில் ஜுவை என்றால் இரண்டு, டிரை என்றால் மூன்று. ஏங்கெல்ஸின் மூல நூல் ஒன்றில் படித்திருந்தேன். சமஸ்கிருதத்தில் துவி என்றால் இரண்டு.. த்ரி என்றால் மூன்று என்கிறார்கள். அட தணிகாவிடம் சொன்னால் ஹிட்லர் போற்றிய ஆர்யன்.. இங்குள்ள ஆரியன் என்று கட்டுரை எழுதுவான்.. ஞாபகமாக சொல்ல வேண்டும் என்று மனதில் குறித்துக் கொண்டேன்.) ஜன் என்றால் ஜனனம்.. முதல் ஜனனத்தின் கிரகப் பலன்கள் எப்படி இருந்தாலும் நம் இரண்டாவது ஜனனத்தினால் அதை மாற்றிவிட முடியும். என்னுடைய குருநாதர் பிறப்பின் பலனை மாற்றவே முடியாது என்றார். நான் மனிதர்களை மீண்டும் ஒரு நல்ல தருணத்தில் பிறக்க வைக்கிறேன்... நல்ல பலன்களை அடைய வைக்கிறேன். ஒரு செயற்கை நட்சத்திர மண்டலத்தை உருவாக்கி அவை நம்மீது பிரயோகிக்கும் ஆற்றலை மீண்டும் செலுத்துகிறேன்.” நான் திகைத்துப் போய் பார்க்கிறேனா என்று அவன் கவனித்தான்.

“இந்த அறைக்குப் பின்னால் உள்ள தோட்டத்தில் பிரம்மாண்ட அரங்கில் அந்தச்செயற்கைமண்டலம்இருக்கிறது.தணிகாசலத்தையும் அழைத்துவா. இருவருக்குமே இரண்டாம் பிறப்பை அளிக்கிறேன். ஆட்சியை இழந்தவர்கள் வருகிறார்கள். மீண்டும் ஆட்சியைப் பிடிக்கிறார்கள். கூட்டணி அமைப்பதற்கு தருணம் கேட்கிறார்கள்.. எல்லாமே பலிக்கிறது... மூன்று படம் ஓடாமல் போன ஹீரோ என்னிடம் வந்த பின்பு மகத்தான வெற்றிப்படத்தைக் கொடுத்தார்... நான் சொல்வது ஏதோ அதிர்ஷ்டவசமாக நடப்பதாக நினைத்தாலும் தற்செயலாக நினைத்தாலும் காரண காரியங்களோடு நடப்பதாக நினைத்தாலும் அதனால் எனக்கு வருத்தமில்லை. நாம் மூவரும் எட்டு ஆண்டுகளுக்கு மேல் ஒரே அறையில் தங்கியிருந்து கஷ்டப்பட்டவர்கள் என்பதால் சொல்கிறேன்..” வியாக்யான தொனியில் பேசிக் கொண்டு போனான்.

விவாதம் எதுவும் செய்யாமல் வெளியே வந்துவிட்டேன். இருக்கும் கொஞ்ச காலத்துக்கு மார்க்ஸியவாதியாகவே இருந்துவிட்டுப்

போய்விடலாம் என்று தோன்றியது.

தணிகாசலத்திடம் என்னுடைய அனுபவத்தைச் சொல்வதற்கே பயமாக இருந்தது. கருணா ஒரு முனையில் என்றால் தணிகா மறுமுனையில் இருந்தான். என்னைப் போன்ற நடுவாந்திர ஆசாமிக்குத்தான் பிரச்சினையே. ஒரே பாசறையில் இருந்த மூவர், மூன்றுவிதமாக இருந்தோம். மறு ஜென்மம் எடுத்துவிட்டவன் கருணா மட்டும்தான்.

என்னைப் பார்ப்பதற்காக கம்பெனி வாசலில் வந்து காத்திருந்த தணிகாசலம், "என்ன தோழர் எப்படி போகுது வாழ்க்கை' என்றார். நான் கருணாவைப் பார்த்துவிட்டு வந்ததைப் பற்றி சொல்லலாம் என்ற முடிவுக்கு வந்தேன். குறுக்கும் நெடுக்குமாக அவனைப் பற்றி யோசித்துப் பார்த்தேன். எங்கிருந்து ஆரம்பித்தால் ஓரளவுக்காவது காது கொடுத்துக் கேட்பான் என்று ஒத்திகை பார்த்தேன். எங்கிருந்து ஆரம்பித்தாலும் தணிகாசலம் ஓவென சிரிப்பான் என்றே தோன்றியது.

வழக்கம் போல டீ சாப்பிட நின்றோம். கண்ணாடி டம்ளரை வாயருகே கொண்டு போனதும் ஏதோ திடுமென ஞாபகம் வந்தது மாதிரி பீடியைக் கொளுத்திக் கொண்டான். டீயை உறிஞ்சிய வேகத்தில் "பானுமதி இப்ப மூர்த்திகூட வாழப் போயிட்டாப்பா" என்றான். பானுமதி அவனுடைய மனைவி. அதாவது ஓடிப் போய்விட்டாள்.

அதிர்ச்சியாக எப்ப, எதுக்கு என்று கேட்க நினைத்தேன். வெகு நாள்களாக இருவருக்கும் இருந்த மனக்கசப்பும் ஆறுதல் சொன்னாலும் விரும்ப மாட்டான் என்பதும் தெரியும். தலையைத் தொங்கப் போட்டுக் கொண்டு நின்றிருந்தேன். "சேலம் போயிட்டு தோழர் ஆறுமுகத்தைப் பார்க்கப் போறேன்.. லிப்ரன் கமிஷன் அறிக்கையையும் வோரா அறிக்கையையும் வெச்சு ஒரு புத்தகம் போடலாம்னு திட்டம்..."

நான் புரிந்து கொண்டு நூறு ரூபாய் எடுத்துக் கொடுத்தேன். இவனை ஏன் என் முதல் நண்பன் என்று சொன்னேன் என்று எனக்கு அறுதியாகத் தெரியவில்லை. சோதிட நண்பனுக்கு முன்னால் பழக்கமானவன் என்பதாக இருக்கலாம். அதைத் தவிரவும் மனதிலும் எப்போதும் இவனுக்கு முதலிடம் இருந்தது.

முதல் நண்பனைப் பற்றிச் சொல்வதற்கு பெரிதாக ஒன்றுமில்லை. ஒருவரியில் சொல்லிவிடலாம்.

மாற்றம் ஒன்றுதான் நிலையானது என்ற கருத்தில் இருந்து அவன் மாறவே மாட்டான்.

இருவாட்சி பொங்கல் சிறப்பிதழ்.

மகா பெரியவர்

மேன் கெட்ஸ் அண்டு ஃபர்கெட்ஸ்...
காட் கிவ்ஸ் அண்டு ஃபர் கிவ்ஸ்.

1

"சங்கராச்சாரியாரா?"

"ஆமாம் அவர்தான்."

"அஞ்சலி, எரிச்சல் பட்டுவிடாதே. போன நூற்றாண்டின் இறுதிப் பகுதியில் இறந்துபோன ஒருவர் சுமார் அறுபது ஆண்டுகள் கழித்துத் திரும்பி வந்திருக்கிறார் என்பதில் ஆச்சர்யமும் விபரீதமும் கலந்திருக்கிறது. அதனால்தான் திரும்பத் திரும்பக் கேட்கிறேன்."

தென்மண்டல விண்வெளி ஆய்வின் தலைமை விஞ்ஞானி துளசிதாஸின் குரலில் கட்டுக்கடங்காத தவிப்பு தெரிந்தது.

"எனக்கு எரிச்சல் எதுவும் இல்லை."

"சரி, அங்கேயே இரு. உடனே வருகிறேன்."

அஞ்சலிக்கு மலைப்பாகத்தான் இருந்தது. கடந்த ஆறு வருட உழைப்புக்குக் கிடைத்த வெற்றி. நன்றாக நினைவிருக்கிறது. 2046-ம் ஆண்டின் ஜனவரி மாதத்தின் ஒருநாள் வேகா நட்சத்திர மண்டலத்தில் இருந்து கிடைத்த முதல் சமிக்ஞையை அப்போதுதான் எதிர் கொண்டாள்.

இதே துளசிதாஸிடம் அது குறித்துப் பேசினாள். "மிகவும் பலவீனமான சமிக்ஞையாக இருக்கிறது. வழக்கமான காஸ்மிக் அலைகள்தான் என்று அலட்சியப்படுத்த முடியவில்லை."

"ஐ.ஐ.எஸ்.டி.யில் படிக்கும் காலத்தில் யூ.எஃப்.ஓ. பற்றி நிறைய படித்தாயா?... ஒரு கண்டுபிடிப்பைத் தெரிவிப்பதற்கு முன்னால் ஆயிரம் முறை ஊர்ஜிதப்படுத்திக் கொள்ள வேண்டும்... புரிந்ததா?" என்று கண்டிப்புடனான அறிவுரையை வழங்கிவிட்டுப் போய்விட்டார் துளசிதாஸ்.

ஆனால் இப்போது அதி ஆர்வத்துடன் கதவைக்கூட தட்டாமல் உள்ளே நுழைந்தார்.

"வேகாவிலிருந்து வந்த சங்கராச்சாரியாரைக் காண்பி."

பிக்ஸர் புரோ டீகோடிங்கில் பதிவு செய்திருந்த உருவத்தை கம்ப்யூட்டர் மானிட்டரில் ஒளிர விட்டாள்.

20-ம் நூற்றாண்டில் வாழ்ந்த பெரியவர், குத்துக்காலிட்டு அமர்ந்திருக்கும் வயதானவர். கனத்த மூக்குக் கண்ணாடி. உடம்பின் மேலே சாற்றி வைக்கப்பட்ட தண்டம். சந்திரசேகரேந்திர சரஸ்வதி சுவாமிகள்.

துளசிதாஸ் முதலில் அவரையும் அறியாமல் கன்னத்தில் போட்டுக் கொண்டார். இது அனிச்சையாக நடந்தது. பிறகு சற்றே தன் நிலை உணர்ந்தார். சுதாரித்து மீண்டும் ஒருமுறை கன்னத்தில் போட்டுக் கொண்டார். அவருக்கு அதைத்தவிர வேறு வழி தெரியவில்லை.

"எப்படி இது சாத்தியம்?" என்றார்.

"அறுபது ஆண்டுகள் கழித்து சங்கராச்சாரியார் தோன்றியிருப்பது ஒரு ஆச்சர்யம்தான். ஆனாலும் யாராக இருந்தாலும் 60 ஆண்டுகள் கழித்து மீண்டும் வந்திருப்பது எப்படி என்பதுதான் பெரிய ஆச்சர்யம்." அஞ்சலியின் விளக்கத்தைப் துளசிதாஸ் அவ்வளவாகப் புரிந்து கொள்ளவில்லை.

"யெஸ்... யெஸ்..." என்று யோசித்தார்.

ஆறு ஆண்டுகளாகத் தான் பட்ட சிரமங்களை ஆய்வின் விவரங்களைச் சுட்டிக் காட்டினாள். மேசை நிறைய டி.ஓ.டி. பேழைகள்... காஸ்மிக் பதிவிறக்கக் கிறுக்கல்கள்.

"இதைக் கொஞ்சம் சுருக்கி, கோர்வையாகக் கொடுத்தால் போதும். இந்தியாவுக்குக் கிடைத்த மகத்தான வெற்றி இது. சர்வதேச விஞ்ஞானக் கழகத்திடம் ஆய்வை சமர்ப்பிக்கலாம். அட சர்வதேசமும் இனி இந்தியாவுக்குள் அடக்கம். எல்லா பயலும் ஆடிப்போயிடுவான். எங்கேயோ போய்ட்ட நீ" என்று தொடர்பில்லாமல் ஏதேதோ பேசிக் கொண்டு போனார்.

"சார் எனக்கும் ஆச்சர்யமாகத்தான் இருக்கு. ஆனால் அவர் ஏன் வேகா நட்சத்திரத்தில் இருந்து காட்சி தர்றார்னுதான் புரியலை. அதைக் கண்டுபிடிச்சதும்தான். இந்த ஆய்வு பூர்த்தியாகும்" உறுதியாகக் கூறினாள் அஞ்சலி.

"தெய்வ கடாட்சம் இருக்கு உனக்கு. உன்னால முடியும்" என்றார் துளசிதாஸ்.

2

"சுமார் ஐம்பது வருடங்களுக்கு முன்னால் வாழ்ந்த ஒருவர் இப்போது மீண்டும் ஒளியலைகளாக வந்திருக்கிறார். அவர் வேறு கிரகம் எதிலாவது வாழ்ந்து வருவதற்குச் சாத்தியம் இருக்கிறதா?" கேள்வியின் துவக்கத்திலேயே பேச்சுப் பதிவு கருவியை இயக்கிவிட்டுத்தான் இந்தக் கேள்வியை ஆரம்பித்தான் கௌதம்.

"இல்லை. அவர் இங்கேயே இறந்து போய் விட்டார்."

"அப்படியானால் இவர் வேறு ஒருவரா?"

"இருக்க வாய்ப்பில்லை."

"அவர் இங்கு வாழ்ந்த நேரங்களில் ஒரு சாரார் அவரைக் கடவுளாகத் தொழுதிருக்கிறார்கள். ஒருவேளை அவர் கடவுளாக இருந்து மறுபிறவி எடுத்திருப்பதாக நம்புகிறீர்களா?"

அஞ்சலி சிரித்தாள். "அப்படியிருக்க வாய்ப்பில்லை."

"இப்படி நீங்கள் மறுப்பதற்கு ஏதாவது ஆதாரம் உண்டா?"

"அந்த ஒளியலைகள் தானாகவே எனது மானிட்டருக்கு வந்து சேர்ந்து விடவில்லை என்பதே எனது மறுப்புக்கு ஆதாரம். பரவலாக ஓடிக் கொண்டிருந்த ஒரு ஒளியலையை எதேச்சையாக நான் கவனித்தேன். மேலும் அத்தகைய சிகா ஹெர்ட்சில் வரும் ரேடியோ அலைகளை நாங்கள் ஆராய்ச்சிக்கு எடுத்துக் கொள்வதில்லை. நானாக வலிந்து சென்றுதான் அதை ஆய்வுக்கு எடுத்துக் கொண்டேன். பண்பிறக்கம் செய்து பார்த்தேன். ஆக கடவுள், தேவையற்றதாகக் கருதப்படும் ஒரு அலைவரிசையில் அணுகியிருக்கமாட்டார். அதுவுமில்லாமல் வருகிறவர் நேரடியாக

பூமிக்கு வந்திருக்கலாம்.”

“அப்படியானால் இது யாரோ செய்கிற சதி வேலை என்கிறீர்களா?”

“இந்த அளவுக்கு காஸ்ட்லி சதி செய்ய முடியுமா என்று தெரியவில்லை. சங்கராச்சாரியார் வருகையையொட்டி யார் இப்போது ஆதாயம் அடைய நினைக்கிறார்களோ அவர்களால் இவ்வளவு பெரிய திட்டம் தீட்ட முடியுமா என்பது சந்தேகமே. எதேச்சையாக நடந்ததை அவர்கள் பயன்படுத்திக் கொண்டார்கள் என்பதுதான் உண்மை.”

“அப்படியானால் இந்த விவகாரத்தில் தெய்வீகத்தன்மை எதுவும் இல்லை என்று உங்களால் உறுதியாக சொல்ல முடியுமா?”

“சொல்ல முடியும். ஆனால் ஜனங்கள் நம்ப வேண்டுமே? உலகில் உள்ள அத்தனை மொழிகளிலும் சந்திரசேகரேந்திர சரஸ்வதி சங்கராச்சாரியின் வாழ்க்கை வரலாறு புத்தகங்களாகவும், டி.ஓ.டி. களாகவும் வெளிவந்து விட்டன. ஷங்கரோ பிஸிக்ஸ் என்று புதிய துறை உருவாக்கப்பட்டுள்ளது. புதிய கல்வி.. புதிய பதவிகள்.. “

“உலகமே சங்கராச்சாரிதான் கடவுள் என்ற முடிவுக்கு வந்து விட்டது. இனி எதை சொல்லி விளங்க வைப்பது?”

“இதைப் புரிந்து கொள்ள வேண்டும் என்று விரும்புகிறவர்களுக்குச் சுலபமாக விளக்கிவிட முடியும். நமக்குக் கிடைத்திருக்கும் ஒளியலைகள் வேகா நட்சத்திர மண்டலத்திலிருந்து வருபவை. வேகா நட்சத்திரம் இங்கிருந்து 24 ஒளியாண்டு தூரத்தில் உள்ளது. அதாவது அங்கிருந்து புறப்படும் ஒளி நம்மை வந்து அடைவதற்கு 24 ஆண்டுகள் ஆகின்றன. கடவுளாக இருந்தாலும் இதைவிட வேகமாக இங்கு வந்து சேர முடியாது. ஆக அதன்படியே தான் இங்கு சங்கராச்சாரியார் உருவமும் வந்து சேர்ந்திருக்கிறது. இரண்டாவதாக 24 ஆண்டுகள் பயணம் செய்து வந்தவர், நேரடியாக நம் மானிட்டருக்கோ, உலகில் உள்ள அத்தனை டி.வி. பெட்டிகளுக்கோ தோன்றியிருக்கலாம். அப்படி செய்யவில்லை. நாமாக இழுத்துப் போட்டு ஆராய்ந்ததால் தான் காட்சியளிக்க ஆரம்பித்தார். மூன்றாவதாக இந்த ஒளியலைகளை நான் எதேச்சையாக ஆராய்ந்ததாகச் சொன்னேன். அப்படியானால் எத்தனை ஆண்டுகளாக அந்த ஒளியலைகள் வந்து கொண்டிருக்கின்றன என்பது தெரியவில்லை. கடவுள் கேட்பாரற்று ஆண்டாண்டு காலமாக இருந்திருக்கிறார்...”

“இதில் கடவுள் தன்மை எதுவும் இல்லை என்று இந்திய விஞ்ஞானக் கழகத் தலைவர் பஞ்சாபகேசன் கூற மறுக்கிறாரோ?” என்றான் கவுதம்.

“மாறாக இதைக் கடவுள் என்று அறிவிக்க முயன்று வருகிறார். பிரதமரும், ஜனாதிபதியும் கூட இதற்கு துணை நிற்கிறார்கள். ஸ்காட் இதை ஒப்புக் கொள்ளவில்லையெனில் உலக விஞ்ஞானக் கழகத்தின் அங்கத்தினர் பொறுப்பில் இருந்து விலகுவதாகவும் இருக்கிறார். அதுதான் ஏனென்று புரியவில்லை. இது சரியில்லை. உலகில் உள்ள அத்தனை ரேடியோ அலை ஆராய்ச்சி நிலையங்களும் இந்த ஆராய்ச்சியில்தான் இருக்கின்றன. கூடிய விரைவில் கடவுள் தோன்றியதற்கானக் காரணம் புரிந்துவிடும். தேவை கொஞ்சம் அவகாசம் மட்டுமே. இந்த நேரத்தில் என்னுடைய பேட்டி வெளிவருவதும் பிரச்னையை பெரிதுபடுத்திவிடும் என்றே தோன்றுகிறது” என்றாள்.

“உண்மைதான். நீங்கள் கூறியதை ஒரு பேட்டியாக பிரசுரிக்காமல் நானே எழுதிய ஒரு கட்டுரையாக எழுதுகிறேன். இந்த விஷயத்தில் உங்கள் பெயர் வெளிவராமல் இருப்பதே நல்லதென்றுபடுகிறது.”

“மிகவும் நன்றி” எழுந்தாள் அஞ்சலி.

கவுதம் மிகக் குளிர் அறையில் இருந்து வெளிப்பட்டு மிதக் குளிரில் இருந்த நீண்ட நடையில் நடந்தான். அவன் நடந்து கொண்டிருந்த நடையின் இருபுறமும் ரேடியோ ஆராய்ச்சி சம்பந்தமான பல்வேறு விஞ்ஞானிகளின் அறைகள் அமைந்திருந்தன. அவற்றைக் கடந்து வரவேற்பு அறைக்குள் வந்தபோது ஆளுயர சங்கராச்சாரி படம் ஒன்று தங்க ஃப்ரேம் போடப்பட்டு, நான்கைந்து பேர் இறக்கி வைத்துக் கொண்டிருந்தார்கள். பணத்தைப் பொருளை ஒரு பொருட்டாக மதிக்காத எளியவரை இத்தனை ஆடம்பரப்படுத்திக் கொண்டிருப்பதைப் பார்க்க வேதனையாகத்தான் இருந்தது.

“இந்த இடத்தில் மாட்டுங்கள்” என்று ஒருவர் ஆணையிட்டுக் கொண்டிருந்தார். விஞ்ஞானக்கூடத்தை ஏதோ அம்மன் தேவஸ்தானம் போல அவர் நினைப்பதாகத் தோன்றியது. கவுதம், தாம் ஒரு பொறுப்புமிக்க பணியை செய்யப் போவதாகத் தீர்மானமாக உணர்ந்தான்.

3

பஞ்சாபகேசன் அனுப்பிய லேசர் டிஸ்க்கைப் பலமுறை போட்டுப் பார்த்து விட்டார் ஸ்காட். திரையில் தோன்றிய ஆசாமி பற்றி அவரால் ஒரு முடிவுக்கும் வரமுடியவில்லை. தெளிவற்ற பிம்பமாக அந்த உருவம் திரையில் தோன்றியது. கனத்த கண்ணாடி அணிந்து கொண்டு உட்கார்ந்திருந்த அல்லது சரிந்திருந்த அந்தப் பெரியவரை தெய்வம் என்று விளிக்க தயக்கம் இருந்தது அவருக்கு! வாழும் காலத்தில் மிக எளிமையாக வாழ்ந்தவர் என்பது மட்டும்

தெரிந்தது. அத்வைத மடத்தின் தலைவராக இருந்தவர் என்பதும் வெறும் தரையில் படுத்து உறங்கி, சுவையில்லாத உணவை உண்டு பிரம்மச்சர்யம் பூண்டு அருளாசி வழங்கியவர் என்பதாக விவரம் தெரிந்தது. என்றாலும் இந்தியாவின் தென் மூலையில் என்றோ வாழ்ந்த அவர், மீண்டும் வேற்றுகிரகத்தில் இருந்து எப்படி ஒளியலைகளாக வந்தார் என்பதை அவரால் யூகிக்கவே முடியவில்லை. கீழை நாட்டு அமாஷ்யங்கள் பற்றி அவருக்கு அளவுக்கு அதிகமாகவே சொல்லப்பட்டிருந்தது. அவருடைய தர்க்க ரீதியான மூளை எல்லாவற்றுக்கும் கேள்வி கேட்டுக் கொண்டிருந்ததே தவிர பிரமிக்க வேண்டும் என்று தோன்றவில்லை.

ஏற்கெனவே லண்டன் அறிவியல் கழக பிரதிநிதிகளுடன் கலந்து பேசி, அந்த ரேடியோ அலைகளை மேலும் ஆய்வு செய்யும்படியும், உலகின் பல பாகங்களில் இருக்கும் ரேடியோ அலை ஆய்வு மையங்களிடம், அவர்களுக்கு இதுபற்றி கிடைக்கும் ஒவ்வொரு செய்தியை உடனுக்குடன் தெரிவிக்கும்படி விண்ணப்பித்தும் இருந்தார்.

4

அஞ்சலிக்கு மாலை நேரப்பணி என்பதால், அலுவலக நூலகத்தில் சமீபத்திய சஞ்சிகைகளை மேலோட்டமாகப் புரட்டிக் கொண்டிருந்தாள். சொல்லி வைத்தாற்போல எல்லா பத்திரிகைகளும் வெளிக்கிரக சங்கராச்சாரி பற்றி விதம்விதமான யூகங்களை வெளியிட்டிருந்தன.

ஒரு பத்திரிகை, மகா பெரியவர் வாழ்ந்த காலத்தில் ஒவ்வொரு தீபாவளி மலரின்போதும் அவருடைய படத்தை அட்டையில் வெளியிட்டதாகப் பெருமிதமாக எழுதியிருந்தது. ‘சங்கராச்சாரி சுவாமிகளும் நாமும்’ என்ற அந்த ஆய்வுக்கட்டுரைக்கு அந்தப் பத்திரிகை பதினைந்து பக்கங்கள் செலவிட்டு இருந்தது.

இன்னொரு பத்திரிகையோ, காஞ்சி மடத்தின் பிரமுகர் ஒருவரிடம் இருந்து “பிரபஞ்சம் தழுவிய ஆன்மா’ என்று தொடர் கட்டுரை வெளியிட்டுக் கொண்டிருந்தது. பாரத முனிவர்கள், அடிக்கடி உடலை ஒரு இடத்தில் போட்டுவிட்டு ஆன்மாவை மட்டும் சுமந்து கொண்டு மேல் உலகம் சென்று வரும் வழக்கம் உடையவர்கள். அதேபோல் நம் சங்கராச்சாரி அவர்களும் பலமுறை மேல் உலகம் சென்று வந்தவர். இப்போது உடல் என்னும் சட்டையை இங்கேயே கழற்றி எறிந்துவிட்டு நட்சத்திரத்திலேயே தங்கிவிட்டார் என்ற ரீதியில் போய் கொண்டிருந்தது அந்தக் கட்டுரை.

அவளுக்கு முன்பிருந்த அக்ஸஸ் கார்ட் சிஸ்டம் சிவுக்கென்று

உயிர் பெற்று "அஞ்சலிக்கு பிரத்யேக செய்தி" என்றது. மானிட்டரில் அஞ்சலி விசாரணைக்கு விளிக்கப்பட்டிருக்கும் செய்தி பிரகாசித்துக் கொண்டிருந்தது. விஞ்ஞான முறைப்படி விஞ்ஞானத்தை ஒழித்துக்கட்ட முடிவெடுத்திருக்கிறார்கள் என்று நினைத்து சிரித்தாள்.

லேசாக இருளில் மூழ்கிக் கிடந்தது அந்த விசாரணை அறை. அஞ்சலி உள்ளே நுழைந்த போது ஏழெட்டு இருள் உருவங்கள் மட்டும் தெரிந்தன. சில வினாடிகளுக்கு முன்பு ஏதோ திரையிடப்பட்டு பார்த்ததற்கான அறிகுறியாக புரஜெக்ட்டரும், திரையும் தெரிந்தது. விளக்கு வெளிச்சம் அதிகரிக்கப்பட்டது. உதிரி உதிரியாக சோபாக்கள் இறைந்து கிடக்க, அதில் விஞ்ஞானிகள் சரிந்து உட்காந்திருந்தனர்.

"நான் எதற்காக விசாரிக்கப்படுகிறேன் என்பதை யாராவது விளக்கும்படி கேட்டுக்கொள்கிறேன்" என்றாள் அஞ்சலி.

நீருபூத்த நெற்றியுடன் இருந்த ஒருவர், லேசாக கனைத்துக் கொண்டு, தன் முன்னால் இருந்த ஒரு வெண்தாளை கையில் எடுத்து முகத்தை மறைத்துக் கொண்டு படிக்க ஆரம்பித்தார். சட்டென திரும்பிப் பார்ப்பதற்கான வசதி குறைவோடு இருந்தது அவருடைய தலை. ஒவ்வொரு முறையும் அவர் தன் முழு உடலோடும்தான் தலையையும் திருப்பினார்.

"நமது துறை சம்பந்தப்பட்ட பல விஞ்ஞான கண்டுபிடிப்புகளை நீ வெளிநபர்களோடு பகிர்ந்து கொள்வதாக தகவல் வந்திருக்கிறது... ஒப்புக் கொள்கிறீர்களா?"

"எத்தனை நாட்களாக நான் வெளிநபர்களோடு பகிர்ந்து கொள்வதாக நினைக்கிறீர்கள்?"

"கடந்த ஒரு மாதமாக" என்று சட்டென்று பதில் சொன்னார் விஜயராகவன்.

"இந்த ஒரு மாதத்தில் நாம் கண்டுபிடித்தது சங்கராச்சாரி விவகாரம் ஒன்றுதான். பகிர்ந்திருந்தால் இதைப் பற்றித்தான் நான் பகிர்ந்திருக்க வேண்டும்" என்று அஞ்சலியே நேரடியாக விசயத்திற்கு வந்தாள்.

"சங்கராச்சாரி விவகாரம் என்று கூறுவதை நான் ஆட்சேபிக்கிறேன். அவர் நமது கடவுள், நம்மோடு வாழ்ந்து இப்போது வேறொரு கிரகத்தில் இருந்து அருள்பாலிக்கும் தேவன்" என்று ஒருவர் ஆவேசமாகக் குரல் கொடுத்தார்.

பைப் புகைத்துக் கொண்டிருந்த ஒருவர், "பதப்படாதே அஞ்சலி, இந்திய விஞ்ஞானக் கழகத்திலேயே உன்னைப் போல் சிலர் மட்டும்

இப்படி விலகி சிந்திப்பதற்கு ஏதேனும் அந்நிய தலையீடு இருக்குமோ என்று சந்தேகிக்க வேண்டியிருக்கிறது" என்றார்.

"நல்ல ஜோடனை... நான்தான் முதல்முதலாக சங்கராச்சாரி வந்த அலை சமிக்ஞைகளைக் கிரகித்தேன். பிராஸஸ் செய்து மானிட்டரில் ஓட்டிப் பார்த்தேன். சங்கராச்சாரி எனக்குத்தான் தரிசனம் தந்தார் என்று கூறி கடவுளின் தூதுவனாக என்னை அறிவித்துக் கொண்டிருந்தால் கூட நீங்கள் இப்படி விசாரித்து இருக்கமாட்டீர்கள் அல்லவா?" என்று கேட்டாள் அஞ்சலி.

"ஆகாத கதை" என்று ஒருவர் அலுத்துக் கொள்ள மற்றவர்கள், அஞ்சலி இத்தனைத் தெளிவாக வாதாடுவாள் என்று எதிர்ப்பார்க்காதக் குழப்பத்தில் ஆழ்ந்தனர். அஞ்சலியும், கவுதமும் பேசிக் கொண்டிருந்ததைக் காரணம் காட்டி எப்படி நடவடிக்கை எடுப்பது என்று அவர்களுக்குப் புரியவில்லை.

"திரையில் கவுதமுடன் என்ன பேசிக் கொண்டிருக்கிறாய் என்று கூற முடியுமா?" என்றனர்.

"சங்கராச்சாரி விஷயத்தில் மக்கள் மிகவும் அறியாமையில் உழல்வதாகப் பேசிக் கொண்டிருந்தோம்" என்றாள்.

"சங்கராச்சாரி கடவுள் இல்லை என்கிறீர்கள்?" தீர்மானமாக நேருக்கு நேராகக் கேட்டான் ஷிவ்ஷங்கர்.

"ஆமாம்."

"ஒன்றைப் புரிந்துகொள்ளுங்கள். சங்கராச்சாரி சென்ற நூற்றாண்டிலேயே மக்களால் கடவுளாக ஏற்றுக்கொள்ளப்பட்டவர். இப்போது வேற்று கிரகத்தில் இருந்து மீண்டும் வந்திருப்பது அவர் கடவுள்தான் என்பதற்கு ஒரு ஆதாரமாக இருக்கிறது. அதனால் இந்தியா மட்டுமின்றி உலகம் முழுவதுமே சங்கராச்சாரியை பின்பற்றத் துவங்கியிருக்கிறார்கள். நீங்கள் இல்லை என்று நிரூபித்துவிட்டு இதுபற்றி எந்த பத்திரிகைக்கு வேண்டுமானாலும் பேட்டி கொடுங்கள். நாங்கள் தடுக்கவில்லை."

"அவ்வளவுதானே..?" மேசையின் மீது இருந்த வேற்று கிரக சங்கராச்சாரி அடங்கிய வீடியோ கேசட்டை திரையிட்டாள். டி.வி. திரையில் சங்கராச்சாரி...

"இவரைத்தானே கடவுள் என்கிறீர்கள்? இந்த வீடியோ டெக்குக்கு செல்லும் மின்சாரத்தை தடுத்துவிட்டால் திரையில் இருக்கும் கடவுள் காணாமல் போய்விடுகிறார். இதிலிருந்து இந்த கடவுளுக்கு சுயமாக சக்தி கிடையாது என்பது புரியவில்லையா?" என்றாள்.

"உன்னை இப்படி பேச வைப்பதும் அவரின் செயல்தான்" என்றார் பைப் விஞ்ஞானி.

“ஆமாம்... இதோ..” என்று அங்கிருந்த ஒரு பேப்பர் வெயிட்டை எடுத்து டி.வி. திரையின் மீது எறிந்தாள். பிக்சர் டியூப் சிதறியது. இதுவும் அவரது செயல்தான்” என்று கூறிவிட்டு ஆவேசமாக வெளியேறினாள்.

நீண்ட காரிடாரில் நடந்து லிஃப்ட்டை நெருங்கினாள். தன் அடையாள அட்டையை லிஃப்ட் ஆக்ஸஸ் காமிரா முன் நீட்டினாள். லிஃப்ட் கதவு திறக்கவில்லை.

மாறாக, “உங்களுக்கு அனுமதியில்லை” என்றது.

5

இந்திய தலைநகரின் பிரதான ஓட்டல். ஏதோ ஒரு அளவுகோல்படி அதனை ஐந்து நட்சத்திர ஓட்டல் என்றார்கள். மற்றவற்றோடு ஒப்பிட்டால் பத்து நட்சத்திரம் வழங்கலாம்.

அந்த அறையில் மொத்தம் ஏழு பேர் இருந்தார்கள். வெளிச்சமும் பதப்படுத்தப்பட்டது மாதிரி தான் இருந்தது. அனைவருமே தம்தமக்குப் பிடித்தமான தங்கநிற போதை திரவங்களைப் பருகிக் கொண்டிருந்தனர். இந்திய விஞ்ஞானக் கழகத்தின் துணைத் தலைவர் அக்ஷய், பிரகாஷ் தவிர மீதம் இருந்த ஐந்து பேரும், நாட்டி தலை எழுத்தை முடிவெடுக்கும் பொறுப்புகளுக்கு நெருக்கமானவர்கள். ஜனாதிபதியின் நேர்முக உதவியாளர் கிஷன், சமயத் தலைவர் ஹரிஷங்கர் மற்றும் பிரதமரின் ஒரே மகன் பிரதாப் சிங்.

பிரகாஷ், ஒரு ஐஸ் சதுரத்தை கிஷனின் கோப்பைக்குள் போட்டு விட்டு ரகசியமாகச் சிரித்தான்.

“பழம் நழுவி பாலில் விழுந்த மாதிரி இருக்கு” என்று பதிலுக்கு சிரித்தான் கிஷன்.

கிஷன் சொல்வதைப் பார்த்தால் பிரசிடெண்ட் நூறு சதவீதம் ஆதரவாக இருப்பார் என்று தோன்றுகிறது. அப்பாவும் அப்படியே. இருவருமே கடந்த ஒரு வாரமாக காஞ்சி மடத்தில்தான் ஆலோசனை செய்து கொண்டிருக்கிறார்கள். இன்னும் ஒரு மாதத்திற்குள் இந்தியாவை சங்கராலயா என்று பெயர் மாற்றும் விழா ஒன்றை டில்லியில் கோலாகலமாக நடத்தி விடுவார்கள். சங்கராச்சாரியார் கடவுளா, இல்லையா என்று முடிவாவதற்குள் இதெல்லாம் நடந்தாக வேண்டும். இந்தப் பெயர் மாற்றத்தால் மட்டும் நமக்கு பெரிய நன்மை விளைந்துவிடப் போவதில்லை. இதே சூட்டில் நாம் இட்டது சட்டமாக வேண்டும்... அதைப் பற்றித்தான் யோசித்துக் கொண்டிருந்தேன்” என்றான் பிரதாப் சிங்.

"நாட்களை கடத்தாமல் விரைவில் பெயர் சூட்டு விழாவுக்கான தேதியைக் குறிப்பது உங்கள் கையில்தான் இருக்கிறது " என்று கிஷன், பிரதாப் சிங் இருவரையும் நோக்கி சொல்லி தள்ளாடிக் கொண்டே கைகளை உயர்த்தினான் பிரகாஷ்.

"இருவரும் கவலையை விடுங்கள்" என்றனர் ஒருமித்த குரலில்.

6

தொலைநோக்கிப் பேசியின் மணி சிணுங்கவே, அஞ்சலி திரையை ஏற்றினாள். கவுதம்.

"ஹலோ கவுதம். எதிர்பார்க்கவே இல்லை."

"இப்படி சொல்லாமல் கொள்ளாமல் இரண்டு நாட்களாக வீட்டிலேயே இருப்பீர்கள் என்று நானும் எதிர்பார்க்கவில்லை" கவுதம் குரலில் கடுப்பு.

"நான் விடுமுறையில் இருப்பதாக யார் கூறினார்கள்?" என்றாள் அஞ்சலி.

"ஏன் உங்கள் அலுவலகத்தினர்தான் கூறினார்கள். இரண்டு நாளாக இதே பதில். பிறகு மீனா என்பவர்தான் உங்கள் தொலைநோக்கி எண்ணைக் கொடுத்தார்."

"நல்லது. ஆனால், நான் விடுப்பில் இல்லை. என்னை தற்காலிக வேலை நீக்கம் செய்திருக்கிறார்கள். விரைவில் நிரந்தர வேலை நீக்கம் செய்து விடுவார்கள் என்று நினைக்கிறேன்" தொடர்ந்து அஞ்சலியின் விரக்தி சிரிப்பின் சில துளிகள்.

"எதற்காக?"

சொன்னாள்.

"சங்கராச்சாரி ஏற்படுத்தியிருக்கும் பரபரப்பு மக்களை மிகவும் திசை திருப்பிவிட்டது... தயவுசெய்து வேற்றுக் கிரகத்தில் இருந்து சங்கராச்சாரி தோன்றியதற்கு என்னதான் காரணம் என்று கண்டுபிடி" அஞ்சலி.

"கவுதம் அது எத்தனை சுலபமில்லை. நான் பணியாற்றிக் கொண்டிருக்கும் போதாவது வேறேதும் ரேடியோ அலைகளோ, சமிக்ஞைகளோ வருகிறதா என்று ஆராய முடிந்தது. இந்த சங்கராச்சாரியின் உருவத்தையும் தொடர்ந்து விதவிதமாகப் பகுத்தாய முடிந்தது. இப்போதோ நான் வீட்டில் இருக்கிறேன்."

7

ஸ்காட்டுக்கு ஒன்றுமே புரியவில்லை. இந்தியாவில் இருந்து வந்த கோரிக்கைகள் அவருக்கு நகைப்பையும் வேதனையையும்

ஏற்படுத்தியது. அவரை எதற்காக கடவுள் என்றும், அவதாரம் என்றும் கூறுமாறு கட்டாயப்படுத்துகிறார்கள் என்பது புரிந்துகொள்ள முடியாததாக இருந்தது. அதுவும் விஞ்ஞானிகளே இப்படி ஒரு விஷயத்தை வலியுறுத்துவது அவருக்கு மிகுந்த அவமானமாக இருந்தது.

சங்கராச்சாரி தோன்றும் லேசர் டிஸ்க்கை நூறாவது முறையாக ஆய்ந்தார். வயது முதிர்ந்த ஒரு மனிதர். பழுப்பேறிய அகன்ற துணி அவர் உடல் முழுதும் சுற்றப்பட்டிருந்தது. கண்களில் தடித்த சோடாபுட்டி கண்ணாடி. அவரைச் சுற்றிலும் ஏதோ அசைவுகள். கூடவே ஏதோ இரைச்சல். எத்தனை முறை போட்டுப் பார்த்தாலும் இதில் எந்த மாற்றமும் இல்லை. அலுத்துப் போனார் ஸ்காட். ஒரு பேச்சு இல்லை, ஒரு செய்தி இல்லை. கடந்த நூற்றாண்டில் இருந்த ஒரு மனிதர் அவர் கடவுளாகவே இருக்கட்டும் } மீண்டும் இப்படி தோன்றுவதற்கு என்ன காரணம் இருக்க முடியும்? அவரது திட்டம் என்ன?

ஸ்காட் இன்னொரு விதமாகவும் ஆராய்ந்து பார்த்தார். பரமாச்சாரியார் என்று அழைக்கப்படுகிற அவரைப் பற்றி இருபதாம் நூற்றாண்டின் பிற்பகுதியில் வெளிவந்த அனைத்து நூல்களையும், சஞ்சிகைகளையும் அவர், டெலிபேக்ஸ் மூலம் ரெக்கார்ட் செய்து தடயம் கிடைக்கிறதா என்று பார்த்தார். ஒரு பிரயோஜனமும் இல்லை.

சென்ற நூற்றாண்டின் பிற்பகுதியில் அந்த மனிதருக்கும் அவருக்கு அடுத்த நிலைகளில் இருந்த சங்கராச்சாரிகளுக்கும் ஒரு சாராரிடம் பயங்கரமான மவுசு இருந்திருக்கிறது. அதுவும் சில தமிழக பத்திரிகைகள் அவரை கடவுள் என்றும் அவரைப் பார்ப்பதே ஒரு வரம் என்றும் மாய்ந்து மாய்ந்து எழுதியிருந்தன. ஆனால் தமிழகத்தில் மட்டுமே செல்வாக்குமிக்கவர் என்ற முடிவுக்கும் வரமுடியவில்லை. இந்தியாவின் ஜனாதிபதிகள், பிரதமர்கள், மத்திய மந்திரிகள், மாநில முதல்வர்கள், ஆளுநர்கள், உயர் அதிகாரிகள், வங்கி அதிகாரிகள், பத்திரிகைகாரர்கள், எழுத்தாளர்கள் என்று பெருங்கூட்டமே அவருக்கு முன்னால் கைகட்டி வாய் பொத்தி நின்றிருப்பது புரிந்தது.

அவரது குழப்பத்திற்கு விடுதலை தருவது போல தொலைநோக்கிப் பேசி கிணுகிணுத்தது.

பட்டனை அழுத்திவிட்டு ஸ்கிரீனில் தோன்றுபவரை உற்று நோக்கினார் ஸ்காட். அது அவருக்கு தெரியாத முகமாக இருந்தது.

நல் மாலைப்பொழுது... நான் ஐக்கிய ஐரோப்பாவின் பிரதமரின் நேர்முக உதவியாளர் பேசுகிறேன். நாளைக்காலை பிரதமரின்

இல்லத்திற்கு வரவும். மிக முக்கியமான விஷயம் குறித்து உங்களிடம் விவாதிக்க வேண்டியிருக்கிறது.

ஸ்காட் "எது குறித்து என்று தெரிவித்தால் நலம்" என்றார்.

"கடவுள் குறித்து... சந்திப்பு ஏற்பாடுகள் பற்றி உங்கள் உதவியாளரிடம் ஏற்கனவே தெரிவித்துவிட்டோம்" திரை இருண்டது.

பிரதமரின் செயலாளர்கள் இருவர், ஸ்காட், மற்றும் ஸ்காட்டின் உதவியாளர் என்று மிகச் சிலர் மட்டுமே அந்த அறையுனுள் அனுமதிக்கப்பட்டிருந்தனர். இறைச்சியினால் ஆன பல்வகை உணவுப் பண்டங்கள், பாலாடைக்கட்டி, புரத ஐஸ்கிரீம் என்று உபசரிப்புகள் நடந்து கொண்டிருப்பதைப் பார்த்து பொறுமை இழந்து போனார் ஸ்காட்.

"கடவுள் பற்றி அரசு எதற்கு கவலைப்பட வேண்டும்?" ஸ்காட் பேச்சைத் துவக்கி வைத்தார்.

பிரதமரின் செயலாளர்கள் இருவரும் ஒரே நேரத்தில் தொண்டையைக் கனைத்துக் கொண்டு பேசுவதற்கு தயாரானார்கள். பின்பு அவர்களாகவே மானசீக ஒப்பந்தம் செய்து கொண்டவர்களாக ஒருவர் தனது இருக்கையில் சாய்ந்து உட்கார்ந்தார். அதாவது இன்னொருவரை பேச அனுமதித்ததற்கான அர்த்தம் அது.

"கடவுள் பற்றி அரசு கவலைப்பட வேண்டிய கட்டம் நெருங்கியாயிற்று" என்று ஆரம்பித்தார். "சங்கராச்சாரி என்பவரை கடவுள் என்று அறிவிக்கும்படி, இந்தியா உங்களிடம் கோரிக்கை விட்டிருந்தது அல்லவா? இப்பொழுது அந்தக் கோரிக்கை மிரட்டலாக மாறியிருக்கிறது."

"மிரட்டலா?"

"ஆமாம். ஆரம்பத்தில் இந்தியாவின் கோரிக்கையாக மட்டும் இருந்தது. இப்போது கீழ்திசை உலகநாடுகளின் ஒட்டுமொத்த உத்தரவாக மாறியிருக்கிறது."

"உத்தரவிடுவதற்கு அவர்கள் யார்?" ஸ்காட் கேள்வியில் அதிர்ச்சி.

"ஸ்காட்... இதில் அதிர்ச்சியடைவதற்கோ, ஆத்திரப்படுவதற்கோ ஒன்றுமில்லை. கீழ்திசை உலக நாடுகள் ஐக்கிய ஐரோப்பாவுடன் ஏகப்பட்ட வர்த்தக உறவுகள் வைத்திருப்பது உங்களுக்குத் தெரியும். செவ்வாய் கிரகக் கட்டுமானப் பணியில் இருந்து சாதாரண ஸ்டாப்லர் பின் வரை அவர்கள் நம்மையே நம்பியிருக்கிறார்கள்."

ஸ்காட் சிரித்தார். "நம்மையே முழுதாக சார்ந்திருக்கிற நாடுகளின் நிபந்தனைக்கு நாம் ஏன் பயப்பட வேண்டும்?"

“இன்னொரு விதமாகப் பாருங்கள் ஸ்காட். அந்த நாடுகள்தான் நம்முடைய பிரதான சந்தை. ஒருவகையில் நாம் அவர்களை சார்ந்திருக்கிறோம்.”

ஸ்காட் மேவாயில் மணிக்கட்டை ஊன்றி தாம் நிலைமையை உணர்ந்திருப்பதைத் தெரியப்படுத்தினார்.

பிரதமரின் செயலாளர் தொடர்ந்தார். “இன்னும் ஒரு வாரத்திற்குள் சங்கராச்சாரியைப் பற்றி ஒரு முடிவுக்கு வரவில்லையென்றால் வர்த்தக கலாச்சார உறவுகளை முறித்துக் கொள்வோம்” என்று கூறியிருக்கிறார்கள்.

ஸ்காட், தன்னிடம் பிரதமரின் செயலாளர்கள் என்ன எதிர்பார்க்கிறார்கள் என்பதை தெரிந்து கொள்ள விரும்பினார்.

“அதற்கு நான் என்ன செய்ய முடியும் சொல்லுங்கள்?”- ஸ்காட்.

“சங்கராச்சாரியை கடவுள் என்று அறிவிப்பது பற்றி..!”

“உங்களிடம் இருந்து இப்படி ஒரு நிர்பந்தம் வரும் என்று நான் எதிர்பார்க்கவில்லை” வருத்தப்பட்டார் ஸ்காட்.

“அப்படியானால் ஒரு வாரத்திற்குள் அவர் கடவுள் இல்லை என்பதை விஞ்ஞானபூர்வமாக நிரூபிக்கவாவது முயற்சி செய்யுங்கள்” என்று விரைப்புடன் எழுந்தனர் இரண்டு செயலாளர்களும். சற்று நிதானித்து “இல்லையென்றால் நாங்களாகவே முடிவை அறிவிக்க வேண்டியிருக்கும்” என்று கூறிவிட்டு சரசரவென்று செயலர்கள் வெளியேறினர்.

8

திரையில் தோன்றிய சங்கராச்சாரியை சில நிமிடங்கள் நிதானமாகப் பார்த்தாள் அஞ்சலி. திடீரென்று ஏதோ தோன்றியவளாக சங்கராச்சாரிக்கு பின்னணியில் தோன்றிய மங்கலான வண்ணக் குழைவுகளின் மீது கவனம் செலுத்தினாள். கம்ப்யூட்டருக்கு ஆணைகள் பிறப்பித்து, அந்த வண்ணக்குழைவு பிரதேசத்தில் இருந்து ஒவ்வொரு சதுர செ.மீ. பரப்புகளை திரையில் தோற்றுவித்து ஆராய்ந்தாள். குழப்பமான பிம்பங்கள். ஒவ்வொரு சதுர செ.மீ. பரப்பும் குழம்பியது. சங்கராச்சாரியின் பின்னால் ஏதோ துணியால் ஆன திரை இருப்பது போல தெரிந்தது. ஒரு சதுரத்தில் சுத்த வெள்ளை, இன்னொரு சதுரத்தில் இன்னொரு நிறம்.

சுடச்சுட ஒரு டீ வரவழைக்கும்படி ரோபோவிடம் கூறிவிட்டு சற்றே அயர்ந்தாள். கம்ப்யூட்டரை ஆட்டோ பிராஸஸில் போட்டு வைத்திருந்ததால், அதுவாகவே ஒவ்வொரு சென்டி மீட்டரையும்

திரையில் உருவாக்கியும் ஒரு ஐந்து நிமிட இடைவேளைக்குப் பிறகு மீண்டும் அடுத்த செ.மீட்டரை தோற்றுவித்துக் கொண்டும் இருந்தது.

ஒரு வாரகால அவகாசம். அதற்குள் விஞ்ஞான விளக்கம் அளித்ததாக வேண்டும். ஒரு ஆஸ்திரேலியாக்காரனுக்கோ, அமெரிக்கனுக்கோ இல்லாத அக்கறை நமக்கு நிச்சயம் வேண்டும். இல்லையேல் பேய்கள் அரசாள நாமே விட்டுக் கொடுத்ததாகிவிடும். இந்தியா முழுவதையும் தங்கள் சட்டைப் பாக்கெட்டுக்குள் வைத்திருக்கிற இவர்கள், நாளை உலகையே விழுங்கி ஏப்பம் விடுவதற்கும் கூட இது வாய்ப்பளித்துவிடும்.

ஸ்காட்டை எப்படியும் சந்தித்தாக வேண்டும். அங்கிருக்கிற விஞ்ஞான வசதிகள், ஒருவேளை இதற்கு விளக்கம் அளிக்கக்கூடும். இந்த நிலையில் அது சாத்தியமா? நிச்சயமாக இந்த ஒரு டிஸ்க்கை கோடி முறை திருப்பிப் போட்டுப் பார்த்தாலும் ஒரு ரகசியமும் அவிழப் போவதில்லை.

டீயைக் கொண்டு வந்து நீட்டியது ரோபோ. அதை வாங்கி டேபிளின் மீது வைத்துவிட்டு திரையை வெறித்தாள்.

வெள்ஷளையும் அல்லாத, கருப்பும் அல்லாத ஒரு நிறத்தில் சற்றே பிரகாசிக்கும் ஒருநிறம் திரை முழுவதும் வியாபித்திருந்தது. சரியாகச் சொல்லப் போனால், உலோகம் போல மின்னியது. ஏதோ ஒருஆதாரம் கிடைத்திருப்பதாக உள்மனது பதைத்தது.

தன்னிடமிருந்த கலர் பிரிண்ட் அவுட்டரைக் கொண்டு வந்து ஒவ்வொரு சதுர செ.மீட்டரையும் டிஜோபுரோமைட் பேப்பரில் பிரிண்ட் எடுக்கும்படி ஆணை பிறப்பித்தாள். ஒவ்வொரு சதுர செ.மீ.யும் ஒரு சதுர அடி வீதம் வந்து விழுந்தது.

ஏறத்தாழ ஐநூறு சதுர அடித்துண்டங்கள். ஒவ்வொன்றையும் அதற்கான இடங்களில் வைத்து ஒழுங்குபடுத்தினால் மிகப்பெரிய வரவேற்பறை முழுவதும் நிரவி வைத்த பின்னும் கொஞ்சம் மீதம் இருந்தது.

அருகில் இருந்து பார்க்கும்போது ஒன்றுமே தெரியவில்லை. தோட்டத்தில் இருந்த ஏணியைக் கொண்டு வந்து சுவரோரமாய்ப் போட்டு, ஏணியின் உச்சியில் ஏறி நின்று பார்த்தாள்.

ஆச்சர்யமாக இருந்தது. சங்கராச்சாரிக்குப் பின்னால் யாரோ ஒருவன் துப்பாக்கியுடன் நின்று கொண்டிருந்தான்.

திடுக்கிட்டாள் அஞ்சலி.

9

சங்கராச்சாரி சுடப்பட்டு இறந்தாரா? என்று அவளுக்கு திடீர் சந்தேகம் வந்தது.

கொன்றிருந்தால் யார் கொன்றிருப்பார்கள்? நூறு வயது மனிதரை கொலை செய்து என்ன சாதித்திருப்பார்கள்? அக்காலத்தில் சங்கராச்சாரிக்கு எதிரியாக இருந்தவர்கள் அல்லது சங்கராச்சாரியை கடவுள் என்று போற்றாதவர்கள் கொன்றிருந்தால் அது நிச்சயம் காந்தியாரின் படுகொலையை விட மிகப் பெரிய விசாரணையாக நடந்திருக்குமே... அப்படியானால் மூடி மறைத்திருப்பார்களா? உண்மையைப் பிரசவிக்கும் வலி... சிந்தனை சோர்வுடன் சோபாவில் சாய்ந்தாள்.

அதிர்ச்சியான திருப்பம். "நமக்குக் கிடைத்திருந்த ஒருவார கெடுவை இதை வைத்தே இன்னும் கொஞ்ச நாளுக்கு நீட்டிக்கலாம்" என்றான் கவுதம்.

"எப்படி?" என்றாள் அஞ்சலி.

"சங்கராச்சாரி கொலை செய்யப்பட்டு இறந்திருப்பதாக சந்தேகிப்பதாக நம் விஞ்ஞான கழகத் தலைவருக்கும், ஜனாதிபதிக்கும் தகவல் தருவோம். கொலை செய்தவர்களைப் பழிவாங்கத்தான் இப்போது வந்திருப்பதாகக்கூட கொஞ்சம் கட்டுக்கதை அமைக்கலாம். இதனால் ஒரு வாரத்திற்குள் இந்தியாவுக்கு சங்கராலயா என்ற பெயர் மாற்றம் செய்யப் போவதைத் தள்ளி வைக்க முடியும். அதற்குள் ஸ்காட்டை சந்தித்து உதவி கோரலாம்" என்றான் கவுதம்.

10

ஸ்காட் அஞ்சலியின் கைகளைப் பற்றி நம்பிக்கையுடன் குலுக்கினார்.

"முதன்முதலாக சங்கராச்சாரியின் மின்காந்த அலைகளை ஆய்ந்தவர் என்பதற்காக எனது பாராட்டுக்கள்" என்று கொஞ்சம் நிறுத்தி "அதே சமயத்தில் என் வேலைக்கு உலை வைக்க இருந்தவரும் நீங்கள்தான்" என்றார்.

"மின்காந்த அலைகளை இங்கிருக்கிற யாரோ ஒளிபரப்புகிற வாய்ப்பு இல்லை என்பதில் நான் உறுதியாக இருக்கிறேன்" என்று விஷயத்திற்கு வந்தாள் அஞ்சலி.

"நாங்களும் அதில் உறுதியாக இருக்கிறோம். சுமார் 25 ஒளியாண்டு தூரத்தில் இருந்து ஒருவர் மின் அலை சமிக்ஞை அனுப்புவதை கற்பனை செய்யவே முடியவில்லை. கடவுள் என்று சுலபமான

முடிவுக்கு வந்துவிடுவது மனித இயல்பு. நாம்தான் இதற்கு விளக்கம் கொடுத்தாக வேண்டும். நாம் தாமதிக்கிற ஒவ்வொரு நாளும் மக்களை மூடநம்பிக்கையில் ஆழ்த்திவிடும் என்று அச்சமாக இருக்கிறது" என்று ஸ்காட் தமது நிஜமான கவலையை தெரிவித்தார்.

"எனக்கு நீங்கள் தரும் வாய்ப்பு, எனக்கு இதுவரையில்லாத பொறுப்புணர்வை ஏற்படுத்தியிருக்கிறது. நான் முதலில் இருந்தே ஆரம்பிக்க நினைக்கிறேன். அதாவது சாதாரணமாக விண்ணில் இருந்து வரும் மின் கதிர்களைப் பரிசோதித்துக் கொண்டிருந்த ஆய்வை துவங்க இருக்கிறேன். இங்கிருக்கிற ரேடியோ கதிர் ஆய்வு மையத்தில் இருக்கிற வசதிகள் பற்றிய விளக்கமும் அங்கிருப்பவர்களின் அறிமுகமும் எனக்கு இப்போது தேவை" என்றாள் அஞ்சலி.

"இப்போதே ஆரம்பிக்கிறீர்களா? நாளைக்கா?"

"இந்த விநாடியே."

ஸ்காட் சிரித்துக் கொண்டே உள் தொலைக்காட்சி பேசியில் சில ஆணைகளைப் பிறப்பித்தார். கம்பி போல இருந்த ஒரு இளம்பெண், உள்ளே வந்து, "ஹல்லோ அஞ்சலி... அயம் எல்லி "என்றாள். ரேடியோ அலை ஆய்வு மைய்யத்தில் மிகப் பிரம்மாண்டமான திரையில் சங்கராச்சாரிக்கு பின்புறமிருந்த துப்பாக்கியின் படம் பெரிதுபடுத்தப்பட்டிருந்தது.

"இந்த துப்பாக்கி 1990-களில் இந்தியாவில் கறுப்புப் பூனை படையினர் பயன்படுத்திய துப்பாக்கி ரகம் என்று தெரிய வந்திருக்கிறது. இன்னும் குறிப்பாகச் சொல்லப்போனால், அப்போது ஜனாதிபதியாக இருந்த சங்கர் தயாள் சர்மாவின் பாதுகாப்புக்கு நின்றிருந்தவரின் துப்பாக்கி இது" என்று அதிர்ச்சியான தகவலை அங்கிருந்தவர்கள் தெரிவித்தார்கள்.

11

"சங்கராச்சாரியால் வந்த குழப்பங்கள் போதாதென்று இப்போது சங்கர் தயாள் சர்மா வேறு வந்து சேர்ந்திருக்கிறார்" என்றான் கவுதம்.

"உண்மையில் சங்கர் தயாள் சர்மாவால் பாதி குழப்பம் தீர்ந்திருக்கிறது" அஞ்சலி பதற்றமற்ற குரலில் நிதானமாகச் சொன்னாள்.

"எப்படி அஞ்சலி?"

"சங்கராச்சாரி இப்போது எங்கோ இருந்து அருள் பாலிக்கிறார் என்பது இதனால் அடிபட்டுப் போகிறது. இது இருபதாம்

நூற்றாண்டின் போது ஏதோ ஒரு சந்தர்ப்பத்தில் சங்கர் தயாள் சர்மா, சங்கராச்சாரியை சந்தித்தபோது எடுக்கப்பட்ட வீடியோ என்று தெளிவாகிறது. சங்கர் தயாள் சர்மா ஜனாதிபதியான ஒரு வருடத்திலேயே சங்கராச்சாரி இறந்து போய்விட்டார். ஆக இது 1993ஆம் ஆண்டில் எடுக்கப்பட்ட வீடியோவாகத்தான் இருக்கும்."

"சரியான கணிப்பு. இப்போதே நான் நிஜம் பத்திரிகைக்கு இதுபற்றி எனது தொடர் கட்டுரையை ஆரம்பித்துவிடலாம் என்று நினைக்கிறேன்" என்றான் கவுதம்.

"குறிப்பெடுத்துக் கொண்டு வாருங்கள். இது எப்படி ஒளிபரப்பப்பட்டது என்ற உண்மை கண்டுபிடிக்கப்பட்டால் தான் உங்கள் கட்டுரை பூர்த்தியாகும்."

"ஸ்காட்டிடம் இதுபற்றி பேசினேன். ஒருவேளை இந்தப் படம் வேற்றுக் கிரகத்தின் - அதாவது வேகா மண்டலத்தில் இருக்கும் பிரஜைகள் கையில் கிடைத்திருந்து அதை அவர்கள் நமக்குத் தெரியப்படுத்துவதற்காக ஒளிபரப்பியிருப்பார்களோ என்றுகூடச் சிந்தித்துப் பார்த்தோம்."

"இது லாஜிக்."

"லாஜிக்தான் - ஒரே ஒரு முடிச்சு மட்டும் அவிழ்க்கப்பட்டு விட்டால்..."

"என்னது?"

"பெரிவரின் வீடியோ அவர்களுக்கு எப்படி கிடைத்திருக்கும்?"

அதே சமயம் தொலைநோக்கு பேசியின் ஒலி கிணுகிணுத்தது. திரையில் ஸ்காட்.

"அஞ்சலி, இரண்டு நாள்காக நீங்கள் ரேடியோ அலை பிரிவில் தீவிரமாக இருந்ததாக கேள்விப்பட்டேன். ஏதாவது முன்னேற்றம் தெரிந்ததா?"" எதிர்பார்ப்பு அதிகம் தெரிந்தது ஸ்காட் குரலில்.

"தெரிந்தது. உங்களுக்கு அவகாசம் இருந்தால் சிலவற்றை நேரில் பேசலாம்" என்றாள் அஞ்சலி.

"மகிழ்ச்சியுடன்" என்றார் ஸ்காட்.

12

அறைக்குள் ஸ்காட் மட்டுமே அமர்ந்திருந்தார்.

"இதில் வேகா கிரகவாசிகள் நம்மிடம் தொடர்பு கொள்வதற்கு சங்கராச்சாரியைப் பயன்படுத்தியிருப்பார்கள் என்று கணிக்க முடிகிறது. சங்கராச்சாரியின் புகைப்படம் அவர்களுக்கு எப்படிக்

கிடைத்தது என்பது நான் கேள்விக்குறி. அதைப் பற்றியும் இந்த கணத்தில் நான் ஒன்று யூகிக்கிறேன்" என்று நிறுத்தினாள்.

"என்ன?"

"சங்கராச்சாரியின் வீடியோ அவர்களுக்கு எப்படிக் கிடைத்தது என்பதையே சற்று மாற்றிச் சிந்திப்போம். இப்போது நமக்கு சங்கராச்சாரியின் உருவப்படம் எப்படி மின்காந்த அலைகள் வடிவத்தில் கிடைத்ததோ, அதே போல அவர்களுக்கும் மின்காந்த அலைகளாகவே கிடைத்திருந்தால்..?"

ஸ்காட் தனது புருவத்தை உயர்த்தி வியந்துவிட்டு, "யார் அனுப்பியிருப்பார்கள் என்று கண்டுபிடிக்க வேண்டியிருக்குமே?" என்றார்.

"யாரும் தனிப்பட்ட முறையில் அனுப்பியிருக்க வேண்டிய அவசியம்கூட இல்லை. நாம் தொலைக்காட்சிகளுக்காகப் பயன்படுத்தும் மின்காந்த அலைகளே அவர்களுக்குக் கிடைத்திருக்கலாம். தொலைக்காட்சிக்குப் பயன்படுத்தும் மின்காந்த அலைகள் கிடைமட்டத்தில் பலவீனமாகவும், நேர்க்கோட்டில் பல கோடி மைல்கள் செல்லும் திறனுள்ளவையாகவும் இருப்பது நம் கற்பனைக்குப் போதுமானதாக இருக்கிறது" என்றான்.

ஸ்காட் தனது இருக்கையில் இருந்து தாவி, அஞ்சலியின் கன்னத்தில் அழுத்தமாக ஒரு முத்தமிட்டார்.

"யுரேகா, யுரேகா என்று கத்திக் கொண்டு ஓட வேண்டும் போல இருக்கிறது அஞ்சலி."

"ஆனால்... இதை நிரூபிக்க நமக்கு அவகாசம் தேவை."

"இன்னும் என்ன நிரூபிக்க வேண்டும்?"

"பூமியில் தொலைக்காட்சியில் வந்த காட்சியை அவர்கள் நமக்கு திரும்ப அனுப்பி வைப்பதன் மூலம் அவர்களது இருப்பை நமக்கு உணர்த்துகிறார்கள் என்றுதானே நாம் கூறப்போகிறோம்?"

"ஆமாம்" உற்சாகப்படுத்தினார் ஸ்காட்.

அஞ்சலி எழுந்து சென்று ஸ்காட்டின் அறையில் இருந்த பிரம்மாண்ட டிஜிட்டல் மானிட்டரை உயிரூட்டினாள். சங்கராச்சாரி உருவம் திரையில் தோன்ற பின்புறத்தில் துப்பாக்கி கறுப்பாக தெரிந்தது. டிஜிட்டல் மானிட்டர் என்பதால் சங்கராச்சாரியைச் சுற்றி மற்றும் பலர் நிற்பது மங்கலாகத் தெரிந்தது. சரியாக ஏழு செகண்ட் நேரம் மட்டுமே ஒளிர்ந்து ஒரு செகண்ட் ஓய்வுக்குப் பிறகு திரை மீண்டும் ஒளிர்ந்தது. தலையசைத்துவிட்டு விடைபெற்றாள்.

13

அஞ்சலிக்காகவே ஒதுக்கப்பட்டிருந்த ஆய்வுக்கூடம் அது. அங்கிருந்த கருவிகள் அனைத்தும் ஒரு புள்ளிக்கு பின்னால் நூறு பூஜ்ஜியங்கள் அளவுக்குத் துல்லியமானவை. அஞ்சலி, மின்னணு தொலைநோக்கியில் வேகா நட்சத்திரத்தை வறட்டுத்தனமாக கொஞ்சநேரம் பார்த்தாள்.

கோடி கோடி கோடி.... மைல்களுக்கு அப்பால் இருக்கும் வேகா நட்சத்திரக் குடும்பத்தில் ஏதோ ஒரு கோளில் நம்மைப் போலவே ஜீவராசிகள் இருந்து நம்மை தொடர்பு கொள்ள விரும்புகிற அளவுக்கு வளர்ச்சி பெற்றிருக்கிறார்கள் என்று சிந்தித்துப் பார்க்கவே அஞ்சலிக்கு ஆர்வமாக இருந்தது.

பெரியவர் பூமிக்குப் பயணித்து வந்த ரேடியோ அலைகளுக்கு நெருக்கமான சில அலைவரிசைகளை அஞ்சலி பண்பிறக்கம் செய்து பார்த்தாள். அனைத்தும் விண்வெளியில் ஓயாமல் நிகழ்ந்து கொண்டிருக்கும் காஸ்மிக் விளைவுகளாகவே இருந்தன. பெரியவர் உருவம் வந்த ரேடியோ அலைகள் ஒரு குறிப்பிட்ட சமிக்ஞையுடன் வந்தன. ஏழு விநாடிக்கு ஒருமுறை அலைகள் துடித்தன. அஞ்சலியை அந்த ரேடியோ அலைகள் கவர்ந்ததற்கு காரணமும் அந்த சமிக்ஞைதான். அப்படி வேறெதேனும் சமிக்ஞைகள் வருகின்றனவா என்பதில் அஞ்சலிக்கு ஆரம்பத்தில் இருந்தே ஒருவித தேடல் இருந்தது.

மூன்றுநாள் கெடுவுக்குள் அப்படியொன்றை தேடிக் கண்டுபிடித்து விட்டால்..? அஞ்சலி அதுதான் தாம் விஞ்ஞானியானதன் பலன் என்றுகூட எண்ணினாள்.

சுமார் 12 மணிநேரம் வெறும் டீயும், பன்றி இறைச்சி பொதிந்த சாண்ட்விச் மட்டுமே சாப்பிட்டுக் கொண்டு ஒவ்வொரு அலைவரிசையையும் அலசிக் கொண்டிருந்தாள். நிறைய சாட்டிலைட் தொலைக்காட்சிகளின் அலைகள் நீண்ட தூரத்தில் இருந்து வந்து கொண்டிருக்கும் அலைக்கதிர்களைப் பெருத்த இடையூறுக்கு உள்ளாக்கின. பல அலைக்கதிர் பகுத்தாயும் அளவுக்குத் திராணியற்றுப் போய் மிகவும் சோர்வாக பூமிக்கு வந்தன. அஞ்சலி அவற்றைப் பிடித்து பண்பிறக்கம் செய்வதற்கு மிகுந்த சிரமப்பட்டாள். ஸ்ஸ்ஸ்.... என்கிற ஓயாத இரைச்சல் அவளது மண்டையைக் குழப்பிற்று.

சோர்வில் நாற்காலியிலேயே கொஞ்சம் கண் அயர்ந்தாள்.

இந்தியா முழுசையும் கொளுத்திவிட்டு புதுசா ஒரு இந்தியா செய்யலாம் என்று கவுதம் சிகா வோல்ட் லேசர்களோடு புறப்படுகிறான். பக்கத்தில் அஞ்சலி நின்று கொண்டு ஒன்று, இரண்டு, மூன்று என்று எண்ணுகிறாள்.

ஒன்று என்று கூறி முடித்து ஒரு விநாடி இடைவெளியில் இரண்டு என்கிறாள். இரண்டு விநாடிகள் இடைவெளி கொடுத்தாள். இப்படியே மூன்றுக்கு மூன்று விநாடி. நான்குக்கு... நான்கு. பத்துக்கு பத்து விநாடி நேரம் கொடுக்க அஞ்சலி எத்தனிப்பதற்குள் மீண்டும் ஒரு விநாடியிலேயே பத்து என்கிறாள். மூன்று விநாடி இடைவெளியில் பனிரெண்டு. நான்கு விநாடி இடைவெளியில் பதிமூன்று...

நீ பாட்டுக்கு எண்ணிக் கொண்டே போனால் நான் எப்படி சுடுவதாம்? என்று கவுதம் விசுக்கென லேசர் துப்பாக்கியின் விசையை அழுத்த... அஞ்சலி திடுக்கிட்டு எழுந்தாள். எதிரே பண்பிறக்கக் கருவி ஏதேதோ ஓசை எழுப்பிக் கொண்டிருந்தது.

காற்றுப் பதனத்தையும் மீறி லேசாக வியர்வை அரும்புகள்.

கனவு வித்தியாசமாக இருந்தது. ஈரமான துணியால் முகத்தை அழுந்தத் துடைத்துக் கொண்டு மறுபடி நாற்காலியில் வந்து அமர்ந்தாள்.

கனவை மெல்ல அசைபோட்டாள்.

ஒரு விநாடி, இரண்டு விநாடி என்று இடைவெளி கொடுத்து ஒன்று, இரண்டு என்று சொல்லிக் கொண்டே வந்தவள், பத்துக்கு மட்டும் பத்து விநாடி இடைவெளி கொடுக்காமல் மீண்டும் ஒரு விநாடி இடைவெளி கொடுத்தது நியூமரிக்கல் குழப்பமாக இருந்தது.

பண்பிறக்க கருவியில் இருந்து வந்த ஓசையை ஒப்பிட்டுப் பார்த்தாள் ஆச்சர்யம்... சுற்றுப்புற ஓசைதான் கனவில் வெளிப்பட்டிருக்கிறது என்று புரிந்ததும், அஞ்சலிக்கு இனம் புரியாத மகிழ்ச்சி.

மீண்டும் பண்பிறக்க கருவியில் வெளிப்பட்ட சப்த இடைவெளியையும், மானிட்டரில் தெரியும் அலைத்துடிப்புகளையும் ஒப்புமைப்படுத்திப் பார்த்தாள். அவள் நினைத்தது சரி.

ஒன்பது எண்ணிக்கை வரை ஒன்பது விநாடி இடைவெளி என்று வளர்ந்து, மீண்டும் ஒன்று இரண்டு என்று அலைத்துடிப்புகள் வந்தன. ஒன்பது முடிந்ததும் பழையபடி ஒன்றில் இருந்து ஆரம்பித்தது. ஸ்காட்டுக்கு இன்னொரு யுரேகா...

மிகவும் பலவீனமான அலைவரிசையாக இருந்ததால் அதை மானிட்டரில் தக்க வைப்பது சிரமமாக இருந்தது. 21/2002 சிகா ஹெர்ட்ஸ் அலைவரிசை அது. அதை அப்படியே வேவ்சேவ் யூனிட்டிற்கு அனுப்பி அலைத்துடிப்புகளை கொஞ்சம் துல்லியப்படுத்தினாள். மீண்டும் பண்பிறக்கம் செய்யும் பிராஸஸ் யூனிட்டில் செலுத்தி மானிட்டரை அட்ஜஸ்ட் செய்து திரையில்

தோன்றி இருக்கும் வேற்றுக் கிரகவாசிகளின் அடுத்த செய்திகளை ஆவலுடன் எதிர்நோக்கினான்.

பெருத்த இரைச்சல். ஆ... ஊ என்று ஒரு சிலர் அலறும் சப்தம் முழுக்க ஏதோ புகை படிந்த மாதிரி தோன்றியது. திரை கொஞ்சம் பிரகாசமடைந்த போது யாரோ ஒருவன். அலறித் துடித்தபடி விழ... காமிரா ஒருவனை நெருக்கமாக காட்டுகிறது. அங்கே... புருஸ்லீ... நுன்ஜாக்கை சுழற்றி கக்கத்தில் இடுக்கியபடி கோபமாக வெறித்தார். அஞ்சலி தடாலடியாக ஸ்காட், மீனா, கவுதம், ரேடியோ பிரிவினர் அனைவருக்கும் இந்த மகிழ்ச்சியான தகவலை தெரிவித்தாள்.

14

விசாலமான அறையில் முதல்கட்ட விளக்கங்களை ஒருவருக்கொருவர் பகிர்ந்து கொள்வதற்காக குழுமினர்.

“இருபதாம் நூற்றாண்டின் கடைசி சில வருடங்கள் உலகம் முழுதும் புருஸ்லி நடித்த எண்டர் தி டிராகன் என்ற திரைப்படம் சக்கைபோடு போட்டது. குறிப்பாக உலகமெங்கும் தொலைக்காட்சியில் அந்தப் படம் ஒலிபரப்பாகியிருக்கிறது. ஆக, பூமியில் இருந்து பல்வேறு தொலைக்காட்சி நிலையங்கள் புருஸ்லீயை ஒளிபரப்பின. வேகா மண்டலத்தில் வசிப்பவர்களுக்கு இவர் மிகவும் பிரபலமானவராகத் தோன்றியிருக்கலாம். உலகம் முழுமையும் அறிமுகமானவரும், ஐம்பதாண்டு காலம் வரைக்கும் ஞாபகம் உள்ளவருமான ஒருத்தரையே அவர்கள் நமக்காக திரும்ப ஒளிபரப்புகிறார்கள்” பெருமிதமாக விளக்கினாள் அஞ்சலி.

“சங்கராச்சாரியை எப்படி அவர்களுக்கு பிரபலமானவராக தோன்றியிருக்கும்?” என்றார் ஸ்காட்.

“இந்தியாவில் அந்த நாள்களில் வாழ்ந்த பல பிரதமர்கள், ஜனாதிபதிகள், நீதிபதிகள், முதல்வர்கள், தேர்தல் கமிஷன் அதிகாரிகள் பலரும் அவரது காலில் விழுந்து சேவித்திருக்கிறார்கள். அதெல்லாம் டி.வி.யிலும் தொடர்ந்து ஒளிபரப்பானது. பிரமுகர்க்கெல்லாம் பிரமுகராக இருந்ததால் இவர்தான் இந்தியாவின் நிரந்தர பிரமுகர் என்று வேற்று கிரகத்தில் இருப்பவர்களுக்குத் தோன்றியிருக்கலாம். மற்றவர்கள் வருகிறார்கள்; போகிறார்கள். இவர் மட்டும் எல்லோரையும் மிஞ்சும் அதிகாரம் பெற்றவரோ என்று அவர்களுக்குத் தோன்றியிருக்கலாம்.”

ஸ்காட், அடுத்த சில மணி நேரங்களில் விஞ்ஞான பிரமுகர்களைத் தொடர்பு கொண்டு, கான்ஃபரன்ஸ் ஏற்பாடு செய்து கொண்டிருந்தார்.

ஸ்காட்டின் செகரட்டரி வந்து உங்களுக்கு அஞ்சலியிடம் இருந்து தொலைபேசி வந்திருக்கிறது என்றாள்.

ரிசீவரை வாங்கி "ஹலோ" என்றார் ஸ்காட்.

"மேலும் ஒரு சமிக்ஞை கிடைத்திருக்கிறது" அஞ்சலியின் குரலில் பதற்றம்.

"என்ன?"

"டினோசர்... பிரம்மாண்டமான டினோசர்."

"டினோசர்?" என்று கொக்கி போட்டார் ஸ்காட்.

"ஆமாம். ஸ்பீல் பெர்க் தயாரித்த ஜுராசிக் பார்க் படத்தில் இருந்து."

15

வேகா கிரகத்தில் இருந்து வந்த டினோசார், புரூஸ்லீ போலவே சங்கராச்சாரியும் ஒரு அடையாளம் மட்டுமே.

ஸ்காட் சர்வதேச அளவில் விஞ்ஞானிகள் மற்றும் அரசியல் பிரதிநிதிகளின் கூட்டத்தை அவசரமாக அறிவித்தார். சர்வ பிரதிநிதிகளும் தத்தமது நாடுகளில் இருந்து லண்டனுக்குப் புறப்படும் அடுத்த விமானங்களிலேயே லண்டனுக்கு வந்து குவிந்தனர்.

அந்த சர்வதேச மாநாட்டில் அஞ்சலியும், கவுதமும் சங்கராச்சாரி பற்றியும் புரூஸ்லீயைப் பற்றியும், ஸ்பீல் பெர்க்கின் டினோசர் பற்றியும் விளக்கமான குறிப்புகளை வழங்கினார்.

சாட்டிலைட் டி.வி.க்கள் ஒட்டுமொத்தமாக ஒரே நேரத்தில் இந்தியாவின் பட்டிதொட்டியெங்கும் அஞ்சலியின் பேட்டியை ஒளிபரப்பின.

"பூமியில் இருப்பவர்களோடு வேகாவாசிகள் தொடர்பு கொள்ள விரும்புகிறார்கள் என்கிறீர்கள். ஆனால் நமக்கு அங்கிருந்து வருகிற சமிக்ஞைகள் எல்லாம் சங்கராச்சாரி, டினோசர், புரூஸ்லீ போன்ற போன நூற்றாண்டில் வாழ்ந்த அல்லது உருவாக்கப்பட்டவைகளாகவே இருக்க என்ன காரணம்?" - இது நிருபரின் கேள்வி.

வேகா கிரகம் இங்கிருந்து ஏறத்தாழ 24 ஒளியாண்டு தூரத்தில் இருக்கிறது. நமது டி.வி. நிலையங்களில் இருந்து புறப்படும் ரேடியோ அலைகள் வேகா கிரகத்தை அடைய 24 ஆண்டுகள் ஆகும். 24 ஆண்டுகளுக்கு முன் அவர்களுக்கு நாம் அனுப்பிய தொலைக்காட்சி - ரேடியோ அலைகள் கிடைக்கப் பெற்றிருக்கும். அதை அவர்கள் மீண்டும் நமக்காக ஒளிபரப்பியிருக்கிறார்கள்.

44 | அமில தேவதைகள்

அது மீண்டும் பூமியை அடைய 24 ஆண்டுகள் பிடிக்கும். ஆக 48 ஆண்டுகளுக்கு முன்பு நாம் ஒளிபரப்பிய தொலைக்காட்சி நிகழ்ச்சிகளையே நாம் இப்போது சமிக்ஞையாகப் பெற முடியும் என்று விளக்கினாள் அஞ்சலி.

நிருபர்: வேற்றுக்கிரகவாசிகளுடன் தொடர்ந்து நாம் தொடர்பு கொள்வது எப்படி?

அஞ்சலி: யூகத்தின் அடிப்படையில் நிறைய ஆராய்ச்சிகள் செய்து கொண்டிருக்கிறோம். வேகா மண்டல வாசிகள் பேசும் - அதாவது ஒலி சமிக்ஞை செய்யும் சக்தியுள்ளவர்களா? மொழி போன்ற அறிவு உண்டா என்பதே இப்போது கேள்விக்குறியாக இருக்கிறது. அவர்களின் தகவல் பரிமாற்றம் எத்தகையது என்பதை அறிவதற்கான முயற்சியில் இறங்கியிருக்கிறோம். அவர்களது சமிக்ஞைகளை நாம் கைப்பற்றியிருக்கிறோம் என்பது அவர்களுக்குத் தெரிந்தால்தான் மேற்கொண்டு பரிமாற்றங்கள் நிகழ்த்த முடியும். ஒருவேளை அவர்கள் மீண்டும் தமது அடுத்த குறியீடுகளை நமக்கு ஒளிபரப்பலாம். இந்த ஆராய்ச்சிகள் பயனளிக்க மேலும் 48 ஆண்டுகள் இடைவெளியில் நாம் அவர்களுடன் தொடர்பு வைத்துக் கொள்ள முடியும்.

நிருபர்: அதாவது நாம் அவர்களுக்கு தினமும் ஒளிபரப்ப, அவர்கள் நமக்கு தினமும் ஒளிபரப்ப வேண்டியிருக்கும் அல்லவா?

அஞ்சலி: ஆமாம். முதலில் அவர்கள் வாழ்க்கை முறை, தோற்றம் போன்றவை அறியப்பட வேண்டும்.

16

இந்தியாவின் பெயர் மாற்றத்துக்காக ஏற்பாடு செய்யப்பட்டிருந்த மெகா சைஸ் 'மகா பெரியவரி'ன் படம் பாராளுமன்றத்துக்கு முன்னால் பிரகாச ஒளிர்ந்து கொண்டிருந்தது. இந்த எல்லா காட்சிகளையும் அவர் மௌனமாகப் பார்த்துக் கொண்டிருந்தார்.

உண்மை வார இதழ், 1993.

அமில தேவதைகள்

1

இரண்டுபுறமும் மரங்கள் நிறைந்த நீண்ட சாலை. மந்தாகினி பாலிகிளினிக் செல்வதற்கான பிரத்யேக பாதை அது. சாயங்காலம் ஆறு மணிக்கே அமானுஷ்யம் நிலவியது. சருகுகள் இங்குமங்கும் நகர்ந்து சரசரத்துக் கொண்டிருந்தது.

ஆஷா இடது தோளில் தொங்கிக் கொண்டிருந்த தோல் பையை வலதுக்கு மாற்றிக் கொண்டு நடந்தாள். தனிமை உணர்வை தவிர்க்கும் பொருட்டு ஏதாவது பாட்டுப்பாட நினைத்தாள். எந்தப் பாடலையும் பாடுவதற்கு அசுவாரஸ்யப்பட்டு மேலும் வேகமாக நடக்க முடிவெடுத்தாள்.

தூரத்தில் கண்ணாடிச் சுவர்களால் அலங்கரிக்கப்பட்ட மருத்துவமனை கண்களுக்குத் தெரிய ஆரம்பித்ததும் சற்றே தெம்பு பிறந்தது அவளுக்கு.

சே இனி இந்த மாதிரி இடத்திற்கெல்லாம் தனியாக வரக்கூடாது என யோசித்தவள், தான் சிந்தித்த சொற்றொடரில் தனியாக என்ற வார்த்தையை அழித்தாள்.

கண்ணாடிக் கதவைத் திறந்தபோது காத்திருந்த மாதிரி ஹாஸ்பிடல் வாசனை உடம்பைத் தழுவிக் கொண்டது.

ஐந்து நட்சத்திர ஹோட்டல் வரவேற்பறை தோரணையில் இங்கும் அங்கும் ஒரு ஆணும் பெண்ணும் ஆழ்ந்த சிரிப்புடன் வரவேற்க காத்திருந்தார்கள். ஆஷா அவர்களை நிராகரித்து, லிஃப்டுக்குப் பக்கத்தில் இருந்த எந்த மாடியில் என்ன பிரிவு இயங்குகிறது என்ற பித்தளை பலகையைப் பார்வையிட்டாள்.

நான்காவது மாடியில் என்றிருந்த இடத்தின் அருகே கைனகாலஜி/ ஆர் அண்டி செக்ஷன் என்ற பதங்கள் இடம் பெற்றிருந்தன.

நான்காவது மாடிக்கு விரைந்தாள். அங்கு அம்புக்குறி காட்டிய திசையில் நடந்து இருபக்கமும் தனித்தனி படுக்கை அறைகளாகப் பகுக்கப்பட்டிருந்த இடங்களைக் கடந்தாள்.

பாதை இரண்டாகப் பிரிந்த இடத்தில் ஆய்வகம் என்ற பித்தளை பொறிப்பு.

கதவைத் திறந்து உள்ளே நுழைந்ததும்தான் அதற்குள் ஏகப்பட்ட வெண் சட்டை மருத்துவர் மற்றும் இதர பணியாளர்கள் இருப்பது தெரிய வந்தது. இத்தனை பேர் இருக்கும் இடத்தில் இத்தனை அமைதி நிலவுவது இயற்கைக்கு விரோதம் போலவும் தவறு போலவும் இருந்தது.

"யெஸ்?" விளித்த பழுத்த வெள்ளுடை மூதாட்டியை அணுகினாள். அவள் பார்வை வழி தவறி வந்தவளை எதிர் கொள்வது போல இருந்தது.

"ஆஷா... அபாயின்ட்மென்ட் வாங்கியிருந்தேன்... நேத்து.. போன்ல" மிகுதியான பெயர்ச்சொற்களை அடுக்கியே வாக்கியத்தை முடித்தாள். மூதாட்டிக்கும் அதுவே போதுமானதாக இருந்தது.

கொஞ்சம் ரோபோ தன்மையோடு எதிரில் இருந்த கம்ப்யூட்டர் மானிட்டரை நோக்கிவிட்டு "தி. நகரிலிருந்து?" என்றாள். அந்த அம்மா உதடு பிரிக்காமல் பேசுவது ஆச்சர்யமாக இருந்தது.

உடனே அடையாளம் கண்டு கொண்டதற்காக ஆஷா நன்றியை புன்னகையாக தெரிவித்தாள்.

"24 வயசா?"

"..."

"படிக்கிறியா?"

"ஆமா?"

"ஏன்? தி.நகர்ல எந்த ஹாஸ்பிடலும் கிடைக்கலையா?"

தமிழ்மகன் | 47

“யாருக்கும் தெரிஞ்சிடக் கூடாதுன்னுதான்.”

“கூட யாரும் வரலையா?”

“இல்லை.”

“மகேஸ்வரி சொன்னாளேன்னுதான் உன்னை அட்மிட் பண்றேன். ரூம் நெம்பர் 4}பி ல போய் இரு. அப்புறம் கூப்பிட்டு அனுப்புறேன்.”

“சரி மேடம்.”

ஆஷா குற்ற உணர்வுடன் விடைபெற்று 4}பி இலக்கமிட்ட அறைக்கதவைத் திறந்து உள்ளே நுழைந்து, கதவு மூடிக் கொள்வதற்கு முன், வசமிழந்து அழுதாள். யாரும் வருவதற்குள் அழுது முடித்துவிட வேண்டும் என்ற அவசரமும் தொற்றிக் கொண்டது.

வீட்டுக்குத் தெரிந்தால் அவமானம் தாங்காமல் அனைவரும் செத்துப் போய்விடுவார்கள் என்பது பயத்தை ஏற்படுத்தியது. இரண்டு நாள் தங்கியிருந்து கலைத்துக் கொண்டு ஒரு தடயமும் இல்லாமல் ஹாஸ்டலுக்குப் போய்விடவேண்டும். ஹாஸ்டல் வார்டனிடம் அவசரமாகப் பொற்றோரைப் பார்த்துவிட்டு வரவேண்டியிருப்பதாக அனுமதி வாங்கியாயிற்று. யாருக்கும் தெரியாமல் மீண்டும் மிக இயல்பாக கல்லூரிக்குப் போகலாம். எல்லாம் நல்லபடியாக முடிய வேண்டும். கடவுளைப் பிரார்த்தித்துக் கொண்டாள்.

இவ்வளவையும் செய்துவிட்டு சுரேஷ் “ஸ்டேட்ஸ்ல ஆஃபர் வந்திருக்கு. இந்த நேரத்தில் உன்னைக் கட்டிக்கப் போறேன்னு சொன்னா ஆத்துல யாரும் சம்மதிக்க மாட்டா” என்று காரணம் சொன்னான். அபார்ஷனுக்கு ஆகிய செலவை அடுத்த மாசம் தருவதாகக் கடன் சொல்கிறான்.

கோழைத்தனமான செயலை எவ்வளவு துணிச்சலாகச் செய்கிறான், ராஸ்கல்.

இனி யாரிடமும் ஏமாறக்கூடாது உறுதிப்படுத்திக் கொண்டாள். வாஷ்பேஸினில் முகத்தைக் கழுவிக் கொண்டு கொஞ்சம் தன்னைப் புதுசு பண்ணுகிற முயற்சியில் இறங்கினாள்.

சல்வார் கம்மீஷஸ கழற்றிவிட்டு தயாராகக் கொண்டு வந்திருந்த நைட்டிக்கு மாறிய... அவன் கொடுத்த ப்ரா... திருட்டு நாய்... அவசரமாக ப்ராவைக் கழற்றி எறிய முற்பட்ட நேரத்தில் டொக்... டொக்.

“ஒன் செகண்ட்.”

லேசாக கதவைத் திறந்து முகத்தை மட்டும் காட்டி, “நைட்டிதான

போடணும்?" என்றாள்.

பச்சை நிறத்துணியால் வாய்ப் பகுதியை மூடியிருந்த இரண்டு வெள்ளை அங்கி மனிதர்கள், "பரவாயில்லை. நாங்க உங்களுக்கு வேறு ஆடை கொடுப்போம், நீங்கள் எந்த ஆடையிலும் வரலாம்" என்றது வடிகட்டி வந்தது.

"நான் நைட்டிக்கு மாறிட்டேனே?"

"எதுவாக இருந்தாலும் பரவாயில்லை" கண்களில் குறும்பு தெரிந்தது. ஏன் பெண் நர்ஸ் யாரும் இல்லையா?

"சரியா போட்டுக்கிட்டு வந்திர்றேன்..."

"வந்துக்கிட்டே போட்டுக்கலாம்.. வாங்க."

கிண்டலடிக்கிறார்களா, அவசரமாக அழைக்கிறார்களா.. யூகிக்க முடியாமல் அவர்கள் பேசுவதை வேடிக்கையாக தாம் எடுத்துக் கொண்டதாக மிரட்சியோடு சிரித்தாள்.

கண் இமைக்கும் நேரத்தில் சரேல் என இருவரும் உள்ளே நுழைந்தனர். பக்கத்தில் இருந்த ஏதோ துணியால் உடம்பைப் போர்த்திக் கொண்டு, "வாட் நான்சென்ஸ்.. நான் மகேஸ்வரி மேடம் கிட்ட கம்ப்ளைண்ட் பண்ணுவேன்" - கத்தினாள்.

அதற்குள் ஒருவன் பாக்கெட்டில் மருந்து நிரம்பிய சிரஞ்சை எடுத்து அவளது உடம்பில் அகப்பட்ட இடத்தில் குத்தினான்.

மற்றொருவன் வாயை அமுக்கி, மெல்ல அவளை ஸ்ட்ரெச்சரில் கிடத்த... அவளது நைட்டி முழுதுமாக நழுவி தரையில் விழுந்தது.

துரிதமாக அவள் கொண்டு வந்திருந்த பையை சுருட்டி அவளுக்கு அருகே ஒரு பக்கத்தில் போட்டான். ஒரு வெள்ளைத் துணியால் அவளை முழுதும் போர்த்தி தூக்கிக் கொண்டு வெளியேறும்போது ஆஷா முற்றிலும் மயங்கி கடைசி வார்த்தையாக "ராஸ்கல்ஸ்" என்று முணகினாள்.

சுமார் எட்டு மணி வாக்கில் 4-பி அறையைப் பார்த்துவிட்டு வந்த ஹாஸ்பிடல் பணியாள், "அந்த ரூம்ல யாருமே இல்ல மேடம்" என்றான்.

பெரிய டாக்டர் எரிச்சலுற்று, "நல்லா பார்த்துட்டு வா.. பாத்ரூம்ல இருப்பா" விரட்டினாள்.

"அரைமணி நேரம் தேடறன் மேடம்.. அங்க யாருமே இல்ல. பாத்ரூம் திறந்துதான் கிடக்குது.."

"மனசு மாறி கிளம்பிப் போய்ட்டாளா?"

"தெரியல மேடம்."

“ரூம்ல அவ கொண்டு வந்த பை இருந்ததா?”

“இல்லையே.”

“ஒழியட்டும்” சலித்துக் கொண்டு “இந்த மாதிரி லூஸஹகளுக்கெல்லாம் மகேஸ்வரி எதுக்கு சப்போர்ட் பண்றா...” கர்சீப்பால் விசிறிக் கொண்டாள்.

“அந்த ரூம்ல இந்த சிரஞ் கெடந்தது மேடம்” சிப்பந்தி நீட்டிய ஊசியை ஏறெடுத்தும் பார்க்காமல், “சரியான போதை கேஸா இருப்பா.. எக்கேடாவது கெட்டுத் தொலையட்டும்.. அதை அந்த பேஸ்கட்ல போட்டுட்டுப் போய் ஒரு காபி கொண்டுவா... கையை அலம்பிடு” அவன் கிளம்புவதற்குள் கடைசி வரியை உரக்கச் சொல்லி ஞாபகப்படுத்தினாள்.

2

கருப்பசாமியின் காவல்துறை அனுபவத்தில் இத்தனை விஞ்ஞான பூர்வமான பணியை எதிர் கொண்டதே இல்லை. இன்னமும் வீச்சரிவாள், அம்மிக்கல், பிளேடு இவற்றால் நடத்தப் பெறும் கொலைகளைத்தான் கேள்விப்பட்டிருந்தார்.

தடய அறிவியல் துறையில் இருந்து அவருக்குச் சமர்ப்பிக்கப்பட்டிருந்த அறிக்கையைக் கொண்டு எங்கிருந்து விசாரணையைத் துவங்குவதென்றே குழப்பமாக இருந்தது.

தலையைத் துண்டிப்பதற்கு சக்தி வாய்ந்த லேசர் ஒளிக்கற்றைப் பயன்படுத்தப்பட்டிருக்கிறது. இரத்தம் ஒரு சொட்டுகூட வெளியேறியிருக்க வாய்ப்பே இல்லை. கைரேகை தடயங்கள் இல்லை. கல்யாணம் ஆகாத ஆஷா கர்ப்பமாக இருந்தாள் என்ற செய்தி கொஞ்சம் கூடுதல் தகவலாக இருந்தது.

ஆஷாவின் தோழி ஈஸ்வரி சொன்ன ரகசியங்களைக் கொண்டு சுரேஷைத் தேடுவதில் கவனம் செலுத்தினார். சுரேஷின் மீதுதொன்னாற்று ஐந்து சதவீத சந்தேகத்தைத் திருப்பினார்.

காதலித்தவன் இத்தனைக் கொடூரமாகக் கொலை செய்ததற்குக் காரணம் இருக்க வேண்டும். ரேடியேஷன் லேஸர் டெக்னாலஜி என்ற படிப்பெல்லாம் படித்தவன் என்று ஈஸ்வரி எந்தவித முன் திட்டமிடலும் இல்லாமல் சொன்னது அவருடைய சந்தேகத்தின் சதவீகிதத்தை உயர்த்தியது.

தொலைபேசி காலிங் பெல் போல அடித்தது.

முறுமுனையில் சப் இன்ஸ்பெக்டர் ராமசாமி. “சுரேஷைப் பிடிச்சுட்டோம்” என்றார்.

"நல்லது. ரொம்ப பயமுறுத்தாம இங்க கூட்டிட்டு வந்துடுங்க" தொலைபேசியை நிதானமாக வைத்துவிட்டு அந்த வினாடி முதலே சுரேஷுக்காகக் காத்திருக்க ஆரம்பித்தார்.

"வீட்ல திட்டுவாங்க" என்று காதலில் பின் வாங்கியவன் இவ்வளவு விஞ்ஞான பூர்வமாகக் கொலை செய்வதற்கு தயாராவானா? தன் வெளிநாட்டு வேலைக்குப் பாதகமாக அமைந்துவிடுவாள் என்று ஆள் வைத்துத் தீர்த்துக் கட்டியிருப்பானா? தலையை மட்டும் துண்டித்துவிட்டாள் அடையாளம் தெரியாது என்று நினைத்துவிட்டானா?

மறுபடி போன்.

ராமசாமிதான் பேசினார்.

"சாரி சார். வர்ற வழியில... எதிர்பார்க்கவேயில்ல சார்... ஓடற ஜீப்ல இருந்து கீழ குதிச்சுட்டான்."

"என்ன பேசறீங்க ராமசாமி? தப்பிச்சுட்டானா?"

"இல்ல சார்... எதிர்ல வந்த கார்ல மோதி..."

"உயிர் இருக்கா?"

"இருக்குது சார்" தன்னையும் அறியாமல் மகிழ்ச்சியாகத் தெரிவித்தார் ராமசாமி.

"எந்த இடம்?"

"ராயப்பேட்டை."

"ஹாஸ்பித்திரி இருக்கிற இடம்தான்... உடனே சேர்த்துட்டு கூடவே இருந்து பார்த்துக்கங்க.. நான் உடனே புறப்பட்டு வர்றேன்"

கருப்பசாமி ஹாஸ்பிடலை அடைந்தபோது தலை, கை, கால் என்று சர்வ பாகங்களும் பாதிக்கப்பட்டு வாயில் ஆக்ஸிஜன் திணிக்கப்பட்டு ரத்தம், குளூகோஸ் ஏற்றங்கள் சகிதம் இருந்தான்.

"ஒரு வாரத்துக்குப் பேச முடியாது" டாக்டர் தெளிவாகச் சொல்லிவிட்டார். இருந்த ஒரே தடயம் இப்படி ஒரு வாரத்துக்கு பயனில்லாமல் போனது ஏமாற்றமாக இருந்தது.

ராமசாமியை அழைத்து "பிடிச்ச போது ஏதாவது சொன்னானா?" என்றார்.

"இல்லை சார்... ஆஷா கொலை விஷயமா உங்களை விசாரிக்க வேண்டியிருக்குனு சொன்னோம். "நா கொல்லல சார்... காட் பிராமிஸ் சார்' என்று தலையில் கைய வெச்சு அழுதான்... ஸ்டேஷன்ல வந்து சொல்லுனு ஜீப்ல ஏத்திக்கிட்டு வந்தேன்... வீசா கூட வந்துடுச்சி சார்...னு புலம்பிக்கிட்டே இருந்தான்.

திடீர்னு எகிறி குதிச்சுட்டான்... ஐயிர் வூட்டு பையன்.. அதான் யோசனையா இருக்குது."

"என்ன யோசனை?"

"ஐயிர் பையன் கொல்லுவானானுதான்.."

"இதுக்குக்கூடவா ஜாதி?"

ராமசாமி பலமாக விவாதிக்க விருப்பமில்லாமல், ஸஸம் சைட் கோல் அடித்தார்: "இந்தக் காலத்தில யாரை நம்ப முடியுது சார்?"

"நமக்குக் கிடைச்ச ஒரே ஆதாரம் இவன். இவன்தான் கொன்னானானு முடிவு பண்றதுக்கு இதுவரைக்கும் ஒரு ஆதாரமும் இல்லை.... விசாரிக்கணும்னா இன்னும் ஒரு வாரம் காத்திருக்கணும்." சூழ்நிலையை அடுக்கிக் கொண்டே போனார் கருப்பசாமி.

"ஒருவிதத்தில பார்த்தா அமெரிக்காவுக்குப் போகணுங்கிறதுக்காக கருவைக் கலைக்கச் சொல்லியிருக்கான். அதுவே ஒரு கொலைதான சார்... ஆஷா பிடிவாதம் பிடிக்கவே கருவைச் சுமக்கறவளையும் சேர்த்தே கொன்னுட்டான்... பிஸிக்ஸ் படிக்கிறவன். லேசர் சம்பந்தமான படிப்பு. இதுவே எவிடென்ஸ்..."

"எலை சாயற பக்கம் குலை சாயற மாதிரி சாய கூடாதுய்யா... அவசரப்பட்டு முடிவுக்கு வந்துட்டா அப்புறம் அதிலயேதான் போவே... மொதலல எத்தனை பாஸிபிலிட்டி இருக்குனு பாரு. அப்புறம் முடிவுக்கு வா..."

"ஜூ.வி.ல கூட தலைகள் ஜாக்கிரதை.. தலை நகர் பயங்கரம்னு மாபியாவோட லிங்க் பண்ணி எழுதியிருந்தாங்க சார்... நக்கீரன்ல ஆயிரம் தலை வாங்கும் அக்கரகார தலைக்காரன்னு எழுதியிருக்காங்க..."

"எல்லாத்தையும் கலெக்ட் பண்ணிடுங்க.. ஏதாவது க்ளூ கிடைக்கும்."

"சரி சார்."

கருப்பசாமி வேலையில் கடும் சிரத்தை உள்ளவர். காக்கி சட்டை வேலையில் சேர்ந்த பின்பும் உடற்பயிற்சி செய்து வரும் மிகச் சில காவல் துறை அதிகாரிகளில் ஒருவர். நிறத்தைப் பார்த்துதான் பெயர் வைத்திருப்பார்கள் என்று உறுதியாகச் சொல்லாம். கைக்கெட்டும் தூரத்தில் குற்றவாளிகள் கிடைத்துவிட வேண்டும் என்ற சோம்பேறித்தனம் இல்லாதவர். சுரேஷின் மீது ஏற்பட்டிருக்கும் சந்தேகத்தை சற்றே தள்ளி வைத்துவிட்டு, கவனத்தை வேறுபக்கம் திருப்பினார்.

இருந்தாலும் யாரைச் சந்தேகிப்பது என்று பெரிய வெற்றிடமாக

இருந்தது.

ராமசாமியிடம் சொன்ன வேலை டேபிளின் மீது குவிக்கப்பட்டிருந்தது. தமிழ்நாட்டில் புலன் விசாரிக்கும் இதழ்கள் இத்தனை இருக்கிறதா என்று ஆச்சர்யமாக இருந்தது. ஆஷாவின் தலையில்லாத உடலைப் போட்டு எல்லா பேப்பர்களிலும் பரபரப்பாகச் செய்தி வெளியிட்டிருந்தார்கள்.

சொல்லி வைத்தாற்போல எல்லா செய்தித்தாள்களிலும் புதுப் புதுக் கோணங்கள் இருந்தன. ஆஷாவின் கொலை செய்தி தவிர கடந்த வாரங்களில் வெளியான வேறு சில செய்திகளில் இருந்த ஒற்றுமை அவரை வியப்பில் ஆழ்த்தியது.

கமிஷனர் அலுவலகத்துக்குத் தொடர்பு கொண்டு பி.ஆர்.ஓ-வுக்கு லைன் கேட்டார்.

"கடந்தவியாழக்கிழமை பிரஸ் மீட்ல இந்த ஒரு மாசத்தில மட்டும் பதினாறு இளம் பெண்கள் காணமல் போனதாக வந்திருக்கிறதே மணி?"- விசாரித்தார்.

"ஆமா சார்."

"அந்தப் பதினாறு பேரோடடீடெய்ல்ஸ் வேணும். போட்டோ, அட்ரஸஸாட..."

"ஒரு மணி நேரத்தில குடுத்தனுப்பறேன் சார்."

"தேங்க்ஸ் மணி."

நூல் கண்டில் சிக்கு ஏற்பட்டால் ஏதாவது முனையைப் பிடித்து இழுத்து முடிச்சை அவிழ்க்கிற வேலைதான் இது. சமயத்தில் மேலும் சிக்கல் ஏற்படுவதற்கு வாய்ப்புகள் அதிகம் இருந்தாலும் இழுத்துப் பார்த்தார்.

வெள்ளைத்தாளில் ஆஷோவோடு பதினேழு என்று எழுதி வைத்தார்.

மாலை. சுரேஷ் அனுமதிக்கப்பட்டிருந்த மருத்துவமனைக்குச் சென்றதும் அங்கு காவலுக்குப் போட்டிருந்த போலீஸ்காரன், அந்த மருத்துவமனையின் மகப்பேறு மருத்துவர் அவரைச் சந்திக்க விரும்புவதாகக் கூறினான்.

"சப் இன்ஸ்பெக்டர் எங்கே?"

"சுரேஷோட பேரன்ட்ஷஸ பார்க்கப் போனாரு."

"வந்ததும் என்னைக் கான்டாக்ட் பண்ண சொல்லு."

தலைமை மருத்துவரைப் பார்க்கக் கிளம்பினார்.

"என் பேர் மகேஸ்வரி" என்ற அறிமுகத்தோடு "ஆஷா இறந்து

போனதா சொல்ற அதே நாள் இங்க வந்தா”அதிரடியாக ஈர்த்தார் அந்தப் பெண் மருத்துவர்.

“அப்படியா?” சற்றும் எதிர்பார்க்காக தகவலால் ஆர்வமானார் கருப்பசாமி.

“அபார்ஷன் பண்றதுக்காக” தொடர்ந்தார்.

“சரி.”

“நா அபார்ஷன் கேஷஸயெல்லாம் ஒத்துக்கறதில்லை. வேற நர்ஸிங் ஹோமுக்கு அனுப்பி வெச்சேன்”

“எந்த நர்ஸிங் ஹோம்?”

“மந்தாகினி மெடிகல் ரிஸர்ஸ்ச் பவுண்டேஷன்.”

“பாலவாக்கம் பக்கத்தில..?”

“அதேதான்..”

“அங்க யார்கிட்ட அபார்ஷன்..”

“யார் கிட்டயும் பண்ணலைனுதான் போஸ்ட்மார்ட்டம் சொல்லுதே...”

“அதில்ல.. அவ யாரைப் போய் பார்த்தானு தெரிஞ்சுக்க முடியுமா?”

“அங்க போயிருக்கா... ஆனா அபார்ஷன் பண்ணிக்காம திரும்பிட்டா.”

“வேற ஏதாவது தெரியுமா?”

“அவ எந்த காலேஜ்ல படிச்சாங்கிறதுகூட பேப்பர்ல பாத்துதான் தெரியும்.”

கருப்பசாமி சிரித்தார். “தகவலுக்கு நன்றி.”

வெளியே வந்து ஜீப்பில் அமர்ந்தார். “பாலவாக்கம் போப்பா” என்றார் டிரைவரை நோக்கி.

3

மகேஸ்வரி சொன்னதைத்தான் அங்கும் சொன்னார்கள். அபார்ஷன் பண்ணிக் கொள்வதற்காக வந்தாள். ஆனால் திடுதிப்பென்று சொல்லிக் கொள்ளாமல் ஓடிவிட்டாள்.

கைனகாலஜி துறையின் தலைமை மருத்துவர் என அறிமுகப்படுத்தப்பட்ட கிழவி அனாவசித்துக்கு எரிச்சலுற்றாள்.

“சரியான போதை கேஸ்.. இப்ப நாங்க மாட்டிக்கிட்டு

முழிக்கிறோம். ஹாஸ்பிடல் பேரைக் கெடுத்துட்டா."

"போதை கேஸ்னு எப்படி சொல்றீங்க?"

"அவ ரூம்ல சிரெஞ் ஒண்ணு கிடந்தது.. அதையெல்லாம் பத்திரப்படுத்தி எடுத்து வெச்சு வர்றவங்களுக்கெல்லாம் நிரூபிச்சிக்கிட்டு இருக்க முடியுமா?"

"சரி கடைசியா ஆஷாவைப் பார்த்தது யாருன்னு சொல்ல முடியுமா?"

"நான்தான் பார்த்தேன்.. ரூம்ல போய் இருக்கச் சொன்னேன்."

ஹாஸ்பிடலில் இருந்து இன்ஸ்பெக்டரை அனுப்புவதில்தான் அவளுடைய கவனம் முழுவதும் இருந்தது.தங்கள் மருத்துவமனை சந்தேகத்திற்கான இடமாக மாறுவது அவளை சிரமப்படுத்திக் கொண்டிருந்தது. துல்லியமும் சுத்தமுமாக இருப்பதை வெளிப்படுத்தும் விதமாக அவளுடைய நடவடிக்கைகள் இருந்தன. தேவையே இல்லாமல் தன் மேஜையை டிஸ்யூ பேப்பர் மூலமாக நான்காவது முறையாக சுத்தப்படுத்தினாள்.

"சிரெஞ் இருந்ததை யார் பார்த்தது?"

"நீங்க வீணா இங்க டயம் வேஸ்ட் பண்ணிட்டு இருக்கீங்க."

"பரவாயில்ல" என்றார் பெருந்தன்மையாக.

"நான் சொன்னது, எங்க டயத்தை."

கருப்பசாமி "இவ்வளவு நேரம் எங்களுக்கு ஒத்துழைப்பு தராததற்கு ரொம்ப நன்றி" என்று புன்னகையுடன் சொல்லிவிட்டு விருட்டென்று வெளியே வந்தார்.

"ஆஷா இதுவரைக்கும் வந்திருக்கிறாள். இங்கிருந்து புறப்பட்டுச் சென்றதும் காணாமல் போயிருக்கிறாள். சுமார் இருபது கி.மீட்டர் தூரம் வந்து ரகசியமாக அபார்ஷன் செய்து கொள்ள நினைத்தவள், திடீரென்று என்ன தீர்மானத்துக்கு வந்திருப்பாள்? வேறு யாராவது வந்து அழைத்துப் போயிருப்பார்களா? சுரேஷ்...? நிர்பந்தித்திருப்பார்களா? சுரேஷைத் தவிர வேறுயாரையும் சந்தேகப்படுவதற்குத் தோன்றவில்லை.... அல்லது தெரியவில்லை.

சுரேஷ் தேறுகிற வரை காத்திருக்காமல் வீணாக அல்லல்பட்டுக் கொண்டிருக்கிறோமா? ராமசாமி சந்தேகித்ததுதான் சரியா?

லிஃப்ட் பட்டனை அழுத்திவிட்டுக் காத்திருந்தார். கதவு திறக்கும் நேரத்தில் ஒரு வெள்ளுடை பணியாள் ட்ராலி ஒன்றைத் தள்ளிக் கொண்டு அவசரமாக நுழைந்தான்.

கதவு மூடிக் கொண்டது.

"சார் உங்ககிட்ட ஒரு தகவல் சொல்லணும்... அந்த சிரெஞ்சை எடுத்தது நான்தான்" மீண்டும் கதவு திறப்பதற்குள் சொல்லி முடித்துவிட வேண்டும் என்ற தவிப்பு தெரிந்தது அவனிடம்.

கருப்பசாமிக்குத் திகைப்பாகவும் மிகை ஆர்வமாகவும் இருந்தது. பயமுறுத்தாமல் தகவல் பெற வேண்டும் என்ற நிதானத்தோடு, "அது இப்ப உன்கிட்ட இருக்கா?" என்றார்.

"இல்ல சார்.. அப்பவே குப்பைக் கூடைல போட்டுட்டேன்."

"..."

"ஆனா.. கொஞ்ச நேரத்திலேயே அதைத் தேடிக்கிட்டு ஒருத்தர் வந்தாரு.."

"அதைத் தேடிக்கிட்டா?"

"ஆர் அண்ட் டி'ல வேல பார்க்கிற டாக்டர் சந்திரசேகர்."

"ரிஸர்ச் டாக்டரா?" மேற்கொண்டு ஆச்சர்யப்படுவதற்குள் லிப்ட் தரைத் தளத்துக்கு வந்துவிட்டது. "அவ்வளவுதான் சார் தெரியும். நான் வர்ரேன் சார்" என்று ஏதும் நடவாததுபோல முகத்தை வைத்துக் கொண்டு நகர்ந்தான்.

ரிஸர்ச் அண்டு டெவலப்மெண்ட் பிரிவில் வேலை பார்க்கும் ஒரு டாக்டர் ஆஷா பயன்படுத்திய சிரெஞ்சைத் தேட வேண்டிய அவசியம் என்ன? அது முக்கிய தடயமா? ஆஷா காணாமல் போனது இங்கிருந்து புறப்பட்டபோதா? அல்லது இங்கிருந்தபோதா?

லிஃப்டுக்குப் பக்கத்தில் இருந்த பித்தளைப் பலகையைப் பார்த்தார். தாம் போய் வந்த மாடியிலேயேதான் ஆர் அண்டு டி பிரிவு செயல்படுவது தெரிந்தது.

மறுபடி லிஃப்டை பிடித்து மேலே விரைந்தார்.

"சார்... சார்.. பேஷண்டெல்லாம் இந்தப் பக்கம் வரக் கூடாது" ப்யூன் ஒருவன் தடுப்பதற்காக அவசரப்பட்டான்.

"நான் பேஷண்ட் இல்லை. போலீஸ்.. டாக்டர் சந்திர சேகரை பார்க்க வேண்டும்."

பியூன், முதல் கட்டமாக எப்படி அனுமதி மறுப்பது என்று யோசித்துவிட்டு, காரணம் போதாமல் "கொஞ்ச நேரம் இருங்க. கேட்டுட்டு வந்து சொல்றேன்" என தயங்கியபடி போனான்.

சில நிமிடங்களில் திரும்பி வந்து ஒரு விண்ணபப்பப்படிவத்தை நீட்டி, "இதை ஃபில் அப் பண்ணுங்க சார்" என்றான்.

வந்திருப்பவரின் பெயர், பார்க்க விரும்பும் நபரின் பெயர், பார்க்க விரும்பும் காரணம், பணியாற்றும் மருத்துவமனை, நோயாளி பற்றிய குறிப்பு, நோய் சம்பந்தமான விவரம் என்று விண்ணப்பம்

கருப்பசாமிக்குப் பொருத்தமில்லாமல் இருந்தது.

பெயரை குறிப்பிட்டுவிட்டு, அருகிலேயே இன்ஸ்பெக்டர் என்று இடுக்கி இடுக்கி எழுதினார். பிறகு, பார்க்க விரும்பும் நபர் என்ற இடத்தில்.. டாக்டர் சந்திரசேகர். நோயாளி பற்றிய குறிப்பு என்ற இடத்தில்... ஆஷா காணாமல் போனது சம்பந்தமாக என்று எழுதினார்.

வாங்கிச் சென்ற ப்யூன் பந்து போல திரும்பி வந்து எரிச்சாலாக சொன்னான்.. "ஏன் சார் உயிர் எடுக்கிறீங்க.. ஆஷான்னா யாருனு தெரியாதுனு கத்தறார் சார். அவரு பெரிய டாக்டர் சார்.. தேவையில்லாம தொந்தரவு பண்ணா கோச்சுப்பாரு."

கருப்பசாமி நிதானமிழந்தார்.

"நீ டிஸ்டர்ப் பண்ணாத்தானே கோச்சுப்பாரு.. விடு நானே பண்ணிக்கிறேன்" ப்யூனை ஓரமாகத் தள்ளிவிட்டு உயரமான கண்ணாடிக் கதவை உதைத்துத் தள்ளிக் கொண்டு உள்ளே நுழைந்தார். உள்ளே சென்றவர் அதிர்ந்தார். எப்பேர்பட்டவர்களையும் அந்த இடம் பணியச் செய்துவிடும்போல இருந்தது. பளிங்கு சுத்தமும் குபீரென்ற அமைதியும் அவரது ஆவேசத்தை சட்டென தணித்துவிட்டது. ஒரு அரை வட்டம் போல இடம். அதில் மூன்று கதவுகள் இருந்தன.

சந்திரசேகர் என்று குறிப்பிட்டிருந்த அறைக்கதவை நோக்கி நடந்தார். வெளியே தள்ளிவிட்டு வந்த ப்யூன் மீண்டும் உள்ளே நுழைந்து இன்ஸ்பெக்டரின் கையை முரட்டுத் தனமாகப் பிடித்துக் கொண்டு "சொன்னா கேளுங்க சார்.. இதுக்குள்ள யாரும் வரக் கூடாதுனு சொல்லியிருக்காரு சார்" முகத்தில் மிரட்டலும் குரலில் கெஞ்சலுமாக கருப்பசாமியைப் பிடித்து இழுத்தான்.

கருப்பசாமி அவனை இழுத்தபடியே சந்திரசேகர் என்ற எழுத்திட்ட அறையைத் திறந்துகொண்டு உள்ளே நுழைந்தார்.

சுமார் நாற்பது வயது மதிக்கத் தக்க செக்க சிவந்த டாக்டர் ஒருவர் "வாட் நான்ஸெஸ்" என்றார்.

"ஆஷாவோட கொலை சம்பந்தமா உங்ககிட்ட கொஞ்சம் விசாரிக்கணும்" கருப்பசாமி தீர்மானமாகக் கொலை என்றே சொன்னார்.

"ஆஷான்னா யாருன்னு தெரியாதுன்னு சொல்லி அனுப்பிச்சேனே.. உங்களுக்கின்னா மூளை கெட்டுப் போச்சா? நான் கமிஷனர் கிட்ட பேசறேன்.."

"ஆஷா உங்களுக்குத் தெரியலைனா பரவாயில்லை.. அவ ரூம்ல இருந்த சிரெஞ்சை ரொம்ப பத்திரமா எடுத்து வெச்சிருக்கீங்க..

அது ஏன்னு தெரிஞ்சுக்கணும்."

சந்திரசேகர் வினாடியின் மெல்லிய இழை திடுக்கிட்டதை கருப்பசாமி கவனித்தார். விரலைச் சுண்டி, ப்யூனை வெளியே போகச் சொல்லி சமிக்ஞை செய்தார்.

"சொல்லுங்க.. அந்த சிரெஞ்சை வெச்சு என்ன பண்ண போறீங்க" அலட்சியமாகக் கேட்டார்.

"என்ன சிரெஞ்? எனக்கு ஒண்ணுமே புரியலை."

"நீங்களே உண்மையச் சொல்லிட்டா நல்லது" கருப்பசாமி தோராயமாக தன் விசாரணை ஆரம்பித்தாலும் இடியாப்பச் சிக்கலில் கிடைத்த ஏதோ ஒரு நுனியைக் கெட்டியாகப் பிடித்துக் கொண்டார்.

சந்திரசேகர் கண்ணை மூடி பெரு மூச்சு விட்டுக் கொண்டார். இண்டர்காமை அழுத்தி, "வேகமாக வா" என்றார்.

சில வினாடிகளில்..

அதே அறையின் ஒரு சுவர் சட்டென்று விரிய, உடம்பெல்லாம் பச்சை பசேலென்ற அங்கி அணிந்திருந்த இருவர் வெளிப்பட்டு கருப்பசாமியை கேள்விக் குறியுடன் பார்த்தனர்.

சந்திரசேகர், "ஆஷா மர்டர் விஷயமா வந்திருக்காரு... இவரையும் பயன்படுத்திக்கிறதைத் தவிர வேறு வழியில்லை" என அபிப்ராயம் தெரிவிப்பது போல சொன்னார்.

இரண்டு பசுமைக்காரர்களும் தீர்மானமாக கருப்பசாமியை நெருங்க, ஏதோ வில்லங்கமாக நடக்கப் போவதை உணர்ந்து வேகமாக எழுந்தார்.

சந்திரசேகர் "ரொம்ப அலட்டிக்காதீங்க.. அப்புறம் கஷ்டமாகிடும்" ஊசி போட்டுக் கொள்ள அடம்பிடிக்கும் குழந்தைக்கு அறிவுரை போல சொன்னார்.

கருப்பசாமி திரும்பிப் பார்க்க... சந்திரசேகர் கைகளில் துப்பாக்கியோடு தீட்சண்யமாக நின்று கொண்டிருந்தார்.

4

சந்திரசேகரின் கையில் உள்ள துப்பாக்கியை ஒரு குபீர் பாய்ச்சலில் தட்டிவிட முடியும் என்று நினைத்தார் கருப்பசாமி. அப்படி எதுவும் முயற்சி பண்ண முடியாதபடி அவருக்கு இரண்டு பக்கமும் இரண்டு முரட்டு மருத்துவர்கள் நின்று கொண்டிருப்பதையும் கவனத்தில் கொள்ள வேண்டியிருந்தது.

இவரையும் யூஸ் பண்ணிக்க வேண்டியதுதான் என்ற வாக்கியத்துக்கு என்ன அர்த்தம்? ஆஷா போலவா?

பின்பக்கம் இருந்த இருவரும் ஆளுக்கொரு கையைப் பிடித்து அலேக்காகத் தூக்கி நிறுத்தினர். கருப்பசாமி பலியாடு போல அவர்களுடன் நடந்தார்.

சந்திரசேகர் ஒருவித அலட்டிய பெருமிதத்தோடு துப்பாக்கியை மேஜை அறைக்குள் போட்டுவிட்டு புன்னகைத்தார்.

அதே நேரம் அறைக்கதவை உடைத்துக் கொண்டு பாயாத குறையாக உள்ள வந்தார் சப்-இன்ஸ்பெக்டர் ராமசாமி. கையில் துப்பாக்கி.

"ஹாண்ட்ஸ் அப்."

மூவரும் அவ்வளவு எளிதில் கையைத் தூக்கவில்லை. என்றாலும் பயந்து போய் நின்றார்கள்.

மறுநாள் பதினாறு கொலைகளைத் தாம்தான் செய்ததாக ஒப்புக் கொண்ட நிலையில் டாக்டர் சந்திரசேகர் அவருடைய மருத்துவமனையில் வைத்து விசாரிக்கப்பட்டார்.

மருத்துவமனையில் வைத்து விசாரித்ததற்குக் காரணமிருந்தது.

கொலை செய்யப்பட்டதாகக் கூறப்பட்ட பெண்கள் அனைவரும் மருத்துவமனையின் ரகசிய கேந்திரத்தில் இருப்பதாகக் கூறியிருந்தார் சந்திரசேகர்.

கொஞ்சம் குழப்பமாக காவல் அதிகாரிகள் அவர் அழைத்துச் சென்ற இடத்துக்கு நடந்தனர். மருத்துவமனையின் பாதாள அறை அது.

முன்னேறிய இயற்பியல் கூடமும் மருத்துவக் கூடமும் கலந்த இடம். கம்ப்யூட்டர் நெட்வொர்க் போல சில இடமும் மைக்ராஸ் கோப் கண்ணாடி சீசாவில் திரவங்கள், அமிலங்கள் அடங்கிய இடமும் கலந்து தெரிந்தது.

சட்டென்று ஒரு இடத்தில் நின்று, "இதோ இருக்காங்க பாருங்க" என்றார்.

அனைவரும் ஒரு கணம் திடுக்கிட்டு அவர் சுட்டிய இடத்தில் பார்க்க... வரிசையாக நீண்ட, நீண்ட கண்ணாடி சீசாவில் தண்டுவடத்தோடு கூடிய மூளைகள் மிதந்து கொண்டிருந்தன.

"இது ஹாஸ்பிடல்ல நர்ஸா இருந்த மேரி.." என்றார்.

எல்லோரும் அறையப்பட்டவர்கள் மாதிரி நின்று கொண்டிருந்தனர்.

“ஆனா இவ இப்ப மேரியில்ல, மகாலட்சுமி.”

எல்லோரும் டாக்டர் சந்திரசேகரை குத்துமதிப்பாகத்தான் பார்த்தனர். மரை கழன்றுவிட்டதோ என்று உடனடியாக உறுதி செய்ய முடியாத தடுமாற்றத்துடனும் ஏதோ வினோதமாக நிகழ்ந்திருப்பதை எதிர்பார்த்தும் இருந்தனர்.

“இங்க பாருங்க..” மகாலட்சுமி என்று விளிக்கப்பட்ட சீசாவோடு பிணைக்கப்பட்ட கம்ப்யூட்டரை தொடங்கி வைத்து “உன் பெயர் என்ன?” என்றார்.

திரையில் சின்தஸைஸர் அலை அசைவுகள்.. கூடவே “ஹலோ என் பெயர் மகாலட்சுமி” என்ற குரல்.

“பார்த்தீங்களா? நான் சொன்னேன் இல்ல?” என்று சிரித்தார் சந்திரசேகர்.

“ஓ.கே. டார்லிங்”

திரையைவிட்டுத் திரும்பி, “புரியல இல்ல? இது மேரியோட ப்ரைன். ஆனா அவளோட ப்ரைன்ல இருந்த அத்தனை செய்தியையும் அழித்துவிட்டு அதில மகாலட்சுமியோட மூளையில் இருந்த தகவலை ஏத்தியிருக்கேன்... அதனால இப்ப இவ மகாலட்சுமியாயிட்டா..” பெருமிதமாகச் சொன்னார் சந்திரசேகர்.

அனைவரும் ஒருவரை ஒருவர் பார்த்து தைரியப்படுத்திக் கொண்டனர்.

“பயந்துடாதீங்க... உங்களுக்கு சிம்பிளா விளக்கிட்றேன். அப்புறம் ஆச்சர்யப்பட்டுப் போயிடுவீங்க. மனிதனுக்கு மரணமே இல்லாம இருந்தா உங்களுக்கெல்லாம் சந்தோஷம்தானே? அதுக்காகத்தான் கொஞ்சம் பேரை மரணமடையச் செய்ய வேண்டியதா போச்சு.”

“இப்ப இதோ கருப்பசாமி இருக்காரு... இவரோட உடம்புல கருப்பசாமிங்கிறது யாரு? இவரோட கையா? காலா? இந்தத் தொப்பையா? இது எதுவுமில்ல. இவரோட மூளைதான் கருப்பசாமி. இன்னும் ஷார்ட்டா சொல்லணும்னா அவருடைய மூளையில் இருக்கிற ஞாபகங்கள்தான் கருப்பசாமி. இப்ப அந்த ஞாபகங்கள் அப்படியே இன்னொரு மூளைக்கு டீகோட் பண்ண முடிஞ்சா கருப்பசாமியும் அந்த மூளைக்கு ட்ரான்ஸ்பர் ஆகிடுவார். இப்ப மேரிய மகாலட்சுமி ஆக்கினது அப்படித்தான்...”

“......” - சந்திரசேகரைத் தவிர எல்லோரும்.

“இந்த மூளையெல்லாம் மிதக்கறதுக்கு ஒரு திரவம் பயன்படுத்தியிருக்கேன் பாருங்க. அதுக்குப் பேரு, செரிபுரோ ஸ்பைனல் ஃப்ளூயெட். இது நம்ம எல்லார் மூளையைச்

சுத்தியும் இருக்கு. இந்த ஆராய்ச்சிக்காக இந்தத் திரவம் நிறைய தேவையா இருந்தது. அதுக்காகத்தான் இந்த காலேஜ் பொண்ணு மண்டையையெல்லாம் உடைக்க வேண்டியதா போச்சு"

கொலைகள் பற்றி உலகத்தில் உள்ள சட்டங்கள் பற்றியெல்லாம் கொஞ்சமும் அறிந்தே இராத ஞான சுன்யமாக இருந்தார் சந்திரசேகர். ஆராய்ச்சித் தேவைக்காக கொஞ்சம் மண்டைகளை உடைத்துவிட்டேன் என்கிறார்.

சந்திரசேகர் தொடர்ந்தார்..

"இதில பாருங்க. டெம்ரோல் லோப்தான் இந்த டீ கோடீங்க்ல ரொம்ப இம்பார்ட்டன்ட். ஆனா ப்ரைன்ல மத்த பகுதியவிட அதுதான் ரொம்ப காம்பிளிகேட்டட். இப்ப உங்ககிட்ட ஸ்ரீபெரும்புதூர்னு ஒரு வார்த்தைய சொல்றேன்னு வெச்சுக்கங்க. ஆடோமேடிக்கா உங்களுக்கு ராஜீவ் காந்தி மர்டர், ஒத்தக்கண் சிவராசன், டைகர்ஸ், ராமானுஜர், நாமம் எல்லாம் வரிசையா விரியும். நம்ம ஞாபகத்தில ஸ்ரீபெரும்புதூர் என்பது வெறும் எழுத்துக்களால் மட்டும் ஆனது அல்ல. அது ஒரு கலவை. உங்களுக்கு அங்க ஒரு ஃப்ரண்ட் இருந்தா அவரும் அதில வந்துடுவார். அவரோட போன் நம்பர், அவரோட வழுக்கத்தலை... எல்லாமே ஸ்ரீபெரும்புதூரோட ஞாபகச் சிக்குல இருக்கு. மேரியோட ஞாபகப் பகுதிய எவ்வளவுதான் அழிச்சும்கூட சில நேரங்கள்ல மேரி இருந்துக்கிட்டுதான் இருந்தா. மேரிக்கு ஜான்சன் குடுத்த முத்தம் மகாலட்சுமியின் ஞாபக இடுக்குல சிக்கிடுச்சி. சில நேரங்கள்ல மகாலட்சுமி கர்த்தரேனு அழுவுறா. ஆனா இதையெல்லலாம் கொஞ்சம் கொஞ்சமா மாத்திடலாம். தாழ்த்தப்பட்ட பொண்ணான மேரி, பிராமின் பொண்ணு மகாலட்சுமியா மாறியிருக்கிறதால் ஏற்பட்டிருக்கிற சிக்கல் பல நேரங்கள்ல இடிக்குது. என்ன செய்றது? ஆயிரம் ஆயிரம் வருஷமா ஊறிப்போண சங்கதிங்க இல்லையா? இன்டர்னல் காம்ப்ளெக்ஸ்."

க்ரைம் டி.ஸி.க்கு ஒரு கட்டத்தில் ஆத்திரம் தாளவில்லை.

"நான்சென்ஸ்.. 16 பெண்களைக் கொன்னுட்டு நீங்க என்ன புதுவகை பூசணிக்காய் கண்டுபிடிச்ச மாதிரி வியாக்யானம் கொடுக்கறீங்க?" என்றார்.

"என்ன... ஆஃப்ட்ரால் 16 யூஸ்லெஸ் பொண்ணுகளைக் கொன்னுட்டேன். ஆனா.. இந்த ஆராய்ச்சி சக்ஸஸ் ஆகிட்டா யாருக்குமே மரணமில்ல, புரிஞ்சுக்கங்க. ஆல்பர்ட் ஐன்ஸ்டீன், மகாத்மா காந்தி இவங்கல்லாம் இறக்கறதுக்கு முந்தி இதைக் கண்டுபிடிச்சிருந்தா, இப்ப அவங்களும் நம்மகூட இருந்து உலகத் தமிழ் மாநாடு பத்தியெல்லாம் கருத்து சொல்லியிருப்பாங்க."

“போதும் நிறுத்துங்க... இந்த ஹாஸ்பிடலுக்கு சீல் வெச்சுட்டு.. இவரை கோர்ட்டுக்கு கொண்டு போங்க” துணை கமிஷனர் கொதித்துப் போனார்.

“‘நோ.. நோ அப்படியெல்லாம் பண்ணாதீங்க.. ஹாஸ்பிடலுக்கு சீல் வெச்சுட்டா அப்புறம் ஆக்ஸிஜன் கண்ட்ரோல் இல்லாம மகாலட்சுமி செத்துப் போயிடுவா... எஸ்.பி.எஸ். புளூயட் டயாலிஸ் பண்ணனும்..” அவர் புலம்புவதை யாரும் சட்டை செய்யவில்லை.

சந்திரசேகரைக் கதறக் கதற இழுத்துக் கொண்டு போயினர்.

கருப்பசாமி ஜீப்பில் ஏறுவதற்கு முன் ராமசாமியை அருகில் அழைத்தார்.

“அதுசரி.. நீங்க எப்படி நேத்து சரியான நேரத்துக்கு வந்து என்னைக் காப்பாத்தினீங்க?” என்றார்.

“என்ன சார், எவ்வளவு நாளா உங்களுக்குக் கீழ வேல பாக்கறேன். உங்க தாட் என்னன்னு புரியாதா? நேத்து உங்க ஆபிஸக்ஷுக்குப் போயிருந்தேன். மர்மமா செத்துப் போன 16 பேரோட தகவல் உங்க டேபிள் மேல இருந்தது. அதில ஒண்ணு மேரியோட தகவல். மேரி, மந்தாகினி ஹாஸ்பிடல்ல ஒர்க் பண்ணின நர்ஸ்னு இருந்தது....

அப்புறம் சுரேஷ் அட்மிட் ஆகியிருந்த ஹாஸ்பிடலுக்குப் போனேன். அங்க நீங்க ஜீப்ல ஏறி உக்காந்து “பாலவாக்கம் போப்பா’ன்னு நம்ம சென்ட்ரி காதுல விழுற மாதிரி சொல்லிட்டு போயிருக்கீங்க. உங்க ஐடியா புரிஞ்சுப் போச்சு. மந்தாகினிக்கு வந்ததும், நீங்க சந்தரசேகரைப் பார்க்கறதுக்காக பியூனை அடிச்சுத் தள்ளிட்டு உள்ள போனதா சொன்னாங்க. விஷயம் சீரியஸாயிடுச்சுன்னு நானும் துப்பாக்கியோட உள்ள பாஞ்சுட்டேன்” ஒரே மூச்சில் சொல்லி முடித்தார் ராமசாமி.

கருப்பசாமி சிரித்தார். “பேசாம ஆராய்ச்சிக்கு உன் மூளைய பயன்படுத்தியிருக்கலாம்.”

ஜீப் பறந்தது.

உஷா வார இதழ், 1993.

பென்டியம் மனிதர்கள்

“மூன்று லட்ச ரூபாய் சம்பளத்தை உதறித் தள்ளிவிட்டுப் போகிறேன் என்கிறீர்களே.. அது கூட எப்படியோ போகட்டும். உங்களைப் போன்றவர்கள் இந்தப் பதவியை தவிர்ப்பது நாட்டுக்குப் பேரிழப்பு அல்லவா?” மல்ஹோத்ரா நிஜமான வருத்தத்துடன் கேட்டார்.

சமீபத்தில்தான் தன் நாற்பதாவது வயதைக் கடந்த ராகுல் விஸ்வநாத் மிகக் குறுகிய காலத்தில் மரபணு சோதனை ஆய்வுக்குழுவின் தலைவராகப் பொறுப்புக்கு உயர்ந்தான். வேலையில் ஏனோ ஆர்வம் குறைந்துவிட்டது. இஷ்டம் போல ஆய்வுக்கூடத்துக்கு வருவான். யாராவது மடக்கித் திட்ட வேண்டும் போலத்தான் எந்த வேலையிலும் பொறுப்பில்லாமல் இருந்தான். ஆனால் யாரும் அவனை அப்படித் திட்டாமாலேயே இன்று ராஜினாமா கடிதம் கொடுத்துவிட்டான்.

“என்னுடைய வாழ்வில் மிக்க அக்கறை உள்ளவர் என்பதால் ஒன்று சொல்கிறேன். இங்கு செய்து வரும் எல்லா ஆராய்ச்சிகளும் எனக்குக் குப்பையாகத் தோன்றுகின்றன. இதனால் ஒரு பிரயோஜனமும் இல்லை. இந்த ஆண்டு மத்திய அரசு ஒதுக்கிய

1200 கோடி ரூபாயும் எள். பாழுங்கிணற்றில் போட்டுவிடலாம். போதுமா? இந்த மடத்தனத்துக்கு நானும் உடந்தையாக இருக்க விரும்பாமல்தான் விலகிக் கொள்கிறேன்."

இத்தனை கடுமையான விமர்சனத்தை மல்ஹோத்ரா எதிர்பார்க்கவில்லை.

"மிஸ்டர் விஸ்வநாத்... தீர்மானிக்கும் பொறுப்பில் உள்ள உங்களைப் போன்றவர்கள் இப்படிப் பேசக் கூடாது. என்ன மாதிரி ஆராய்ச்சிகள் செய்யப்பட வேண்டும் என்று நீங்கள் கருத்து தெரிவிக்கலாமே?"

"மரபியல் சோதனையில் நாம் மிகவும் பின் தங்கியிருக்கிறோம். ஐரோப்பிய நாடுகளின் சாதனைகளை எட்ட வேண்டுமானால் இன்னுமொரு 25 ஆண்டு உழைப்பு தேவை. அப்புறம்தான் டாலி மாதிரி ஒரு ஆட்டுக்குட்டி செய்வோம். மரபு அணுவில் சர்க்கரை நோயை அகற்ற அதற்கடுத்து 20 ஆண்டுகள் இப்படியே போனால் மூளைத் தகவல் பதிவிறக்கம் செய்ய இன்னுமொரு 100 ஆண்டு ஆகிவிடும். யாராவது செய்துவிட்ட சாதனையைச் செய்து பார்க்கவே நமக்கு இன்னும் ஆற்றல் போதவில்லை."

"உங்களைப் போன்றவர் என்ன செய்யலாம் என்று சொல்லலாமே?" மல்ஹோத்ரா தாடியை ஆயாசமாகத் தடவி விட்டுக் கொண்டார்.

விஸ்வநாத் தன் பிரெஞ்ச் பேடு செவ்வகத்தின் நடுவே சிரித்தார்.

"நாம் ஆசைப்படுவதையெல்லாம் செய்து பார்த்துவிடுகிறமாதிரியா இருக்கிறது நம் சமூக அமைப்பு? அது எப்படி இருக்கிறதோ அதில் ஒரு அங்கமாக வாழ்ந்துவிட்டுப் போய்விடுவதுதான் மரியாதைக்குரியதாக இருக்கிறது. நாம் மாற்ற நினைத்தால் புரட்சிக்காரன், கலகக்காரன், சமூகவிரோதி என்று அகராதியில் நிறைய வார்த்தைகளை இதற்காகவே உருவாக்கி வைத்திருக்கிறார்கள். வேண்டாம் நான் என்ன செய்ய விரும்புகிறேன் என்பதை ஏற்றுக் கொள்ளவோ, புரிந்துகொள்ளவோகூட இங்கு யாரும் இல்லை."

"நிச்சயம் நான் இருக்கிறேன்."

"அப்படியானால் என் ராஜிநாமாவை ஏற்றுக் கொண்டதாக கையெழுத்துப் போட்டுவிட்டு என் வீட்டுக்கு ஒரு நடை வாருங்கள் சொல்கிறேன்."

விஸ்வநாத் பதவி விலகியது தினமானி நாளிதழில் எட்டாம் பக்கத்தில் ஒற்றைப் பத்தி செய்தியாக வெளியானது. அதற்காகத்தான் காத்திருந்தது மாதிரி விஸ்வநாத் வீட்டுக்குப் போனார் மல்ஹோத்ரா.

பகட்டு தெரியாத எளிமையான வீடு. பெயருக்கு ஒரு தோட்டம்

இருந்தது. குறுக்கே கொடிகட்டி துணி காயபோட்டிருந்தார்கள். பழைய டீசல் கார் ஒன்று சேறுகூட துடைக்கப்படாமல் இருந்தது. ரொம்ப விவரிக்காமல் சொல்ல வேண்டுமானால் பிழைக்கத் தெரியாதவன் என்று பெரிய எழுத்தில் எழுதி ஒட்டியிருந்தது.

"இதுதான் எனக்கு இனி சோதனைக் கூடம்" என்று விஸ்வநாத் தன் இரண்டு கைகளையும் விரித்து அறிமுகப்படுத்துவது போல தன் வீட்டைக் காண்பித்தார்.

குஷன் மீது இருந்த செஸ் போர்டை நகர்த்தி வைத்துவிட்டு உட்காரச் சொன்னார்.

"அசப்பில் வீடுபோலவே இருக்கிறது" என்றார் மல்ஹோத்ரா. அது பாராட்டல்ல, குத்தல்.

மனைவி விவாகரத்துப் பெற்றுச் சென்றுவிட்டதால் தன் இரண்டு குழந்தைகளையும் தன்னுடனே வைத்திருந்தார் விஸ்வநாத். பெண்ணுக்கு பத்து வயது. பையனுக்கு எட்டு வயது. அப்பாவைப் பார்க்கவும் யாரோ வந்திருக்கிறார்கள் என்ற ஆச்சர்யத்தில் அவர்கள் ஹாலுக்கு வந்தனர்.

"குழந்தைகள் பள்ளிக்குப் போகவில்லையா?"

"என் ஆராய்ச்சியின் முதல் கட்டமே எல்லா பள்ளிக் கூடங்களையும் மூட வேண்டும் என்பதுதான். அது முடியாது என்பதால் இவர்களைப் பள்ளியில் இருந்து நிறுத்திவிட்டேன். ஏதோ என்னால் முடிந்தது..."

"என்ன சொல்கிறீர்கள்... ஏன் இந்த விஷப்பரீட்சை?"

"ஐந்தாம் வகுப்பு படிக்கும் குழந்தைக்கான எந்தக் கேள்வியையும் அவளிடம் கேட்கலாம். ஏனென்றால் அவள் இப்போது படிக்க வேண்டியிருந்தால் ஐந்தாம் வகுப்புதான் படிப்பாள்.

இல்லையா இதோ இந்தப் புத்தகத்தில் எந்தப் பக்கத்தில் எந்தக் கேள்வி வேண்டுமானாலும் கேட்கலாம்" என்றார்.

அவர் காட்டியது என்ஷைக்கிளோ பீடியா பிரிட்டானிகாவின் 16}வது வால்யூம்.

ஏதோ பக்கத்தைத் திருப்பி வீராப்புக்காகக் கேட்டு வைத்தார். கேட்டு முடிப்பதற்குள் பதில் வந்தது. மல்ஹோத்ராவின் வியப்பை ரசித்தபடி "நீங்கள் உங்கள் அறைக்குப் போங்கள்" என்று குழந்தைகளை விடுவித்தார். அவை பொம்மை ரிமோட் கார் போல நடந்தன.

"என்ன அவர்களையே பார்த்துக் கொண்டிருக்கிறீர்கள்?"

மல்ஹோத்ரா குழந்தைகள் புகுந்த அறையிலிருந்து கண்களை

விடுவித்து "குழந்தைகளை என்ன செய்கிறீர்கள்?" என்றார்.

"மூளையின் ஆற்றலில் ஒரு சதவீதத்தைக் கூட மனிதர்கள் பயன்படுத்துவதில்லை என்று உங்களுக்குத் தெரியும்தானே? பில்லியன் கணக்கான மூளைச் செல்கள் இருக்கின்றன. அதில் ஒவ்வொன்றிலும் இரண்டு லட்சம் தகவல்களை சேகரித்து வைக்க முடியும். ஆனால் என்ன நடக்கிறது? யாருக்கும் அவர்கள் வீட்டு போன் நம்பர் கூட ஞாபகம் இருப்பதில்லை. உலகில் உள்ள அத்தனை போன் நம்பரையும் சேமிக்க முடியக் கூடிய மூளை ஏன் ஓரிரு நம்பரோடு முடிந்து போகிறது?" போன முறை பெட்ரோலிய அமைச்சராக இருந்தவர் யார் என்றால் ஏன் தடுமாற்றம்? இந்த எல்லா பிரச்சினையையும் தீர்த்து வைக்கப் போகிறேன்.""

மல்ஹோத்ரா குழந்தைகளை என்னடா செய்கிறாய் படுபாவி என்ற முகக்குறியை மாற்றாமல் கேட்டுக் கொண்டிருந்தார்.

"ஒலி அலைகளின் குறிப்பிட்ட அலை வரிசையில் மனித மூளை ஸ்தம்பித்து நிற்கிறது. அதுதான் மூளையைப் பயன்படுத்துவதற்கான சரியான தருணம். கிட்டத் தட்ட கம்ப்யூட்டர் ஹார்ட் டிஸ்க் போல அது தகவல்களைப் பதிந்து கொள்ளத் தயாராக இருக்கிறது. அப்போது கீர்த்தனையைப் பாடினால் அது டிவிடி போல பதிந்து போகிறது. ஒரு புத்தகத்தின் பக்கத்தைக் காட்டினால் அது ஸ்கேனர் போல அதாவது ஒரு புகைப்படம் போல பதிந்து போகிறது... அடுத்து எப்போது கேட்டாலும் அந்தப் பக்கத்தின் தகவல்களைத் திரும்பச் சொல்ல முடிகிறது. பரிட்டானிகா என்ஷைக்ளோ பீடியாவின் 26 வால்யூம்களையும் அப்படி என் மகளுக்குப் பதித்துக் கொண்டிருக்கிறேன். இப்போது 16 முடித்துவிட்டேன். சிம்பிள்..."

"அடப்பாவி மனிதர்கள் பாட்டரியால் இயங்குவதாக நினைத்துவிட்டாயா? உடம்பில் ஓடுவது ஒயர்கள் இல்லை, நரம்புகள்... ரத்தமும் சதையும் வேறு... சிலிக்கான் சிப்புகள் வேறு"

"அடிப்படை ஒன்றுதான். இதில் எந்தச் சிக்கலும் இல்லை. என் மகள் அனிதா வழக்கம் போலத்தான் இருக்கிறாள். அதையும் சோதித்துவிட்டேன். இட்லி, சப்பாத்தி சாப்பிடுகிறாள். டி.வி. பார்க்கிறாள்... காலண்டரி கிழிக்கிறாள் எல்லாமே சரியாகத்தான் இருக்கிறது."

"பையன்?"

"நல்ல கேள்வி... மனிதர்கள் என்று பொதுவாகச் சொல்வதே தவறுதான். ஆண்கள் வேறாகவும் பெண்கள் வேறாகவும் இருக்கிறார்கள். ஆண்களுக்கு வேறு மாதிரியும் பெண்களுக்கு வேறு மாதிரியும் போதிக்க வேண்டியிருக்கிறது. பள்ளிக் கூடங்களில் ஆண்களுக்கும் பெண்களுக்கும் வேறுவேறுவிதமாகப் போதிக்க

வேண்டியிருப்பதன் அவசியம் இருக்கிறது.”

“எப்படி?” கேள்வியில் ஆர்வத்தைவிட விபரீதத்தைத் தெரிந்து கொள்ளும் நோக்கம்தான் அதிகம் தொனித்தது.

“ஆண்களின் மூளை லாஜிக் சம்பந்தப்பட்டதாக இருக்கிறது. மேற்கே இத்தனை கிலே மீட்டர் தூரம் சென்றால் பூந்தமல்லி வரும் என்று தெரிந்து விட்டால் அது சைதாப்பேட்டை மார்க்கமாகச் செல்வதா, வடபழனி மார்க்கமாகச் செல்வதா, பூந்தமல்லி நெடுஞ்சாலையில் செல்வதா என்று மூளையில் ஒரு கணக்கு உருவாகிவிடுகிறது. புறப்படும் இடம், ட்ராபிக்ஜாம் பொருத்து எந்தச் சாலையில் செல்வது என்று ரூட் உருவாகிவிடும். பெண்களுக்கு வடபழனி மார்க்கம் வழியாகப் பழகிப் போனால் அதிலேதான் செல்கிறார்கள். அல்லது அதையேதான் விரும்புகிறார்கள்.”

“எத்தனை பேரிடம் கணக்கெடுத்தாய்?”

“பார்த்தாயா?... ஒரு உதாரணத்துக்குத்தான் சொல்கிறேன். அதற்காக பூந்தமல்லி செல்லும் பெண்ணையெல்லாம் விசாரிக்க முடியுமா? நான் சந்தித்தப் பெண்களின் பொது குணத்தை வைத்துச் சொல்கிறேன்... ஏனென்றால் அந்த முழுப் பாதையும் ஒரு புகைப்படம் போல மனதில் இருக்கிறது. அதில் சென்றால் இந்த இடத்தில் இந்தக் கடை இருக்கும், இந்த இடத்தில் ஒரு பூக்காரி இருப்பாள், இந்த இடத்தில் ஒரு மரம் விழுந்து கிடக்கும், இந்த இடத்தில் ஒரு சிவப்புக் கட்டடம் இருக்கும் என்று முழுப்பாதையையும் அவர்கள் மூளையில் போட்டோ எடுத்துவிடுகிறார்கள். ஆண்களுக்கு இலக்குதான் முக்கியம் “பூந்தமல்லிதானே... எட்டு மணிக்குள்ள வந்திட்றேன்’ என்கிறார்கள். அவர்கள் மூளையில் நேரடியாக பூந்தமல்லி விரிகிறது.””

“பையனை என்ன செய்தாய்?”

“நீ என்ன வந்ததிலிருந்து குற்றவாளி போலவே பேசுகிறாய்? நான் செய்வது சமூகத்துக்கு நல்லது என்று புரியவில்லையா உனக்கு?”

“முயற்சி செய்கிறேன். சொல்.”

“உதாரணத்துக்கு செஸ் போர்டில் எத்தனை லட்சம் நகர்வுகள் செய்ய முடியும் என்று நிகழ்தகவு கணக்கு இருக்கிறது. இதை என் இரு குழந்தைகளுக்கும் அந்த அலைவரிசையில் சொல்லிக் கொடுத்தேன். பெண் ஏறத்தாழ எல்லா நகர்வுகளையும் சித்திரம் போல உள்வாங்கிக் கொண்டாள். நீ வேண்டுமானால் விளையாடிப்பார். நான்காவது நகர்வில் வீழ்த்தப்படுவாய்... ஏன் காஸ்ப்ரோ, விஸ்வநாதன் ஆனந்த்... யாரை வேண்டுமானாலும் அழைத்து வா... அவர்களுக்கும் அதே கதிதான். என் மகளை யாரும்

ஜெயிக்க முடியாது. பையன் அவனாக ஆட ஆரம்பிக்கிறான்... அதனால் தோற்றுப் போகிறான். லாஜிக் கூர்மையாவதற்கு வேறு முறையைக் கையாள இருக்கிறேன்."

மல்ஹோத்ரா கிட்டத் தட்ட இங்கிருந்து தப்பித்தால் போதும் என்ற மனநிலையில் இருந்தார். நம்மை ஒரு அறையில் போட்டு பரிசோதிக்க ஆரம்பித்துவிடுவானோ என்ற அச்சம் கண்களில் தெரிய ஆரம்பித்தது.

"நீ சொல்வதைப் பார்த்தால் பார்த்தால் எல்லோரும் பெண்டியம் ஃபோர் கம்ப்யூட்டர் மாதிரி ஒரே மாதிரி ஆகிவிடுவார்களே...?"

"எல்லோரும் ஒரே திறன் உடைய இசை வித்வான்களாக இருப்பார்கள், எல்லோரும் உயர்ந்த தரத்தில் கவிதை எழுதுவார்கள், சுருக்கமாகச் சொன்னால் எல்லோரும் ஒரே மாதிரி புத்திசாலியாக இருப்பார்கள். சமத்துவம்தானே வேண்டும்?"

மல்ஹோத்ராவுக்கு நல்லது மாதிரிதான் தோன்றியது. "வாழ்த்துகள் விஸ்வநாத்... நான் கிளம்பறேன்..."

குழந்தைகளை அழைத்து, "மாமாவுக்கு டாடா சொல்லுங்க" என்றார் விஸ்வநாத்.

குழந்தைகள் கால்களை கழுத்துவரைத் தூக்கி மேலும் கீழும் ஆட்டினார்கள். மல்ஹோத்ரா திடுக்கிட்டு பின் நகர்ந்தார்.

விஸ்வநாத் மெல்ல புன்னகைத்து குழந்தைகளை நோக்கி "பின்னங்கால் அல்ல, முன்னங்கால்..." என்றார்.

குழந்தைகள், காலை இறக்கிவிட்டு கைகளால் "டாடா" என்றனர். கட்டளையின் படியான நகர்வு தெரிந்தது.

"சில நேரங்களில் இந்த மாதிரி சின்னக் குழப்பங்கள் ஏற்பட்டுவிடுகின்றன. பதிவிறக்கத் தவறுகள்தான் காரணம்.. சரியாகிவிடும்" விஸ்வநாத் சாதாரணமாகச் சொன்னார்.

"ஓ அப்படியா?" மல்ஹோத்ரா ஆச்சர்யப்பட்டார் என்று சொல்ல முடியாது அதில் மெல்லிய அலறல் ஒளிந்திருந்தது.

காரை சாலைக்குத் திருப்பியதும் முதல் வேலையாக போலீஸ் கமிஷனருக்குப் போன் போட்டார் மல்ஹோத்ரா.

"ஸார் இரண்டு குழந்தைகளை உடனடியாகக் காப்பாற்ற வேண்டும். முகவரியா..? ம் குறித்துக் கொள்ளுங்கள்..."

கடைசிப் புத்தகம்

மானுடத்துக்கான கடைசிபுத்தகத்தையாரோ எழுதிவிட்டார்கள் என்று மிக ரகசியமாகப் பேசிக் கொண்டார்கள். ஆனால் அவ்வளவு உறுதியாக யாருக்கும் அதைப் பற்றித் தெரிந்திருக்கவில்லை. எழுதியது யாரென்றோ, எந்த தேசத்தவர் என்றோ, எந்த மொழியினர் என்றோ ஒரு தகவலும் தெரியாமல்.. அதே சமயத்தில் மிகத் தீவிரமாகப் பரவிக் கொண்டிருந்தது இந்தச் செய்தி. லிபர்ட்டி சிலை மிக பிரகாசமாக ஒளிர்ந்து கொண்டிருந்தது. நானிருக்கும் குடியிருப்பில் இருந்து அதை மிக நன்றாகப் பார்க்க முடிந்தது. அறுபத்து நான்காவது மாடியில் இருந்து பார்த்தால் அந்தச் சுதந்திர தேவி ரொம்ப குட்டை. இங்கிருப்பவர்களுக்கு உலகின் அத்தனை தகவல்களும் முதலாவதாகத் தெரிந்துவிடுவதாகச் சொல்வது உயர்வு நவிற்சியாக இருக்கக் கூடும்.

"உருவாவது எந்த இடமாகவும் இருக்கலாம் அதை முதலில் முழுதாக அனுபவிப்பது நாங்கள்தான். ஏனென்றால் நாங்கள் அமெரிக்கர்கள்" என்ற போலி இறுமாப்பு பலருக்கு இருந்தது. ஆனால் இந்த மாதிரி செய்தியை அப்படி நினைத்துக் கோட்டைவிட்டுவிடக் கூடாது என்பதில் கவனமாக இருந்தேன்.

ஸ்டீபனுக்கு அந்தப் புத்தகம் இருக்குமிடம் தெரிந்துவிட்டது என்று எனக்கும் சந்தேகம். அவனுடைய நடவடிக்கைகள் முழுவதுமாக மாறிவிட்டன. இன்டெர் நெட்டில் அதிக நேரம் செலவிடுகிறான். தேடுகிறான். சலித்துக் கொள்கிறான். தனிமையை விரும்புகிறான். வழக்கமாக அவன் அப்படியிருப்பவன் அல்ல. பெண் வேட்கை மட்டுமே பிரதானமாகக் கொண்டு ஒழுகுபவன். சதா நேரமும் கம்ப்யூட்டர், நூலகம், தனிமை என்று மாறிப் போய்விட்டான். கேட்டால் “பரீட்சை நெருங்கிவிட்டது. இன்னும் தாமதித்தால் நான் என் பண்ணைவீட்டுக்கு மூட்டைக் கட்ட வேண்டியதுதான்” என்கிறான். என்னமாய் சமாளிக்கிறான் பாருங்கள். அவனுடைய திடீர் தாடியும் கண்களின் தீட்சணமும் அந்தப் பொய்யை வெளிச்சம் போட்டுக் காட்டின. உண்மையில் மிகப் பெருவாரியான மக்களுக்கு இந்தச் செய்தியின் முக்கியத்துவம் புரியவில்லை. அவர்கள் பசி, பட்டினி, வறுமை, அல்லது வறுமையை ஒழித்தல், எந்தக் கட்சி ஜெயிக்கும், பெட்ரோல் தட்டுப்பாடு என்பதைப பற்றிப் பேசிக் கொண்டிருந்தார்கள். மக்கள் இப்படி அன்றாடப்பாட்டுக்கு அவதிப்படுவது இன்று நேற்று ஏற்பட்ட பழக்கமா? புறக்கணிக்கப்பட்ட பழத்தை உண்ட கணத்திலிருந்தோ, சிந்திக்க ஆரம்பித்த நாள் முதலோ பட்டுக் கொண்டிருப்பது. பிறவியைக் கடப்பது அவர்களுக்கு முன்னோர் போட்ட பாதையில் போவது போல பழக்கமாகிவிட்ட ஒன்று. யாரோ சிலர்தான் காலந்தோறும் ஞானத்தைத் தேடி அலைந்து திரிகிறார்கள். அவர்களில் சிலர் அதைக் கண்டெடுக்கிறார்கள்.

இன்னும் மிகச் சிலர்தான் அதனால் பயனடைகிறார்கள்; பயனளிக்கிறார்கள். ஜன சமுத்திரம் ஒரு போக்கில் அசைந்தாடிக் கொண்டிருக்கிறது. ஞானத்தைத் தேடும் கூட்டமோ சிறு துளிகளாகச் சிதறிவிழுகிறது. சிறுதுளிதான் பெருவெள்ளம். பெருவெள்ளம் மீண்டும் ஜன சமுத்திரத்தில் கலந்துவிடுகிறதோ...?எதற்கு இந்தக் குழப்பம்? அதைத் தெளிவிக்கும் அருமருந்தாகத்தானே அந்தக் கடைசி புத்தகம் இருக்கிறது என்கிறார்கள். அதன் பிறகு யாரும் புத்தகம் எழுதத் தேவையிருக்காது என்று உறுதியாகப் பேசிக் கொண்டார்கள். மனிதர்கள் புத்தகங்கள் வாயிலாக எதை இத்தனை ஆயிரம் ஆண்டுகளாகத் தேடிக் கொண்டிருக்கிறார்களோ அதற்கெல்லாம் சேர்த்து ஒரே ஒரு புத்தகமாக அதைத் தந்திருக்கிறார்கள். ஆனால் யார்?

ஸ்டீபனைத் தொடர்ந்து கண்காணிப்பது விறுவிறுப்பாக இருந்தது. அவன் சரியாகச் சாப்பிடுவதில்லை. சரியாகத் தூங்குவதுமில்லை. இரவும் பகலும் படித்துக் கொண்டிருந்தான். பாடப்புத்தகங்கள்தான் கையில் இருக்கின்றன. ஆனால் அந்தப் புத்தகங்களின் ஓரத்தில்

சங்கேத மொழியில் அவன் குறித்து வைப்பவை யாருக்கும் புரிவதில்லை. சில வரிகளை அடிக் கோடிடுவதையும் யாரும் சந்தேகிக்கவில்லை. வழக்கமாகப் பரீட்சைக்குப் படிக்கிறவர்கள் செய்வதுதான் என்று நினைக்கிறார்கள். சமையல்கலை புத்தகத்தின் ஒரு ஓரத்தில் அவன் 'அதே புத்தகம்' என்று குறித்து வைத்திருந்ததைப் பார்த்தேன். ஹோட்டல் நிர்வாகப் புத்தகத்தில் அவன் அடிக் கோடிட்டிருந்த வரிகள் என் சந்தேகத்தை வலுக்கச் செய்தன. "இறுதி ஆண்டு" என்ற வரியும் "புத்தகம்' என்ற வரியும் வெவ்வேறு வண்ண மையினால் அடிக் கோடிடப்பட்டிருந்தன. இதில் ஆண்டு என்பது திசைதிருப்புவதற்காக என்பது எனக்குச் சட்டென புரிந்து போனது. இதைவிட முக்கியமாக மலேசியாவில் உள்ள ஒருவனுடன் அடிக்கடி கடிதத் தொடர்பில் இருந்தான். இ மெயில் வேறு. கேட்டால் அங்கிருக்கும் ஹோட்டல் ஒன்றில் வேலைத் தேடுகிறேன் என்கிறான். அந்த மலேசிய நண்பனின் இ மெயில் முகவரியை நான் எப்போதோ தெரிந்து கொண்டேன் என்பது ஸ்டீபனுக்குத் தெரியாது. இதுதான் அவன் கடைசி புத்தகத்தைத் தேடும் லட்சணம். ஸ்டீபனைப் போல கடைசி புத்தகத்தைத் தேடுபவனில் ஒருவன்தான் அந்த மலேசிய நண்பன் என்பதும் எனக்குத் தோன்றியது. நிச்சயம் கடைசி புத்தகத்தை எழுதியவனாகவோ அல்லது அதை வைத்திருப்பவனாகவோ இருப்பான் எனத் தோன்றவில்லை. ஏனென்றால் அவனுடைய இ மெயில் முகவரி புத்தகப் புழு என்று தொடங்கியது. புத்தகங்களைத் தேடுபவன்தான் புத்தகப்புழு. எழுதியவனோ, அந்தப் புத்தகத்தைக் கண்டெடுத்தவனோ புழு என்று பெயர் வைத்திருக்க மாட்டான். நான் தைரியமாக அவனுக்கு ஒரு மெயிலை அனுப்பினேன். மிகவும் சுருக்கமாக. "அந்தப் புத்தகத்தை உங்களுக்கு தெரியுமா?' இதுதான் நான் அனுப்பிய செய்தி.ஒரே ஒருவரி. அவனைத் தூக்கி வாரிப் போடச் செய்திருக்கும் அது.

"யார் நீ என்று தெளிவுபடுத்தினால் நல்லது. என்னிடம் நீ கேட்கும் 'அந்த'ப் புத்தகம் எதுவும் இல்லை.-இஸ்மாயில்' எனப் பதில் வந்தது சில நொடிகளில். ஒவ்வொரு எழுத்தின் இடையிலும் ஊடுருவும் கண்கள் உட்கார்ந்திருப்பதை உணர்ந்தேன்.நீ புத்தகத்தைப் பற்றிச் சொல்வதாக இருந்தால் நான் என் தொலைபேசி எண்ணைத் தருவேன் என மீண்டும் செய்தி அனுப்பினேன்.எந்தப் புத்தகம் என்றான் தெரியாதவன் போல்.என்னை விவரம் தெரியாதவன் என்று நீ சந்தேகிப்பது நியாம்தான். முதலெழுத்தை மட்டும் சொல்கிறேன். 'க' - இப்படி ஒரு செய்தியை அனுப்பினேன். இனி மறைப்பதற்கு ஒன்றுமில்லை என அவன், "புத்தகத்தைப் பற்றிச் சொல்கிறேன், போன் நம்பரைச் சொல்' என்று செய்தி அனுப்பினான்.கடைசிப் புத்தகத்தைப் பற்றி சின்ன குறிப்பாவது

கிடைக்காதா என்ற பேராவல் எரிந்தது உள்ளுக்குள்.ஃபோனில் அவன் கடுமையாகப் பேசினான்.

“ஏன் என் உயிரை எடுக்கிறாய்? என்னிடம் அப்படி எதுவும் இல்லை... நீ என்ன மடையனா? இனிமேல் அந்தப் புத்தகத்தைப் பற்றி என்னிடம் பேசாதே” என பொரிந்து தள்ளினான். “உலகக் காப்பியங்கள், குவாண்டம் தியரி, கண்டுபிடிப்புகள், வாழ்க்கைத் தத்துவங்கள், உலக அதிசயங்கள், மாற்று எரி பொருள், கடந்த காலம், நிகழ் காலம், வருங்காலம் எல்லாமும் அதில் அடக்கமா? இவையெல்லாம் அல்லாத வெறொன்றா?” என்ற என் கூர்மையான கேள்வி என்னுடைய தாகத்தை அவனுக்கு உணர்த்தியிருக்க வேண்டும்.

“உனக்காகப் பரிதாபப்படுகிறேன்” - அதோடு அவனுடைய தொடர்பு முறிந்து போனது. அவன் என் காரணமாகவே அவனுடைய செல் போன் நம்பர், இ மெயில் முகவரி ஆகியவற்றை மாற்றிக் கொண்டுவிட்டான்.

ஸ்டீபன் என்னுடைய நடவடிக்கைகளைக் கண்டு சுதாரித்துவிட்டாதாகத் தெரிந்தது. அவன் என்னைவிட்டு விலகிச் செல்ல ஆரம்பித்ததோடு நான் அவனை மறைமுகமாகப் பின் தொடர்வதைச் சிலரிடம் புகாராகத் தெரிவித்திருந்தான். சில நெருங்கிய நண்பர்கள் என்னைச் சந்தித்து இப்படியெல்லாம் நடந்து கொள்ளக் கூடாது என்றனர். நான் அப்போது ஸ்டீபன் கடைசிப் புத்தகத்தைத் தேடிக் கொண்டிருப்பதை அவர்களிடம் சொல்லவில்லை. அதில் இரண்டு பிரச்சினைகள் இருந்ததன. கடைசி புத்தகத்தைப் பற்றி அவர்களும் தெரிந்து கொள்வார்கள். போட்டி அதிகமாகும். அதைவிட குழப்பம் அதிகமாகும்.

இரண்டாவது ஸ்டீபன் இன்னமும் அழுத்தமாக மாறிவிடுவான். அதன் பிறகு ஒரு விஷயத்தையும் தெரிந்து கொள்ள முடியாமல் போய்விடும்.நூலகத்தில் அவனருகில் அமர்ந்து மெல்லிய குரலில் ஜாடை மாடையாக “மொத்தம் அது எத்தனை பக்கம்’ என்றேன். கொஞ்ச நேரம் புரியாதவனாக நடித்தான். பின்னர் சுதாரித்து கையில் இருந்த “உணவு ஓர் ஆயுதம்’ என்ற புத்தகத்தைத் திருப்பிப் பார்த்துவிட்டு 326 பக்கம் என்றான். எத்தனை நாளைக்கு இந்த நாடகம் என்று தெரியவில்லை.அதுதான் கடைசிப் புத்தகம் என்றால் அதன் பிறகு யாரும் புத்தகம் எழுத வேண்டிய அவசியமே இருக்காது. அது இன்றுவரை வந்த அத்தனைப் புத்தகங்களின் இறுக்கத்தோடும் வரப்போகும் யுகங்கள் தரும் செய்திகளின் சாறு நிரம்பியும் இருக்கும் என்றும் யூகித்தேன். ஆனால் அது என்ன மொழி? எழுதியவர் எந்தத் தேசத்தவர்? எத்தனை பக்கங்கள் கொண்ட நூல் அது. உண்மையில் அது வழக்கமான புத்தகங்கள் போன்ற அளவில் இருக்குமா?

சித்திரகுப்தன் பேரேடு போல அளவில் பெரியதா? சொல்லுக்குள் காப்பியங்களைச் சுருக்கித் தரும் விந்தையா? இல்லை அதைப் படிக்கும் போது வார்த்தைகளுக்குள் இருக்கும் விஸ்வரூபத்தைக் கண்களுக்குப் பதில் மனம் உள்வாங்குமா? எனக்குச் சோர்வாக இருந்தது. இந்தச் சோர்வுக்கு மருந்து அந்தப் புத்தகத்தைக் கண்ணால் காண்பதன் மூலம்தான் கிடைக்கும் என்று தெரிந்தது.

மாலை நியூயார்க்கின் பிரதானமான "புல்லின் இதழ்' குடியறைக்குச் சென்றேன். இந்தியர்களும் வந்து பருகிச் செல்லும் இடம் அது. நான்காவது சுற்றில் புத்தி கிறுகிறுத்துக் கிடந்த போது எனக்கு இரண்டு டேபிள் தள்ளி ஒருவன் இப்படிச் சொன்னது கேட்டது: "அந்த ஒரு புத்தகமே போதும்,"அவன் ஆங்கிலத்தில் சொன்னாலும் அந்த உச்சரிப்பு இந்தியத் தன்மையுடன் இருந்தது. நான் தள்ளாடிச் சென்று, "அது என்ன புத்தகம்" என்றேன்.அவனும் கண்கள் சொருக, "எந்தப் புத்தகம்?" என்றான்."அந்த ஒரு புத்தகமே போதும் என்றீர்களே அது"அவன் ஹா... ஹாஹ... ஹா என்று சிரித்தான்.

"நிச்சயமாக அதைத் தெரிந்து கொள்ள வேண்டுமா?" என அவன் நண்பர்களைப் பார்த்தான். அவர்களும் சிரித்தனர். நான் தனியாக வந்திருப்பது தெரிந்து உடன் அமரச் சொன்னார்கள். பரஸ்பர அறிமுகம். சித்தார்த், கணேஷ், ராம், பகதூர் சிங். நால்வரும் மென்பொருள் பொறியாளர்கள்.

"அதை ஏன் பதிப்பிக்காமல் இருக்கிறார்கள்?" என்றேன்.

"விரைவில் பதிப்பிக்க இருக்கிறார்கள்" சித்தார்த் உறுதியாகச் சொன்னான். அனைவரும் மௌனமாக அடுத்தச் சுற்றைக் குடித்து முடித்தோம். எனக்குள் பெரும் சூறாவளி. இவ்வளவு நெருங்கியாகிவிட்டது. இனி கண்ட கண்ட புத்தகங்களுக்காக மரங்களை அழிக்க வேண்டியிருக்காது. இந்தப் புத்தகம்தான் சிறந்தது என்று நோபல், புக்கர் பரிசுகள் தேவையிருக்காது. எல்லாம் கையடக்கமாக ஒரே புத்தகத்தில் இடம் பெறப் போகிறது. தாவோயிஸம், நிஹிலிஸம், ஜென், யின்யாங், டாடாயிஸம், மார்க்ஸிஸம், சர்வ மதக் கோட்பாடுகள், ஜாவா, ஐஸ்ன்ஸ்டைன், ரிச்சர்ட் ஃபெய்ன்மேன், மார்க்வெஸ், இஸபெல் அலன்டே, டால்ஸ்டாய், கான்ட், மகாபாரதம், தம்மம், குருநானக், கன்பூசியஸ், ஜேம்ஸ் பாண்ட், காத்தரீனா ஜூலி, புளியங்குடி, ஐபாட், இன்டல், கூகுள், ஆப்ரிக்கா, நைல், லெமூரியா.... எல்லோரும் எழுந்தனர்.

"அதில் எல்லாம் இருக்கிறதா?" என்றேன்.

"எதில்?" என்றான். போதை உச்சந் தலையில் குடியிருந்தது.

"சரி நாளைக்கு வருகிறீர்களா இங்கு?" என்றேன். அவர்களின்

அலுவலக முகவரியோ, செல்பேசி எண்ணோ வாங்கிக் கொள்ளாமல் போனது பெரிய தவறு. மறுநாள் அவர்கள் வரவில்லை. தொடர்ந்து பல நாள் சென்று பார்த்தும் அவர்கள் வரவேயில்லை. பல மென் பொருள் நிறுவனங்களுக்குப் ஃபோன் செய்து பார்த்தேன். கடலில் பெருங்காயம் கரைத்த மாதிரி அவர்கள் கரைந்து போயிருந்தார்கள். கைக்கு எட்டியது மூளைக்கு எட்டவில்லை. ஷேர் மார்க்கெட்டில் சரிந்தவன் மாதிரி நிலைகுலைந்து போனேன்.கடைசிப் புத்தகம் பற்றி எனக்கொரு கருத்துருவம் கிடைத்தது. மரம் என்றதும் எனக்கு மாமரமோ, புளியமரமோ தேக்கு மரமோ, நாற்காலியோ, ஸாமில்லோ ஞாபகத்துக்கு வருவதற்கு முன் கட்டுமரம் ஞாபகத்துக்கு வரும். அது கடலில் இருக்கும் மரம்... சொல்லப் போனால் கடலில் மிதக்கும் மரம். அப்படியான ஒரு கருத்துரு.

கடைசிப் புத்தகம் கருப்பு அட்டைப் போட்டிருக்கும். சுமார் நூறு பக்கங்களுக்குள்தான் இருக்கும். எழுதியவரின் பெயரோ, புத்தகத்தின் பெயரோ அட்டையில் இடம் பெற்றிருக்காது. அதைப் படித்தால் புத்திசாலி ஆவது முக்கியமில்லை. மகிழ்ச்சியாக இருக்கும். புத்திசாலி ஆவதன் நோக்கம் மகிழ்ச்சியாக இருப்பதுதானே? அதனால் நேரடியாக நோக்கம் நிறைவேறும்.

எல்லாப் புத்தகங்களும் நோக்கத்தை அடைவதற்கான படி நிலைகளைச் சொல்கின்றன. சில படிகள் உயரமானவை. அந்தப் படிக்கே படி தேவைப்படும் அளவுக்கு. சில எங்கெங்கோ வேறு மாடிகளுக்குக் கொண்டு சென்று விட்டுவிடுபவை. சில எத்தனை முறை ஏறினாலும் அதே இடத்துக்குக் கொண்டு வருபவை. சில சுழற்படிக்கட்டுகள் கிறுகிறுக்க வைத்து அச்சுறுத்துகின்றன. சில நடக்க நடக்க முன்னேறிச் செல்வது போல தோற்றமளித்துக் கீழே தள்ளிவிடுபவை. ஒவ்வொரு எழுத்தும் இலக்கை நோக்கியதாக இருப்பதுதான் கடைசிப் புத்தகத்தின் சிறப்பு என்றும் தோன்றியது. ஆனால் அது என்ன மொழியில் எழுதப்பட்டிருக்கும் என்பதில் கருத்துரு எதுவும் ஏற்படவில்லை. ஸ்டீபனோ, இஸ்மாயிலோ, சித்தார்த்-கணேஷ்- ராம்- பகதூர் சிங்கோ பார்த்திருக்கிறார்கள். சிக்கல் என்னவென்றால் அவர்களால் அதைச் சரியாகச் சொல்ல முடியவில்லை. அல்லது கிடைத்தற்கரிய ஞானத்தை இன்னொருத்தருக்கு அநாயாசமாகத் தாரை வார்த்துத் தருவதில் அவர்களுக்கு யோசனை இருக்கலாம். கடைசிப் புத்தகத்தாலும் இந்த அற்பத்தனங்களை அகற்ற முடியாதா என்ன? புத்தகத்தின் எல்லையைத் தொட்டவர்களுக்குத்தானே அந்த ஞானம் கைக்கூடும்? இவர்கள் எல்லாம் புத்தகத்தை அறிந்தவர்கள் மட்டுமே. படித்தவர்கள் அல்ல.

கருத்துருவின் அடுத்த கட்டம் இது. படித்தால்தான் அது

கைக்கூடும். படிக்காமல் இருக்கும்வரை அது நாய் பெற்ற தெங்கம் பழம்தான்.நகரின் மிகப் பெரிய புத்தகக் கடை அது. நான் அதற்குள் பிரவேசித்தேன். இலச்சினை அணிந்த கடைச் சிப்பந்தி என்னை அணுகி, எனக்கு உதவும் குரலில் என்னப் புத்தகம் வேண்டும் என்றான்.நான் சற்று கிண்டலாகவே “கடைசி புத்தகம்” என்றேன்.

அவன் சிந்தித்துப் பார்த்துவிட்டு “யார் எழுதியது?” என்றான். நான் பதில் சொல்லாமல் நகர்ந்தேன். யார் எழுதியதாம்? என்ன கேள்வி இது. ரிச்சர்ட் ஃபோர்ட் என்றோ, குப்புசாமி என்றோ ஒரு பெயர் இருக்க வேண்டும் என்ற அவசியம் கடைசி புத்தகத்துக்கு உண்டா?...அட... ஒரு கருப்பு அட்டையிட்ட புத்தகம் அங்கே இருந்தது. நினைத்தது போலவே அதன் மேல் புத்தகத்தின் பெயரோ, எழுதியவரின் பெயரோ இல்லை. நூறு பக்கங்களுக்கு அதிகம் இல்லாத கனம்தான். நான் புத்தகத்தின் இரண்டு பக்க அட்டையையும் திருப்பிப் பார்த்தேன். கருப்பு அட்டையைத் தவிர விலைக்கான கோடுகள் மட்டும் இருந்தன. உள் பக்கங்கள் எந்த மொழிக்கும் சொந்த மற்று இருந்தது. ஒவ்வொரு பக்கமும் பிரபஞ்ச வெளியின் கரும்பொருளாக ஆகஷ்கரித்தது. வார்த்தைகள், இலக்கணங்கள் பொருளிழந்து போன அமைதியின் பிரசங்கமாக இருந்தது. சட்டென மூடினேன்.

கோடியுகங்கள் கடந்தோடி முடிந்தது மாதிரியும் இருந்தது. யாருமே சீண்டாமல் ஓர் ஓரமாக அது இவ்வளவு நாளாக இருந்திருக்கிறது. நான் வினாடியில் பரபரப்படைந்துவிட்டேன். படபடப்பாக இருந்தது. இதயம் தாவி தொண்டைக்குழிக்குள் வந்துவிட்டதுபோல இருந்தது. கவுண்டரில் கொடுத்தபோது “இது மட்டும்தானா?” என்றான். “இதற்குமேல் வேறொதுவுமே தேவையிருக்காது, யாருக்கும்” என்றேன். குரல் குழறி யாருடையதோ போல ஒலித்தது.

வரி கோடுகள் அற்ற, முழு வெள்ளை நூறு பக்க நோட்டு ஒன்று, விலை ஒரு டாலர் என்று அவனுடைய கம்ப்யூட்டரில் ஒளிர்ந்தது. புத்தகத்தை வாங்கிக் கொண்டு வேகமாக அறையை நோக்கி நகர்ந்தேன்.

வார்த்தையுள் ஒளிந்திருக்கும் கிருமி

சொல்லப்போனால் நான்கு நாட்களும் அவர்களுக்கு ஒரு சிங்கமும் கிடைக்கவில்லை. "அசாமில் சிங்கம் இருப்பதாக யார் சொன்னார்கள்' என்றான் ஆல்பர்ட். "ஆப்ரிக்காவைவிட்டால் குஜராத்தின் கிர் காடுகளில் சில எஞ்சியிருக்கின்றன. அசாமில் இருந்தவற்றை எப்போதோ வேட்டையாடி முடித்துவிட்டார்கள்' என்றான். மற்ற மூவருக்கும் நப்பாசை.

கிழக்கு இமயமலை அடிவாரத்தின் அடர்த்திபற்றி கேட்டிருந்தாலும் பிரம்மபுத்ராவின் பேரிரைச்சலோடும் குளிரோடும் அதை அனுபவிக்கும்போது பிரமிப்பாகவும் அச்சுறுத்துவதாகவும் இருந்தது. துணைக்கு திஸ்பூரிலிருந்து இரண்டு பேர் வந்திருந்தார்கள். இவர்களின் காமிரா, சமையல் பாத்திரங்களை இறக்கி வைப்பதும் மீண்டும் ஏற்றுவதும் அவர்களின் வேலை. ஆங்கிலம் அவர்களுக்கு நன்றாகவே தெரிந்திருந்தது. கிரிஸ்டியன் மிஷனரிகள் செய்த உருப்படியான வேலை. கீழ்படிதலுள்ள நம்பிக்கையான ஆசாமிகள். ஆனால் அதிகமாகப் புகையிலைப் பயன்படுத்தினார்கள். வந்த அன்று ஆல்பர்ட் அதை ஒரு இழு இழுத்துவிட்டு ஐந்து மணி நேரம் பிணம் போல கிடந்தான்.

கெய்தாச்சூ சோமாலியாவைச் சேர்ந்தவன். பிரெய்ன் மற்றும் வில்லியம் சிட்னியில் இருந்து வந்தவர்கள். ஆல்பர்ட்.. லண்டன். கெய்தாச்சுவுக்கு ஆப்ரிக்கக் காடுகளில் இருந்த பரிச்சயம் இங்கு பயன்படும் என்று நினைத்தது பயனளிக்கவில்லை. சமவெளி காடுகளுக்கும் மலைக்காடுகளுக்கும் அதிக வித்தியாசம் இருந்தது. எதிர்பார்த்ததைவிட அதிகக்குளிர். ஆற்றின் இரைச்சல் காட்டின் தீராத அடையாளம்போல எப்போதும் கேட்டுக் கொண்டிருந்தது. நம்பிக்கை இழந்தவனாகவும் குளிர் தாங்க முடியாதவனாகவும் வில்லியம் அடிக்கடி குடித்துக் கொண்டிருந்தான். ஜீப்பை நிறுத்திவிட்டு ஓர் உச்சிப் பகுதியில் நின்று பார்த்துக் கொண்டிருந்தபோது பைனாகுலரை ஆல்பர்ட்டிடம் கொடுத்து அங்கே பார் என்றான். அந்த இடம் காய்ந்த புல் புதராக இருந்தது. அதன் மஞ்சள் நிற அசைவு சிங்கத்தை ஞாபகப்படுத்துவதாக இருந்தது. பைனாகுலரை எவ்வளவு சரிபடுத்திப் பார்த்தபோதும் அங்கு சிங்கம் இருப்பதற்கான அடையாளம் தெரியவில்லை. இந்த லட்சணத்தில் மேற்கொண்டு போனால் டாகுமென்ட்ரி எடுத்தது மாதிரிதான்.

பைனாகுலரில் பார்த்தபடி நாலாபக்கமும் சுழன்றான் ஆல்பர்ட். சற்றும் எதிர்பாராதவிதமாக அவன் கால் இடறினான். அது ஓர் அதள பாதாளம். சேற்றில் சறுக்கி மரக்கிளைகளில் சிக்கி, பாறைகளில் மோதி அவன் அந்தக் கானகத்தின் இருண்ட பகுதியில் குற்றுயிரும் குலையுயிருமாகத் தூக்கி வீசப்பட்டான். அதிகமாகக் குடித்திருந்ததாலும் நிறைய காயங்களினாலும் அவன் மூர்ச்சையாகிக் கிடந்தான். அவன் நான்கு நாட்களாக எதற்கு ஆசைப்பட்டானோ அது அவனுக்கு பத்தடி சமீபத்தில் இருந்தும் அவன் நினைவின்றிக் கிடந்தான். அவன் தூக்கி ஏறியப்பட்டது ஒரு சிங்கத்தின் குகை வாசலில். சிங்கமும் அவனுக்காகவே காத்திருந்தது போல தலையை லேசாக உயர்த்திப் பார்த்துவிட்டு அவனாக எழுந்திருக்கட்டும் என்று காத்திருந்தது.

இரவு முடிந்து பகல் பொழுது தன் கிரணங்களால் கானகத்தின் இருட்டுக்குள் நூலென நுழைந்தது. ஆல்பர்ட் முனகலோடு கண்களைத் திறந்தான். ஈரமான இடத்தில் அவன் உடல் நனைந்து பழுத்து நடுங்கிக் கொண்டிருந்தது. சற்று தள்ளி தன் கண்களைச்சற்றே திறந்து அவன் பக்கம் திரும்பியது சிங்கம். பதறிப்போய் எழுந்திருக்க நினைத்தான். அவனால் முடியவில்லை. காலிலோ, முதுகிலோ பயங்கரமான காயம் இருப்பதை உணர முடிந்தது. மார்பிலும்கூட வலித்தது. நிம்மதியாக கூவிக் கதறவேண்டும் என்று அவன் நினைத்தான். அந்த வலிக்கு அப்படி அழுதால்தான் ஆறுதலாக இருக்கும். எதிரில் இவ்வளவு பெரிய சிங்கம் உட்கார்ந்திருக்கும்போது

அது எப்படிச் சாத்தியம்? நாம் மயக்கத்தில் இருந்தபோதே நம்மை இது சாப்பிட்டிருக்கலாமே என்று தோன்றியது. அப்படியே சிங்கத்தின் கண்களைப் பார்த்துக் கொண்டிருந்தான். அது பெரிய கொட்டாவிவிட்டது. சாப்பிடத்தான் வாயைத் திறந்ததாக அஞ்சித் தரையில் சில அங்குலம் நகர்ந்தான் ஆல்பர்ட்.

சிங்கம் எழுந்து அவனை நோக்கி வந்தது. ஆறடி அகலம் இருக்கும் என்று தோன்றியது.

அருகில் வந்து "பார்த்து வரக்கூடாது?" என்றது.

பேசியது சிங்கம் தானா இல்லை பிரமையா, விழுந்த அதிர்ச்சியில் சித்தம் கலங்கிவிட்டதா என்று சந்தேகமாக நகர்ந்து குகைச்சுவரில் சாய்ந்து உட்கார்ந்தான்.

சிங்கம் உட்பக்கம் திரும்பி "இவருக்கு ஏதாவது சாப்பிடக் கொடு" என்றது. நிச்சயமாக பிரமையில்லை. சத்தியம். நிஜம். தெளிவாக ஆங்கிலம் பேசுகிறது சிங்கம். வாட்டிய நீர்வாத்து இறைச்சியை இழுத்து வந்து வைத்தது ஒரு பெண் சிங்கம். பெரிதும் சிறிதுமாக வேறு சில சிங்கங்கள் அங்கே இருப்பது அப்போதுதான் தெரிந்தது.

வாட்டிய இறைச்சி, கணவனுக்குக் கட்டுப்பட்ட பெண் சிங்கம், ஆங்கிலம் எல்லாமே தலைவெடிக்கும் புதுமையாக இருந்தது.

"உனக்கெப்படி ஆங்கிலம் தெரியும்?" என்றான் ஆல்பர்ட்.

"மனிதர்களின் பேராசையைப் புரிந்து கொள்ள எனக்கு வேறு வழி தெரியவில்லை. இந்தப் பாழாய் போன மொழியைக் கற்க நான்பட்ட பாடு கொஞ்ச நஞ்சமல்ல. ஏதற்காக மனிதன் இவ்வளவு வெறியனாக இருக்கிறான் என்பது எங்கள் வன விலங்குகள் எதற்குமே புரியாமல் இருந்தது. ஓயாமல் மனிதன் காட்டின் மீதே குறியாக இருக்கிறான். போகிற போக்கில் எங்கள் இனத்தை வெட்டிச் சாய்க்கிறான். சுட்டுப் பொசுக்குகிறான். மரங்களை வெட்டுகிறான். காட்டு நிலங்களை அகழ்ந்து கனிம வளங்களைச் சுரண்டுகிறான். அணைகள் கட்டுகிறான். காடு, மனிதனுக்கு பைத்தியக்காரன் கையில் கிடைத்த வெடிகுண்டு போல இருக்கிறது. சாப்பிட்டுக் கொண்டே கேள்... என்னைக் காட்டு ராஜா என்று காலமெல்லாம் நீங்கள் உங்கள் குழந்தைகளுக்குக் கதைச் சொல்லி வருகிறீர்கள். என்ன பிரயோஜனம்? ஒரு ராஜா செய்யக் கூடிய எந்தப் பணியையும் என்னைச் செய்யவிடுவதில்லை நீங்கள். கையையும் காலையும் கட்டிப் போட்டுவிட்டு காட்டாற்றில் நீந்தச் சொல்கிறீர்கள். உங்களின் வாழ்நிலங்களில் நாங்கள் வந்தால் நீங்கள் அனுமதிப்பதில்லை. உங்கள் வாழ்நிலம் என்று சொல்வதே தவறுதான். அதுவும் எங்கள் வாழ்நிலம்தான். அதாவது நம்முடைய வாழ்நிலங்கள். என்ன நடந்தது? மெல்ல மெல்ல

அவற்றை நீங்கள் உங்களுடையது என்று ஆக்கினீர்கள். இப்போது அதையும் வைத்து வாழத்தெரியாமல் அதிலும் எங்கள் நாடு.. உங்கள் நாடு என்று பிரிவினைகள். நாட்டுக்குள் என் வீடு உன் வீடு என்று பிரச்சினைகள்... பாகப் பிரிவினைக் கொலைகள். எப்படியோ உங்களுக்கான இடத்தில் வாழ்ந்துவிட்டுப் போங்கள். இங்கே ஏன் வருகிறீர்கள் என்பதுதான் என் கேள்வி. ஒரு காட்டு அரசன் இதைக்கூட கேட்கக் கூடாதா?"

நீர்வாத்தின் இறைச்சி லகுவாக உள்ளே இறங்கிக் கொண்டிருந்தது. உப்பில்லாதது பெரிய குறையாகத் தெரியவில்லை. சிங்கம் மிக நியாயமான கேள்வியாகக் கேட்டுக் கொண்டிருந்தது. வெறுமனே தலையை மட்டும் அசைத்துக் கொண்டிருந்தான்.

"அதோ தெரிகிறதே அது பாக்சைட் ஆலை. இதோ இந்தப் பக்கம் புனல் மின் நிலையம். காட்டை இப்படி வளைத்துப் போட்டுவிட்டீர்கள். நீங்கள் எங்கு போகிறீர்களோ அங்கெல்லாம் சாலை போட்டு கறுப்பு நிறத்தில்... அது என்னம்மா..? ம்ம்.. தார் சாலை போடுகிறீர்கள். சகிக்கவில்லை. அது காட்டைக் கிழிக்கிற மாதிரி இருக்கிறது. எங்கள் பாதையில் அது குறுக்கிட்டால் ஒழிய அதில் நாங்கள் காலை வைப்பதில்லை. வைக்கும்போது உடம்பே கூசுகிறது. நீங்கள் சாலை போடுவதை எங்களுக்கு உதவி செய்வதாக நினைக்கிறீர்களா இரவு நேரங்களில் நாங்களும் அதைப் பயன்படுத்திக் கொள்வோம் என்று நினைத்தால் அது தவறு. அது எங்களின் வழி அறுக்கும் இம்சை. நீங்கள் எங்கள் வலியை, எங்கள் கோரிக்கையை எப்போதும் புரிந்து கொள்ள முயற்சித்ததே இல்லை. அதனால்தான் நாங்கள் உங்களுக்குப் புரிய வைக்கிற மாதிரி உங்கள் மொழியையே கற்க நினைத்தோம். இங்குள்ள பழங்குடி மக்களுக்கு மருத்துவ சேவையும் கல்வியும் தருவதற்காக 10 ஆண்டுகளுக்கு முன்பு குழு ஒன்று வந்தது'. ஸ்டீபன் ஜார்ஜ்தான் தலைவர். நல்ல மனிதர். எங்கள் பிரச்சினையைப் புரிந்து கொண்டு எங்களுக்கு மொழியைக் கற்பித்ததோடு கடைசி வரை எங்களுடனே வாழ்ந்து மறைந்தார்'" பேசிக் கொண்டே அது பார்த்த திசையில் பூக்களால் அலங்கரிக்கப்பட்ட மண் மேடு தெரிந்தது. சிங்கக் குட்டிகள் சற்றே சினேகமாகி ஆல்பர்ட்டின் மேல் வந்து உட்கார்ந்து விளையாட ஆரம்பித்தன. அவன் கையில் கட்டியிருந்த வாட்ச், அணிந்திருந்த பூட்ஸ் போன்றவற்றை வினோதமாகப் பார்த்தன.

"அவருக்கு அடிபட்டிருக்கிறது. தொந்தரவு செய்யாதீர்கள். கொஞ்சம் உடம்பு சரியானதும் நம் மூலிகைக் குளத்தில் குளிக்க வையுங்கள்" குட்டிகளுக்கு ஆணையிடுவது போலவும் அறிவுறுத்துவது போலவும் இருந்தது அது.

பரவாயில்லை இருக்கட்டும் என்று மடியில் எடுத்து வைத்துக்

கொண்டான்.

“எங்களுக்கெல்லாம் பெயர் வைப்பதற்காக ஸ்டீபன் முயற்சி செய்தார். நாங்கள் அதை ஏற்றுக் கொள்ளவில்லை. எங்கள் அனைவருக்கும் ஒரு அடையாளம் இருக்கிறது. நாங்கள் வாசனைகளாலும் உருவங்களாலும் வனத்தின் ஒவ்வொரு விலங்கையும் நாங்கள் அறிந்து வைத்திருக்கிறோம். முதலைகள், கிளிகள், யானைகள் எல்லாமே எங்களுக்கு வாசனையால் சப்தத்தால் அடையாளமாகிவிடும். பெயர் புதிய குழப்பமாக மாறிவிடும் என்று விட்டுவிட்டோம். தீயிலிட்டு உண்பதுகூட ஸ்டீபன் ஏற்படுத்திய பழக்கம்தான். பச்சையாகச் சாப்பிடுவது அவருக்கு ஒத்துக் கொள்ளவில்லை. அவருக்காக ஏற்படுத்தப்பட்ட பழக்கம் அப்படியே எங்களுக்கும் தொற்றிக் கொண்டுவிட்டது. ஆனால் நாங்கள் உப்பிடுவதில்லை. இந்த உப்புக்கு மயங்கித்தான் எங்கள் குரங்குகள் உங்கள் நகரத்துக்கு இடம் பெயர்ந்து பிச்சைக் காரனைப் போலவும் வழிப் பறிக்காரனைப் போலவும் வாழத் தொடங்கியிருக்கின்றன.”

“எங்களை சர்க்கஸ்களில் சாட்டையால் அடித்து வாயைத் திறக்கச் சொல்லி துன்புறுத்துகிறீர்களே... நியாயமா? சிங்கங்கள் வாயைத் திறந்து காட்டுவதைப் பார்ப்பதற்கு ஒரு கூட்டம். உங்கள் ரசனையும் புரியவில்லை. வாயைத் திறந்தால் வேறு என்ன இருக்கும் என்று எதிர்பார்த்து சர்க்கஸ் பார்க்க வருகிறீர்கள்? மிருகக்காட்சிச் சாலையில் இன்னொரு கொடுமை பத்துக்குப் பத்து கூடத்தில் அடைத்து வைத்து அதிலேயே நாங்கள் மூத்திரம் பெய்து அதிலேயே சாப்பிட்டு அங்கேயே இனப் பெருக்கம் செய்து... எல்லாம் கேள்விப்பட்டேன். எங்களைச் சிறைச்சாலையில் அடைத்துவைத்துப் பார்ப்பதில் என்ன சுகம் கிடைக்கிறது உங்களுக்கு? உங்களுக்குத்தான் தலையெழுத்து... எவனையாவது குற்றம் புரிந்தான் என்று சொல்லி சிறையில் அடைத்து வைப்பீர்கள். நான் கேட்கிறேன், குற்றம் என்றால் என்ன? நீங்களாக இது இவனுக்குச் சொந்தம் என்று வரையறுக்கிறீர்கள். அதன் பிறகு அதை இன்னொருத்தன் எடுத்துப் பயன்படுத்தினால் குற்றம் என்கிறீர்கள். அதற்குத் தண்டனை சிறை. இது வரைக்கும் என் நாடு என்கிறீர்கள். அதை ஒருவன் மீறினால் சிறை. நீங்கள் எங்களுடன் இருந்த காலம்வரை எல்லாம் எல்லாருக்கும் பொதுவானதென்றும் அடையும் முயற்சியுடைவர் அதைச் சாப்பிடும் உரிமையுள்ளவர்களாகவும் இருந்தோம். உங்கள் சித்தாந்தங்களால் எவ்வளவு கலவரங்கள், போர்கள், வழக்குகள், பிரச்சினைகள், படுகொலைகள், நிம்மதி இன்மைகள், நோய்கள், பித்தலாட்டங்கள், துரோகங்கள். நீங்கள் நினைத்தால் உங்களுக்கு இருக்கும் வசதிக்கு இன்னும்கூட நன்றாக வாழலாம் என்று ஏன்

புரியவில்லை?”

ஆல்பர்ட் அமைதியாக இருந்தான்.

“என்னுடைய பேச்சில் இலக்கணப் பிழை அதிகமாக இருக்கிறதா? நான் பேசுவது புரிகிறது இல்லையா?”

“நன்றாகப் புரிகிறது. பதில் சொல்ல முடியாமல்தான் அமைதியாக இருக்கிறேன். கலாசாரம், பண்பாடு, பழக்க வழக்கம் என்று எங்கள் தலையில் சுமத்தப்பட்டதன்படி நாங்கள் எங்கள் வாழ்க்கையை ஒழுகுகிறோம். அல்லது அதில் மாற்றம் வேண்டும் என்று போராடுகிறோம். திருமணங்கள் இப்படி இருக்க வேண்டும் என்று ஒரு விதி இருக்கிறது. அதை பேணுகிறோம். அல்லது அப்படி இருக்க மாட்டோம்... இப்படித்தான் வாழ்வோம் என்று எதிர் கலாசாரம் செய்வோம். எங்களுக்குப் போதிக்கப்பட்ட மகிழ்ச்சிகளை நாங்கள் தொடர்ந்து அனுபவித்து வருகிறோம். யாராவது புதிய மகிழ்ச்சிகளை அறிமுகம் செய்கிறார்கள். அப்படித்தான் மிருகக் காட்சி சாலையில் விலங்குகளை அடைத்து வைத்துப் பார்க்கிற மகிழ்ச்சியும். நீங்கள் வருந்த வேண்டாம். காலப் போக்கில் அதை நாங்கள் உணர்ந்து அத்தகைய இடங்களை அகற்றிவிடுவோம். எங்கள் தேவைகளும், பாதுகாப்பு உணர்வும் எங்களைக் காட்டு வளங்களைத் தேடி வரச் செய்திருக்கிறது. பயமும் நல்ல நோக்கமும் அதிகமாகும்போது அது சரியாகிவிடும்” என்றான் ஆல்பர்ட்.

“எனக்கு நம்பிக்கை வரவில்லை. மனிதர்களின் ரசனை, அவர்களின் வாழ்க்கை பற்றிய பயத்தால் மேலும் சுருங்கிக் கொண்டிருக்கிறது. குயுக்தி நிரம்பியதாகவும் பொய்மை நிரம்பியதாகவும் மாறிக் கொண்டிருக்கிறது. இவர்கள் போகிற பாதையில் தரமான மகிழ்ச்சிக்கு வாய்ப்பே இல்லை. அப்படியொரு அனுபவத்தை அவர்களால் இனி அடையாளம் காணவும்கூட முடியாது. அது அவர்களின் முன்னால் காட்டுப் பழம்போல ஒதுக்கப்பட்டுப் புறம்தள்ளப்படும் “ சிங்கம் யோசனையில் ஆழ்ந்தது. ஆல்பர்ட் வலியால் ஏற்பட்ட காய்ச்சல் காரணமாகக் கண்கள் சொருகினான்.

அடுத்த இரண்டு நாட்களில் மூலிகைக் குளத்தின் குளியல் காரணமாகவோ, சிங்கங்கள் அடையாளம் காண்பித்த சில தழைகளை உண்டதாலோ வலி குறைந்து சற்றே நடமாடக் கூடியவனாக மாறியிருந்தான் ஆல்பர்ட். பிரம்மபுத்ராவின் கிளையாறு போல இருந்தது அது. அவ்வளவு ஆவேசமில்லாத நீரோட்டம். சில்லென்ற குளியலும் துவைத்துக் காயப்போட்டு புதிதாக அணிந்த உடையும் அவனைப் புத்துணர்வாக்கியது. உடன் துள்ளிகுதித்து வந்த சிங்கத்துக்கு ஐந்து அல்லது ஆறு

வயது இருக்கும்.

"உங்களால் எப்படி ஆங்கிலம் கற்றுக்கொள்ள முடிந்தது?" என்றான் அவற்றிடம்.

"அதான் பெரியப்பா தெளிவாகச் சொன்னாரே... ஸ்டீபன் மாமாவைப் பற்றி..."

"இருந்தாலும் எனக்கு ஆச்சர்யமாகத்தான் இருக்கிறது."

"எங்களால் ஆங்கிலம் பேச முடியும் என்று நீங்கள் நம்பிக்கை வைத்தீர்களா? எப்போதாவது அதைக் கற்பிக்க வேண்டும் என்று விரும்பினீர்களா? என்னமோ பலமுறை சொல்லித் தந்து எங்களுக்கு வராமல் போனது போல கேட்கிறீர்களே?'. உங்களையும் பிறந்ததும் காட்டுக்குள் கொண்டு வந்து போட்டால் ஓநாய் பையன் போலத்தான் வளருவீர்கள் தெரியுமா?"

ஆல்பர்ட் சிரித்தான். "ஏற்கெனவே உங்களுக்கு சர்க்கஸில் தரும் பயிற்சியை மட்டும் நீங்கள் ஏற்றுக் கொள்கிறீர்களா?"

"வாயைத் திறந்து பற்களைக் காட்டச் சொல்வது ஒரு பயிற்சியா?"

பேசியபடி குகை வாசலை நெருங்கினர்.

சிங்கராஜா, ஆல்பர்ட்டைப் பார்த்து "இப்போது பரவாயில்லையா?" என்றது.

உள்ளே இருந்து வாட்டிய முயல் கறியை இழுத்து வந்து போட்டது ஒரு குட்டிச் சிங்கம்.

"முடி நீக்கப்படாமல் இருக்கும் பார்த்துச் சாப்பிடு" என்றபடி "ஏதோ தீவிரமாகப் பேசிக் கொண்டு வந்தீர்களே" என்று விசாரித்தது.

"எல்லாம் நம் ஆங்கிலம் பற்றித்தான்" என்று போட்டு உடைத்தது குட்டி.

"கற்பவருக்கும் அதில் ஆர்வம் இருக்கும்பட்சத்தில் எதுவும் சாதாரணம்தான்." சற்று சாய்ந்து படுத்துக் கொண்டு, "ஆனால் விலங்குகள் எதுவும் எதையும் கற்க விரும்புவதில்லை. தன் முனைப்பும் விலங்குகளின் பரிணாமத்துக்கு ஒரு காரணம்தானே? தான் இப்போது இருக்கிற நிலையிலேயே இருக்க விரும்பும் விலங்குக்கு அடுத்த கட்டங்கள் அர்த்தமற்றவையாகிவிடும். ஒரு தேனீ தேனுப்பதில் அலாதி ஆனந்தம் கொள்கிறது. அது கேரட் சாப்பிட ஒருபோதும் விரும்பியதில்லை. நாங்கள் மான் சாப்பிடுகிறோம். ஒரு போதும் மான் பிரியாணி சாப்பிட விரும்பியதில்லை. அப்படி ஆசைப்பட்டவுடன் அடுத்தகட்டம் ஏற்படுகிறது. அதற்கு விலையாக நாங்கள் எங்கள் இயல்பான மகிழ்ச்சியை இழக்கிறோம். மனிதர்களின் பகுத்தறிவு அதற்கான

சவால்களைத் தொடர்ந்து சந்தித்தாக வேண்டியிருக்கிறதல்லவா?"

ஆல்பர்ட்டுக்கு சிங்கம் பற்றிய பயம் சுத்தமாக இல்லை. மிகச் சரளமாக அவற்றுடன் பேசவும் பழகவும் ஆரம்பித்திருந்தான்.

சிங்கம் தொடர்ந்தது. "உங்கள் வார்த்தைகள் இன்னும் செப்பனிடப்பட வேண்டியிருக்கிறது."

ஆல்பர்ட் "உண்மைதான். ஆரம்பக் கோளாறுகள் அப்படியே தொடருகின்றன. உதாரணத்துக்கு பி.. யூ.. டி.. புட் எனப்படுகிறது. ஆனால் பி.. யூ..டி.. பட் என."

"நான் அந்த மாதிரி கோளாறுகளைச் சொல்லவில்லை. மொழியை நீங்கள் வசதிக்கேற்றவாறு வளைக்கிறீர்கள். சொல்லப் போனால் உங்கள் தவறுகளில் இருந்து தப்புவதற்காக அதை அதிகம் பயன்படுத்துகிறீர்கள். வசியம் செய்கிறீர்கள். விலங்குகளிடம் அந்தப் போலித்தனம் ஒரு போதும் இல்லை."

ஆல்பர்ட் அமைதியாக இருந்தான். சிங்கம் முகட்டில் நின்று பருவகால சூழலை அளந்தது. திரும் வந்து, "நாளைக்கு உன்னை இரும்பு வாராவதியில் விட்டுவிட்டு வந்துவிடுகிறேன். நீ அங்கிருந்து திஸ்பூர் செல்வதற்கு லாரிகள் கிடைக்கும்" என்றது சிங்க ராஜா.

"நான் நகருக்குச் சென்றதும் நிச்சயம் உங்கள் உரிமைக்காகப் போராடுவேன்" அவனுடைய கண்கள் பனித்திருந்தன.

"வேண்டவே வேண்டாம். இப்படியான பேசும் சிங்கங்களைப் பார்த்ததாக நீ யாரிடமும் சொல்லக் கூடாது. எங்களைப் பிடித்துப் போய் கூண்டில் அடைத்து டி.வி.கேமிரா முன் பேச வைத்து கொடுமைப்படுத்த ஆரம்பித்துவிடுவார்கள். அதைவிட வேறு நரகம் இருக்க முடியாது. முடிந்தால் காட்டை நம்பித்தான் காட்டு விலங்குகள் இருக்கின்றன என்பதைச் சொல். அது போதும்."

ஏழு சிங்கங்களும் சேர்ந்து சென்று ஆல்பர்ட்டை வழியனுப்பி வைத்தன. தடுமாறி, கால்தாங்கி திரும்பித் திரும்பிப் பார்த்தவாறே அவன் நடந்து சென்றான். சிங்கங்களின் கண்களில் நீர் அரும்பியது முதல் முறையாக. ஆல்பர்ட் மெல்ல அவற்றின் கண்களில் இருந்து மறைந்தான். அடுத்த நாளை ஆல்பர்ட் பெரும் பட்டாளத்தோடு சிங்கங்களைப் பிடிக்க பெரும் பட்டாளத்தோடு வந்தான். ஆனால் அந்தக் குகையில் சிங்கங்கள் இல்லை. அதற்கான தடயமேகூட இல்லை. சக நண்பர்களின் பெரும் ஏளனத்தோடு ஆல்பர்ட் காட்டைவிட்டுப் போனான்.

உயிர்மை, 2010

எதிர்மென் அரக்கன்

அவசரமாக அழைத்தார் அதிகாரி. குரலில் சுவாரஸ்யம் தெரிந்தது. "ஜெயகாந்தனும் ஜெயமோகனும் சேர்ந்து ஒரு கதை எழுதியிருக்கிறார்கள். இப்போதுதான் கேள்விப்பட்டேன். எப்படியாவது அந்தக் கதையைக் கண்டுபிடித்துத் தருவது உன் பொறுப்பு" என்றார்.

அவர் இப்படிச் சொல்வதற்கு முன்பே, வேறொரு ஆசாமி தந்த தகவல் மூலம் இந்த இருவரும் சேர்ந்தெழுதிய கதையைத் தேட ஆரம்பித்து முடியாமல் விட்டுவிட்டேன். அப்படி ஒரு கதை இருந்தால் அதிகாரியிடம் சொல்லலாம்; இல்லையென்றால் அப்படியே அமுக்கிவிடலாம் என்றுதான் ரகசியமாக தேடிப்பார்த்தேன். மீண்டும் எனக்கே அந்தத் தலைவலி. சுமார் ஒரு நூற்றாண்டுக்கு முன்பு வாழ்ந்த அவர்கள்பற்றிய எல்லாச் செய்திகளையும் புரட்டிப் பார்த்துவிட்டேன். இல்லை, அப்படி ஒரு கதை இல்லவே இல்லை.

அந்தக் காலத்தில் கம்ப்யூட்டர் உதவியோடு எல்லாவற்றையும் சுலபமாகக் கண்டுபிடித்துவிடுவார்கள். எது சுலபமோ அதுவே கஷ்டத்தையும் கொடுத்துவிட்டது. இப்போதோ ஒவ்வொரு

புத்தகமாகத் தேட வேண்டியிருக்கிறது. இருந்த சஞ்சிகைகள், நூல்கள், ஆவணங்கள், பஸ் டிக்கெட்டுகள் எல்லாமே முக்கியம். காகித வடிவில் எது தென்பட்டாலும் பொக்கிஷம். எல்லாவற்றிலும் தேடியாகிவிட்டது. இருவரும் சேர்ந்து எழுதிய கதையும் இல்லை; குறிப்பும் இல்லை.

மீவெண் அலைவரிசை மார்க்கமாக “அவர்கள்’ செலுத்திய “எதிர்மென் அரக்கன்’ என்னும் வைரஸ் நெமென் பொருள் கத்தியின்றி, ரத்தமின்றி உலக ராஜ்ஜியங்கள் எல்லாவற்றையும் ஒரே நாளில் சாய்த்துவிட்டது. இரட்டை கோபுரம் தாக்கப்பட்டதைப் போல வேறு ஏதோ வெடிவிபத்தை எதிர்பார்த்துக் கொண்டிருந்தவர்களுக்கு இது பேரிடி. அமெரிக்கா மட்டுமின்றி உலகில் வல்லரசுஎன வாலாட்டிக் கொண்டிருந்த ஜப்பான், சீனா, 2020-யில் வல்லரது கனவு கண்டு கொண்டிருந்த இந்தியா எல்லாமே புஸ்...

இப்படி இடர்வருமென யாருமே எதிர் பார்க்கவில்லை. திடும் என பிரபஞ்சமே இருண்டுவிட்டது. மதவாத அடிப்படைவாதிகளுக்குக் கணிப்பொறி மீதும் இணையத்தின் மீதும் இப்படியொரு கோபம் இருக்கும் என யாரும் கவனம் கொள்ள வாய்ப்பே இல்லாமல் போய்விட்டது.

“மைக்ரோ சிப்கள் தந்த மதிப்பில் பேப்பர்களுக்கான மரங்கள் வெட்டப்படுவது மாபெரும் குற்றம் என்று இயக்கம் ஆரம்பித்தார்கள். புதிதாகப் புத்தகங்களே உருவாக்கக் கூடாது என்று சர்வேச அளவில் தடைபோட்டார்கள். இப்போது என்ன ஆயிற்று? }குப்பை என்று மைக்ரோ சிப்புகளையும் டிஸ்க்குகளையும் உலகம் முழுதும்திட்டிக் கொண்டிருக்கிறார்கள்... எதிலும் அவசர முடிவு... அதை நடைமுறைப்படுத்துவதில் அத்தனை தீவிரம்... பொறுமையே இல்லை” என்று பொதுவாக எல்லா விஞ்ஞான வளர்ச்சி குறித்தும் கவலை தெரிவித்தார், உடன் பணியாற்றும் முத்துவேலர்.

அவருடையில் வேதனையில் ஆழமான நியாயமிருக்கிறது.

“சென்ற செப்டம்பரில் “தினமானி’யில் ஒரு கட்டுரை வெளியானது. கத்திரிக்காயைப் பற்றி... உலகிலேயே பிரயோஜனமில்லாத ஒரு காய்கறி உண்டென்றால், அது கத்திரிக்காயாகத்தான் இருக்கும் என்று விளாவரியாக எழுதியிருக்கிறார்கள். இதோ இந்த ஆகஸ்ட்டில் கத்திரிக்காய் ஒன்றுதான் கேன்ஸருக்கான ஒரே மருந்து. அதைத் தொடர்ந்து உட் கொண்டவர்களுக்கு கேன்ஸர் வருவதில்லை என்கிறார்கள். இத்தனைக்கும் இரண்டையும் எழுதியது ஒருவரே” என்று அலுத்துக் கொண்டார்.

“பாவம் கத்திரிக்காய்.அதற்கு என்ன தெரியும்?” என்றபடி “இந்த ‘ஜெய’ விஷயத்துக்கு ‘ஒரு பிரிகாரம் சொல்லுங்கள்” என்றேன்.

நண்பர் சற்றே சோர்ந்தபடி யோசித்துவிட்டு திடீரென்று பிரகாசித்தார். “புலித்தேவரிடம் பார்த்திருக்கிறேன். ஜெயகாந்தன் படைப்புகள் முழுத் தொகுதி, ஜெயமோகன் படைத்தவை முழுத் தொகுதி... இரண்டுமே அவரிடம் இருப்பதைப் பார்த்திருக்கிறேன்.”

இரவே குரோம்பேட்டையில் இருக்கும் புலித்தேவரின் வீட்டுக்கு மின் புயல் மூலம் கிளம்பினோம். உதவும் மனநிலையில்தான் இருந்தார் அவர். ஆனால் புத்தகங்களை எடுத்துச் செல்லக் கூடாது. அங்கேயே பார்த்துவிட்டு தந்துவிட வேண்டும். என்ற கண்டிப்புடன்தான் அந்த உதவி. கம்ப்யூட்டர் அழிவுக்குப் பின் இலக்கிய ஆய்வாளர்கள் அவரைத் தொல்லைப்படுத்த ஆரம்பித்திருப்பது தெரிந்தது. நானும் முத்துவேலரும் ஆளுக்கொரு நூலை ஆராய்ந்தோம்.

இரண்டு பேரில் யாருடைய நூலிலாவது இந்த இருவரும் சேர்ந்து எழுதிய கதை தொகுக்கப்டாமலா போயிருக்கும்?... எங்கள் கண்கள் ஆர்வ மிகுதியால் பக்கங்களை அள்ளிக் குடித்தன. ஆயிரக்கணக்கான பக்கங்களை அங்குலம் விடாமல் அளந்துவிட்டன கண்கள். இல்லை... இல்லவே இல்லை.

“நாட்டுடமை ஆக்கப்பட்ட பின்பு பதிப்பித்த நூல்களில் லாப நோக்கமு கலந்துவிடுவதால் பல கதைகளை சுருக்கியும் வெட்டியும் அல்லது முழுவதுமாக நீக்கியும் விடுகிறார்கள். நாட்டுடமைக்கு முந்தைய இவர்களின்நூல்களைத் தேடினால் ஒரு வேளை கிடைக்கலாம்” என்று வழி சொன்னார் புலித்தேவர்.

நள்ளிரவு இருவரும் சென்னை திரும்பும்போது சூப்பர் மார்க்கெட் ஆகிவிட்ட மீனம்பாக்கம் நிலையத்தைப் பார்த்தோம்.

“மீனம் பாக்கம் எவன் பெயரிட்டானோ? கடைசியில் மீன் மார்க்கெட்டாகவே மாறிவிட்டது. விமானநிலையத்தை வேலூருக்கு மாற்றியபின் இந்தப் பகுதியே பொலிவிழந்து போய்வட்டது இல்லையா?” என்றார் நண்பர். இந்தப் பகுதியைக் கடக்கும் ஒவ்வொரு முறையும் அவர் சொல்வதாகத் தோன்றியது.

என்றாவது மீண்டும் கம்ப்யூட்டர் உபயோகத்துக்கு வந்துவிடும் என்ற கனவும் பகல் கனவாகிவிட்டது.

பில்கேட்ஸுக்குப் பிறகு கம்ப்யூட்டர் சாம்ராஜ்ஜியத்தின் மன்னராக விளங்கிய ஜேம்ஸ் வில்லியம்ஸ், கம்ப்யூட்டரை சரி செய்வதற்கு பதில் கல்லுடைப்பதற்குக் கற்றுக் கொள்ளலாம்’ என்று அலுப்புடன் பேட்டி கொடுத்தார் போன வாரம்.

மீண்டும் மருத்துவம், கணக்கியல், பத்திரிகை துறை, தகவல் தொழில் நுட்பம் அனைத்துமே ஒரு நூற்றாண்டு காலம் பின் தங்கிவிட்டது.

நான் அச்சுத்துறையியல் பணியில்தான் வேலைபார்த்து வருகிறேன். பல்கலைக் கழகத்தின் ஒரு பிரிவாக இது செயல்படுகிறது. மொழிகுறித்த ஆய்வுக் கட்டுரைகள் பதிப்பிப்பது எங்கள் துறையின் வேலை. பழைய ஈய அச்சுக் கோப்பு முறையில் புத்தகங்களை அச்சிட்டு வருகிறோம்.

மீண்டும் அழைத்தார் அதிகாரி. "முடிந்ததா?" என்றார். நான் என்னத்தைச் சொல்ல?

அக் காலத்தில் வந்த சினிமா விமர்சனம் ஒன்றின் முடிவில் "கமலஹாசன்- ரஜினிகாந்த் சேர்ந்து நடித்த படம் நீ... ஜெயகாந்தன் -ஜெயமோகன் சேர்ந்து எழுதிய கதை நீ" என்ற பாடல் பிரமாதம்' என்று எழுதிய இருந்த வரிதான் என் அதிகாரிக்குக் கிடைத்த ஆதாரம். வேறு எதில் இந்த வரி இடம் பெற்றிருந்தாலும் அலட்சியப்படுத்திவிடலாம். தினமானியில் வந்திருப்பதால் அது தவிர்க்கமுடியாத ஆய்வுப் பொருளாக இருக்கிறது என்றார் அதிகாரி.

"அவர்கள் இருவரும் சேர்ந்து எதுவும் எழுதியதாகத் தெரியவில்லை. ரஜினிகாந்த், கமல்ஹாசன் சேர்ந்து நடித்தார்களா என்று தெரியவில்லை. இரட்டிப்பு சிறப்பு கொண்டவன் (ள்) என்று புகழ்வதற்காக அந்த நாளில் ஒரே துறையில் பிரபலமாக இருந்த இருவரையும் சேர்த்து இப்படி புகழ் எழுதியிருக்கலாம். அந்த நாட்களில் ஒரு பெண்ணை இப்படியெல்லாம் கற்பனையாகப் புகழ்ந்து வர்ணிப்பது புழக்கத்தில் இருந்தது" என்று முற்றுப் புள்ளி வைத்தேன்.

மூன்றாம் நாள் ரஜினிகாந்த்- கமல்ஹாசன் இணைந்து நடித்த படங்களின் பட்டியல் மட்டுமின்றி அவர்கள் இருவரும் தோன்றும் "என்னடி மீனாட்சி நீ சொன்னது என்னாச்சு?' என்ற பாடல் காட்சியைக் கொண்டு வந்து திரையிட்டுக் காண்பித்தார்.

அதன் பிறகு ஜெயகாந்தனும் ஜெயமோகனும் சேர்ந்து கதை எழுதியிருக்க வாய்ப்பில்லை என்று சொல்ல முடியாமல் போனது எனக்கு. அதிகாரியோ இருவரும் சேர்ந்து கதை எழுதியிருப்பதற்கான வாய்ப்புகள் அதிகம் இருப்பதற்கான ஆதாரங்களை அடுக்கிக் கொண்டே போனார். அந்த நாட்களில் இரண்டு புகழ்மிக்க எழுத்தாளர்கள் ஒரு வித்தியாசத்ததுக்காகச் சேர்ந்து எழுதும் வழக்கம் இருந்தது என்றார். "புஷ்பா தங்கதுரை என்பவரும் இந்துமதி என்பவரும் ஒரு தொடர்கதையை எழுதியிருக்கிறார்கள். அதற்கும் முந்தைய கால கட்டத்தில் இளங்கோவடிகள் எழுதிய

“சிலப்பதிகாரம்’ என்ற காப்பியத்தைத் தொடர்ந்து அதன் தொடர்காப்பியமான “மணிமேகலை’யை சீத்தலைசாத்தனார் எழுதினார்’ என்றார். இரண்டாயிரம் ஆண்டுகளுக்கு மேலாகத் தமிழர்களிடம் இப்படியொரு பழக்கம் இருந்தது என்பதைக் குறித்து நீண்ட ஆய்வுக் கட்டுரை ஒன்றை எழுதுமாறும் என்னை நிர்பந்தித்தார். எனக்கு வேலையே அதுதான். கிடைக்கும் இலக்கிய ஆதாரங்களின் அடிப்படையில் கட்டுரை எழுதுவது, அல்லது ஆதாரங்களைத் தேடி அலைவது இதுதான் என் வேலை.

கம்யூட்டர் நிரந்தரமானதென நம்பி ஏராளமான தாள் ஆதாரங்களை அலட்சியப்படுத்தியிருந்தனர். உலகமே இ} புத்தகங்கள் படிக்கும் நிலைக்கு மாறிப் போயிருந்ததால் புத்தகம் வைத்திருப்பவரை ஆதிமனிதன் போல பாவித்தனர். புலித்தேவரின் புத்தகப் பித்தைக் கிண்டலடித்து இ} புத்தகங்களின் நிறைய கட்டுரைகள் வெ ளியாகின. “மின்கொன்றை’இதழில் அவருடைய பரம்பரையையே கொச்சைப்படுத்தி எழுதியிருந்தார் ஜெயசாந்தன். இப்போதோ அந்த ஆதி மனிதர்தான் அதிமுக்கிய மனிதராகிவிட்டார்.

மின்கொன்றையையோ சாந்தனையோ குறை சொல்லி என்ன பயன்? நடுவர்க்கத்தினருக்கு அரசு வழங்கும் “இல்’களில் குறுந்தகடுகளுக்கே இடம் இருப்பதில்லை. இதில் புத்தகத்தை எங்கே வைப்பது?

கண்கெட்ட பிறகு சூரிய நமஸ்காரம். ஒழித்துப் போட்ட நூல்களில் இருந்த வாழ்க்கையைத் தேடுகிறார்கள். வழக்கம்போல ஐரோப்பிய நாடுகளில்தான் இதுபோன்ற மீள் நவீனத்துவ இலக்கியம் ஆரம்பமாகியது. “டிராகுலா’வை எழுதிய பிராம் ஸ்டாகருக்கும் ஆஸ்கர் ஒயில்டுக்கும் ஒரே பெண்ணைக் காதலிப்பது தொடர்பான ஏதோ பிரச்சினை இருந்ததாக ஒருவரிச் செய்தி கிடைத்தது. அதைப்பிடித்துக் கொண்டு ஆஸ்கார் ஒயில்ட் தம் காதலியை அபகரித்துவிடுவாரோ என்ற கவலையில்தான் அவரை டிராகுலா போன்ற கதாபாத்திரத்தில் பிராம் ஸ்டாகர் சித்திரித்தார் என்றும் ஆஸ்கார் ஒயில்டும் ஒரு டிராகுலா வகையைச் சேர்ந்தவரா என்றும் ஆய்வுகள் செய்து வருகிறார்கள்.

கணிப்பொறியுகம்இப்படி திடுதிப்பென முடிவுக்குவந்துவிட்டதால் இலக்கியம் சம்பந்தமான எல்லாமே எங்களுக்கு ஆதாரமாகின. நேற்று முக்கரும்பு அருகே (திருவல்லிக்கேணி பின்னாலில் “ட்ரிபில் கேன்’ ஆகி, அதை இப்படி தமிழ்ப்படுத்திவிட்டார்கள்.) ஒருவர் நடைபாதையில் எஸ்ராவின் பவுண்டு வால்யூம் என்னிடம் இருக்கிறது என்று பேசிக் கொண்டு போனார். எனக்கு எஸ்ராபவுண்டும் எஸ்.ராமகிருஷ்ணனு(எஸ்.ரா.)ம் ஞாபகத்துக்கு

வந்தார்கள். சடாரென மின்னல் வெட்டியது.

"உபபாண்டவம்' எழுதியது ஏஸ்ரா பவுண்டா, எஸ். ராமகிருஷ்ணனா? என்றெல்லாம் இல் அடையும் வரை குழப்பம் நீடித்தது எனக்கு. நல்லவேளை என் அதிகாரி அருகில் இல்லை. இருந்திருந்தால் நிச்சயம் அது ஒரு ஆய்வுக்கட்டுரை ஆகியிருக்கும்.

சண்டே இண்டியன், 2008.

சோறியம்

விஷுவல் டெலிஃபோன் சிணுங்கியது. பத்மனாபன் ரிமோட்டை அழுத்திவிட்டுக் காத்திருந்தான்.

திரையில் கிர்ணிப் பழ முகத்துடன் ரிச்சர்ட் ஸ்டோன்.

“காலை வணக்கம் பத்மனாபன்.. உனது புத்திசாலித்தனத்துக்கு ஒரு பரீட்சை வைக்கப் போகிறேன்” என்றான்.

“காத்திருக்கிறேன்” என்றான் பத்மனாபன்.

“இன்னும் ஒரு மாதத்துக்குள் தஞ்சாவூர் பெரிய கோவில் தரைமட்டம் ஆக வேண்டும்.”

ஆடிப் போனான் பத்மனாபன். எதற்காக என்று கேட்கக் கூடாது. ஏன்? எதற்கு என்று கேள்வி கேட்காமல் இருப்பதற்குத்தான் பத்மநாபனுக்கு மாதந்தோறும் அவ்வளவு ரூபாய் சம்பளமாகத் தரப்பட்டு வருகிறது. எள்ளென்றால் எள்ளாக இருக்க வேண்டும். எண்ணெய்யாக மாறினாலும் தவறுதான்.

கடந்த மூன்று ஆண்டுகளாக அமெரிக்க உளவுத்துறையின் கைக்கூலியாக இருந்த அனுபவத்தின் அடிப்படையில் அவர்கள் என்ன ஆணையிட்டாலும் “ஏன்?” என்று கேட்காமலேயே ஒரு

சில விஷயங்களை பத்மனாபனால் யூகித்துவிட முடியும்.

ஆனால்.. தஞ்சைப் பெரிய கோயில்?

“முதல்முறையாகக் குழம்புகிறாய்” என்றான் ஸ்டோன்.

“குழப்பமில்லை.. புரிந்துகொள்ள முடியவில்லை”

“தஞ்சைக் கோயிலைத் தரைமட்டம் ஆக்க வேண்டும் என்று கூறியது புரியவில்லை?”

“எதற்காக என்பது?”

“ஒப்பந்தத்தை மீறுகிறாய்.”

“மன்னிக்க வேண்டும்.”

“பரவாயில்லை, முடித்துவிடுவீர்கள் இல்லையா?”

“முடிக்கிறேன்.”

“ஞாபகம் இருக்கட்டும்... ஒரு மாதத்தில்.””

“இந்த அவகாசம் போதும். இந்தியர்களைக் கோயில் விஷயங்களில் ஏமாற்றுவது சுலபம். உதாரணம் அயோத்தியா பிரச்சினை”

“நல்லது. முடித்துவிடு.”

திரை இருண்டது.

குருக்கள் லேசாகச் செருமிக் கொண்டு பேசத் தொடங்கினார்.

“நீங்க சொல்றதெல்லாம் நிஜம்தான். இந்தக் கோயிலும் விருத்தியாகல, இங்கே வந்துட்டுப் போனவாளும் விருத்தியாகல. இதைக் கட்டின சோழர் காலத்திலேர்ந்து அப்படியேதான் இருக்கு. சோழர்கள் ஆட்சி இழந்ததே இதனாலதானோ என்னவோ? யார் கண்டா? எங்க பாட்டனார் காலத்தில் எம்.ஜி.ஆர்.னு ஒருத்தர் முதல்வரா இருந்தார். இங்க வந்துட்டுப் போனப்பறம்தான் சிக்ல படுத்தார். கருணாநிதினு ஒருத்தரும் அப்படித்தான். ராஜராஜன் விருது வாங்கிட்டு அப்படியே ஆட்சிய விட்டுப் போய்ட்டார். அத்தோட அந்த விருதும் போச்சு. அந்தக் கதையெல்லாம் எதுக்கு? போன வருஷத்திலே என்ன ஆச்சு? ஜெர்மன்ல இருந்து நாலு பேரு கோபுரத்தை ஆராய்ச்சி பண்றேன்னு வந்தா. உச்சிலேர்ந்து விழுந்து மண்டை நொறுங்கி செத்தா. பாபம் பிடிச்ச கோயில்னு நல்லா தெரியறது. நானும் நீங்களும் நினைச்சு என்ன பண்ண முடியும் சொல்லுங்கோ?”

“ரொம்ப நல்லா சொன்னீங்க. பாவம் பிடித்த கோயில்.. இதையே தலைப்பா வெச்சிடலாம்” என்றார் பாரத் அப்சர்வர் பத்திரிகையின் தலைமை நிருபர்.

“பேஷா வையுங்கோ.. ஆனா என் பேர் வேண்டாம். ஒரு குருக்கள் சொன்னார்னு சொல்லுங்கோ போதும்.”

தலைமை நிருபருடன் வந்த புகைப்படக் கலைஞர் முழு கோபுரத்தை கேமிராவுக்குள் அடக்க முயற்சி செய்து கொண்டிருந்தார்.

“இடித்துவிட்டு வேறு இடத்தில் வேண்டுமானால் கட்டிவிடலாம். மக்கள் ஆதரவு இல்லாமல் எந்தக் கலைப் பொக்கிஷத்தையும் நம்மால் பாதுகாக்க முடியாது. நம்மிடம் உள்ள விஞ்ஞானக் கருவிகள் மூலமாக அந்தக் கோயிலின் ஒரு தூணுக்குக்கூட பாதிப்பு ஏற்படுத்தாமல் பெயர்த்தெடுத்து வேறொரு இடத்தில் கோயிலை நிர்மாணிக்க முடியும்” என்ற நாடாளுமன்ற உறுப்பினர் விஷ்ணு சர்மாவின் பேச்சுக்கு எதிர்ப்பு தெரிவித்துப் பேசியவர்கள் மிகவும் சொற்பம்.

“ஒரு மூட நம்பிக்கையைக் காரணம் காட்டி வரலாற்றுச் சான்று ஒன்றைத் தரைமட்டம் ஆக்குறதை நாங்கள் எதிர்க்கிறோம்” என்று பெரியார் கட்சி கண்டித்தது. வெகுசன பத்திரிகைகள் கிண்டலடித்தன.

“பெரியார் கட்சி ஆத்திகத்தில் அடியெடுத்து வைக்கிறது...”

சொல்லி வைத்தாற் போல எல்லாப் பத்திரிகைகளிலும் பெரிய கோவில் பற்றிக் கட்டுரைகள், விவாதங்கள்.

பொதுமக்கள் பிரதிநிதிகள் குழு ஒன்று அமைக்கப்பட்டது. 12 பேர் கொண்ட குழுவில் கோவிலைத் தகர்க்கலாமா என்று கருத்துக் கணிப்பு எடுக்கப்பட்டது.

பெரிய சாதனைகள் பல செய்துவிட்டு வயதாக முடங்கப் படுத்துக்கிடக்கும் பெரியவர் மாதிரி இருந்தது அந்தக் கோவில். முடிவெடுத்த வினாடியில் வேண்டாம் என்று புறம் தள்ளிவிட முடியாத சங்கடம் இருக்கத்தான் செய்தது. பிரம்மாண்டமான கோயில், கட்டிடக் கலைக்குச் சவால்விடும் கோபுரம். கோயிலைச் சுற்றி அகன்ற மதில். அதன் மேல் நந்தி, சிவலிங்கம்... எதற்காக இத்தனை நுணுக்கமாக ஓர் அரசன் கோவில் கட்டினான்; அதற்கு ஏன் மக்கள் வரவேற்பில்லாமல் போனது? மாடுகளும், ஆடுகளும் காக்கைக் குருவிகளும் அணிலும் ஓணானும் வௌவாலும் குடியிருக்கவா இத்தனை பெரிய கோவில்?

ஆனாலும் என்ன குழுவில் வந்தவர்களில் கோவிலை இடக்க வேண்டாம் என்று சொன்னவர்கள் மூன்று பேர்தான்.

“கடவுள் என்று ஒன்று உண்டோ இல்லையோ... கட்டிடக் கலைக்காகவாவது இது பாதுகாக்கப்பட வேண்டும். தோஷம்

உள்ள கோவில் என்பது வேடிக்கையாக இருக்கிறது” என்றனர் அந்த மூவரும்.

“எவ்வளவோ உயிர்களையும் ராஜ்ஜியங்களையும் பலி வாங்கிய கோவிலை வேடிக்கையாக நினைக்கவில்லை” என்றனர் மற்றவர்கள்.

“நாங்கள் வேடிக்கை என்றது பலியானவர்களை அல்ல; அது தோஷம் உள்ள கோயிலாக இருந்தால் நீங்கள் வேறொரு இடத்தில் உள்ள கோயிலுக்குப் போங்கள். சரித்திரக் கால மனித உழைப்பைப் பாழ்படுத்துவதை நாங்கள் ஏற்றுக் கொள்ளவில்லை.”

பிரதிநிதிகள் குழு இவ்வாறு விவாதித்துக் கொண்டிருந்தது.

விஞ்ஞானப் பத்திரிகை ஒன்று ஐ.ஐ.டி.யின் இயற்பியல் துறை தலைமைப் பேராசிரியரைப் பேட்டி கண்டு வெளியிட்டது.

“ராஜராஜ சோழன் கோயிலுக்குச் சென்று வந்த பலர் ஏதாவதொரு இழப்பைச் சந்திப்பதாகச் சொல்வது மூடநம்பிக்கையா? ஏதாவது விஞ்ஞானம் இருக்கிறதா?”

“இயற்பியல் எல்லா இயற்கை நிகழ்வுக்கும் காரணம் தேடுகிறது. ஆப்பிள் தலையில் விழுந்தாலும் பூமியில் விண்கள் வந்து விழுந்தாலும் பனி உருகினாலும் எல்லாவற்றையும் காரண காரியமாகப் பார்க்கிறது. பிரபஞ்சத்தின் எல்லாச் செயல்களுக்கும் விஞ்ஞானபூர்வமாக விளக்கம் இருந்தே தீர வேண்டும். அந்தக் கோவிலைப் பர்றி யோசிக்கும் போது, அங்கிருக்கும் காந்தவிசைச் செறிவு மனிதனைப் பாதிக்கக் கூடியதாக இருக்கலாம்.”

“கதிர்வீச்சும் காந்தவிசையும் மனிதனின் உடலைப் பாதிக்கலாம். பதவி இறக்கம் செய்யுமா?”

“ஒவ்வொரு மனிதனுக்கும் அவன் பிறந்த நேரத்தை ஒட்டி ஜோடியாக் நட்சத்திர ஆளுமை இருப்பதைச் சொல்லவில்லையா? அது போல இருக்கலாம்.”

“அதாவது ராசி?”

“பழமைவாதிகள் ராசி என்கிறார்கள். நாங்கள் கதிர்வீச்சு என்கிறோம். இவ்வளவுதான் வித்தியாசம்.”

“இன்னும் ஐந்து நாள்கள்தான் இருக்கின்றன பத்மனாபன்” ரிச்சர்ட் ஸ்டோன் நினைவுபடுத்தலில் கிண்டல் அதிகம் தொனித்தது.

“முடித்துவிடுவேன்.”

“வீராப்பு பேசாதே...”

“எங்கள் உதவி எது வேண்டுமானாலும் கேள். உடனடியாக அனுப்பி வைக்கிறேன்.”

“எதுவும் வேண்டாம்.”

“நம்புகிறேன்.”

இந்தியா முழுவதுமே ராஜராஜ சோழன் கோவிலைச் சபிக்கும்படி ஆகிவிட்டது.

“பெரிய கோவிலைச் சுற்றிப் பார்த்துவிட்டு வந்த மத்திய அமைச்சர் மாரடைப்பால் மரணம்..’

மத்திய மந்திரி முன்னாள் நடிகர் என்பதால் கலவரம் அதிகமாக இருந்தது. ரசிகர்கள் கோவிலில் நுழைந்து இடித்துத் தகர்க்க ஆரம்பித்தனர். போலீஸ், ராணுவம் என்று கோவில் முழுக்கக் கண்ணீர் புகையாக இருந்த நேரத்தில்... கோவில் கோபுரம் தானாகவே சரிந்து விழ ஆரம்பித்தது.

“வெல்டன் பத்மனாபன். எப்படி இரண்டே நாளில்?...”

“மத்திய மந்திரிக்கு மாரடைப்பு வரவழைத்தேன். கோவிலில் நடந்த கலவரத்தில் உயர்ந்தபட்ச ஒலியலைகளைச் செலுத்திக் கோபுரத்தை வீழ்த்தினேன்.”

“வெரிகுட். என்ன பரிசு வேண்டுமோ கேள்...”

“நிச்சயமாக?”

“நிச்சயம்”

“இப்போதாவது சொல்லுங்கள். எதற்காக இவ்வளவும்?”

“சொல்லிவிடுகிறேன். அந்தக் கோவில் இருக்கும் பிரதேசத்தின் கீழே நூறு மீட்டர் ஆழத்தில் ஒரு தனிமம் இருக்கிறது. மெண்டலீஃப் தனிம அட்டவணையின் புதிய குழந்தை இது. ஜப்பானியர்களை வீழ்த்த நாங்கள் அதை முதலில் பெற்றாக வேண்டும். அதற்காகத்தான் இவ்வளவு அவசரப்பட்டுவிட்டோம்..”

“அந்தத் தனிமத்துக்கு என்ன சிறப்பம்சம்?”

“கதிர்வீச்சுத் தன்மை கொண்ட தனிமம் இது. யுரேனியம் மாதிரி. அந்தத் தனிமம் அந்தக் கோயிலுக்கு அடியில் செயற்கைக் கோள்கள் சத்தியம் செய்கின்றன.”

பத்மனாபன் “இன்ட்ரஸ்டிங்” என்றான்.

“அதற்கு என்ன பெயர் வைக்கலாம் என்று ஒரு க்ளூ கொடுக்கிறாயா?... ஏனென்றால் இது முழுக்க முழுக்க உன்னால் கிடைத்த வெற்றி...”

பத்மனாபன் சோழா என்று வைக்கலாமா என்று யோசித்தான்.... சோழநாடு சோறுடைத்து... என்று சம்பந்தமில்லாமல் ஞாபகம் வந்தது... சோறு.. “சோறியம்” என்றேன்.

ஸ்டோன், “சோறியம்.. நைஸ் நேம்” என்றான்.

அசுரன் மாத இதழ், 1991.

வீடு

முன் குறிப்பு: இதை நீங்கள் கதை என்று நினைத்துவிட்டால் என் இதயம் வெடிததுவிடும்.

- ஒரு பரிதாபத்துக்குரிய நிருபன்

நான் அப்போது தினமானியில் நிருபர் வேலை பார்த்துக் கொண்டிருந்தேன். காலை ஒன்பது மணி. ஒரே ஒரு அட்டண்டர் மட்டும்தான் வந்திருந்தார். எனக்கு காலை எழு மணிக்கு அப்படியொரு அ□ஸன்மென்ட். உலக அழகி ஜெனிபர் தமிழ் சினிமாவில் நடிக்கும் படத்தின் பூஜை. “என்க்கு டமில் புட்கும்ட என்று அவர் திருவாய் மலர்ந்ததை முதல் பக்கத்தில் கட்டம் கட்டிப் போட வேண்டியிருக்கும் என்ற யோசனையில் அவர் சொன்ன வரியை அப்படியே நோட்ஸ் எடுத்துக் கொண்டு வந்திருந்தேன். (என்க்கு டமில் புட்கும்).

அலுவலகம் வந்த இரண்டாவது நிமிடத்தில் வேலை முடிந்துவிட்டது.

சென்னை ஏப்.18.

உலக அழகி ஜெனிபர் “என்க்கு டமில் புட்க்கும்’ என்று கூறினார்.

அவர் நடிக்கும் "நானும் பெண்தான்' படத்தின் ஆரம்ப விழா சென்னையில் செவ்வாய்க்கிழமை நடைபெற்றது.

பிரபல இயக்குநர் பரமேஷ்வர் இப் படத்தை இயக்குகிறார் இதில் ஜெனிபர் தமிழ்ல் சொந்தக் குரலில் பேசி நடிக்கப் போவதாகத் தெரிவித்தார். தொடர்ந்து அவர் "என்க்கு டமில் புட்க்கும்' என்று கூறினார்.

அவ்வளவுதான் செய்தி. ஏப்.18 தானே என்றும் செவ்வாய்க்கிழமை தானே என்றும் ஒருமுறை சரி பார்த்துக் கொண்டேன்.

டெலி பிரிண்டர் சத்தம் டக டக டக டர்ர் அட்டண்டர் பி.டி.ஐ. செய்திகளைச் சன்னமாகக் கிழித்து அடுக்கிக் கொண்டிருந்தார்.

அப்போதுதான் அந்த போன் வந்தது.

சோம்பலாக எடுத்து "ஹலோ."

"தமிழ்மகன்தானே?"

"ஆமா... நீங்க?"

"பெற்றோர் இட்ட பெயரா?"

"நானே சூட்டிக்... " சே "நீங்க யாரு?"

"நான் யாருன்னு சொன்னால் நீங்க விளையாட்டா எடுத்துக்கக் கூடாது"

"நான் யாரா இருந்தாலும் விளையாட்டா எடுத்துக்க மாட்டேன். நீங்க யாரு?"

"என் பெயர் திருவள்ளுவன்"

"சரி"

அடுத்து அவர் சொன்ன வரிகளில்தான் நாம் விளையாட்டாக எடுத்துக் கொள்ளும் விஷயம் இருந்தது.

"திருக்குறள் எழுதினேனே, அந்தத் திருவள்ளுவன். தெய்வப்புலவர் செந்நாப் போதர், பொய்யா மொழிப் புலவர் என்றெல்லாம் சொல்கிறீர்களே அந்தத் திருவள்ளுவன்"

"காலங்கார்த்தால!"

"நீங்கள் நம்பவில்லையா?" என்றது மறுமுனை குரல்.

"சாமி.. ஆளைவிடுங்க" பக்கத்தில் படபடத்துக் கொண்டிருந்த காலண்டரில் திருவள்ளுவர் ஆண்டு 2060 என்று போட்டிருந்தது.

"வள்ளுவரா இருந்தா இரண்டாயிரத்து அறுபது வயசாயிருக்கணும், இப்ப உங்களுக்கு. ஏங்க இப்படிக் காலைல?"

“இரண்டாயிரத்து அறுபது இல்ல தம்பி. அதுக்கும் மேல. போனவாரம் புக் பாய்ண்ட்ல திருவள்ளுவர் இருந்திருந்தால்’னு ஒரு கட்டுரை வாசிச்சீங்களே... அதுக்கப்புறம்தான் உங்களை ஃபாலோ பண்ண ஆரம்பிச்சேன்”

புக்பாயிண்ட், ஃபாலோ போன்ற உச்சரிப்புகளைக் கவனித்தேன். திருவள்ளுவருக்கு ஆங்கிலம் தெரியுமா?

“புக் பாயிண்ட், ஃபாலோ எல்லாம் பேசிப் பழகிவிட்டது தம்பி” என்றார் என் நினைவுகளுக்குச் சவுக்கடி போல.

“‘நீங்க யார் ஸார்? எங்கிருந்து பேசறீங்க?’

“உங்கள் முதல் கேள்விக்கு நான் ஏற்கெனவே பதில் சொல்லிவிட்டேன். இரண்டாவது கேள்விக்குப் பதில்: இப்பவும் (அழுத்தமாக) மயிலாப்பூர்ல இருந்துதான் பேசறேன்”

இந்தமாதிரி ஆசாமிகளை அவர்கள் வழியிலேயே போய் அடிப்பதுதான் சரி.

“சரி நான் என்ன பண்ணனும் திருவள்ளுவர்?”

“நான் பிறந்த ஆண்டைத் தவறாகச் சொல்கிறார்கள். இருந்துவிட்டுப் போகட்டும். என் குறளுக்குத் தப்புத் தப்பாக வியாக்யானம் சொல்கிறார்கள்; நடுவே “திரிக்குறள்’, “திருக்குறள்’வில்லங்கம் வேறு. இதுவும் பரவாயில்லை. ஏதோ காலமாற்றத்துக்குப் பொருத்தமான உதாரணம் சொல்கிறார்கள் என்றுவிட்டுவிடலாம். இடைச் செறுகலாக நிறைய குறள்களைச்சேர்த்துவிட்டார்கள். என் வாழ்நாளில் இதைத் திருத்திவிட்டுப் போகணும். அதுதான் என் ஆசை. நீங்கள்தான் உதவ வேண்டும்.”

“யாருமே நம்ப மாட்டாங்களே.. நீங்கதான் திருவள்ளுவர் என்பதற்கு என்ன எவிடன்ஸ்... சாரி.. சே... ஆதாரம்?”

“எவிடன்ஸ்னாவே புரியும் தம்பி. நிறைய ஆதாரம் இருக்கிறது. நேரில் வந்தால் காட்டுவேன்.”

“எங்க தங்கி இருக்கீங்க?”

அட்டண்டர் செல்வராஜ் வந்து “சார் இன்னொர் லைன்ல போன் வந்திருக்கு. எடிட்டோரியல் பேஜ்ல பல்கலை மானியம் பயன்தருமா? கட்டுரை போட்டம்ல, அதபத்தி பேசணுமாம்” என்றார்.

“அப்புறம் பேசச் சொல்லுங்கப்பா... நீங்க சொல்லுங்க. உங்க அட்ரஸ்?”

“என் நண்பன் பூங்குன்றன் சொன்னது மாதிரி “யாதும் ஊரே யாவரும் கேளிர்’ நீங்கள் என் அறைக்கு வரவேண்டாம். பழைய

புத்தகக் கடைபோல இருக்கும். ட்ரைவ் இன் உட்லண்ட்ஸ் ஹோட்டலுக்கு வருகிறீர்களா? ஒரு கோப்பை தேநீர் பருகியது போலவும் இருக்கும். அடையாளம் கதர் வேட்டி, கதர் சட்டை”

நான் ஒரு மாதிரி குழப்பமாகக் கிளம்பினேன். போட்டோகிராபரை வரச் சொல்லலாமா... “திருவள்ளுவரா ஹ..ஹ.. ஹா “ என்று சிரிப்பானோ என்று தயக்கமாக இருந்தது. திருக்குறளிலும் வள்ளுவரிலும் எனக்கு இருக்கும் தாகம் அவனுக்கு இருக்குமா?

நான் கிளம்பும் போது பிரேமாவும் காயத்ரியும் எதிரில் வந்தார்கள். ஹாஸ்டல்வாசிகள். ஹாஸ்டலில் பொங்கல் சாப்பிட்டு முடித்ததும் தினமானி. “என்ன ஸார் வந்ததும் கிளம்பிட்டீங்க?”

“போய்ட்டு வந்து சொல்றேன்”

ட்ரைவ்- இன் ஹோட்டலில் கதர்வேட்டி, சட்டையுடன் ஒரே ஒருவர்தான் தென்பட்டார். மா நிறம். ரப்பர் செருப்பு போட்டிருந்தார். கக்கத்தில் ஒரு மஞ்சள் பை. சிலைகளில் இருப்பது போல குடுமியோ, அந்த நீளத்துக்குத் தாடியோ, அகன்ற நந்தி முகமனைய மார்போ இல்லை. வயசு? கணிக்க முடியவில்லை. ஐம்பதில் இருந்து எண்பதுக்குள் ஒரு வயது.

என்னைப் பார்த்ததும் புன்முறுவல்.

“தேநீர்?” என்றார்.

தயாராக டோக்கன் வாங்கி வைத்திருந்தார்.

“உங்க நேரத்தை அதிகம் எடுத்துக்க மாட்டேன்.”

“பராவால்ல சொல்லுங்க”

“இடைச் செறுகல் திருக்குறள் பற்றியெல்லாம்கூட அப்புறம் பேசுவோம். வாசுகி போனப்புறம் “வீடு' (வீடு பேறு) என்ற அதிகாரத்தை எழுத ஆரம்பித்தேன். இங்கில்லை. இமயத்துக்குப் போய்ட்டேன். எழுதி முடித்து இறங்கி வருவதற்கு நாளாகிவிட்டது. அதற்குள் நான் இறந்துவிட்டதாக முடிவு செய்துவிட்டார்கள் “

“அடடா...”

“திரும்பி வந்தபோது களப்பிரர் காலம். சொல்வதற்கு ஏற்ற சூழ்நிலை இல்லை. கிழித்துக் கொளுத்திப் போட்டுவிடுவார்களோ என்ற பயம். அப்படியேவிட்டுட்டேன். நேரம் வரட்டும் என்று பிற்கால சோழர்கள் காலத்தில் ராஜராஜ சோழனைப் பார்த்து சொல்லலாம் என்று நினைத்தேன். அவர் சிவ பக்தர். என்னை சமணர் என்று ஒதுக்கும் வாய்ப்பு இருந்தது. அப்புறம் வந்தவர்களும் பொதுவாக சமணர் என்றால் கழுவேற்றுவது, சுண்ணாம்புக் காலவாயில் போடுவது என “சமய'ப் பிரச்னையில் தீவிரமாக

இருந்தனர்.”

“நடுவில் யார் கிட்டயும் சொல்ல முடியலையா?”

“இன்னொரு காரணம். என்கிட்ட இருக்கும் ஓர் அபூர்வ மூலிகை. இமயத்தில் கண்டெடுத்தேன். அதைச் சாப்பிட்டால் நூறு ஆண்டுகள் வெறும் காற்றைப் புசித்து காற்றில் கரைந்து காற்றாகவே வாழலாம். மீண்டும் உருவம் வரும். தேவைப்பட்டால் வாழலாம். இல்லை காற்றோடு காற்றாக...”

“அப்படியா?”

“மீண்டும் வந்த போது விஜயநகர பேரரசு. தமிழகம் முழுவதும் தெலுங்கு ஆட்சி. அப்புறம் வந்தபோது நவாபுகள்! ஒன்றும் பலிக்கவில்லை. மீண்டும் வந்து பார்க்கிறேன். பிரிட்டீஷ் காரர்கள். இர்வின் பிரபு காலத்தில் வந்தேன். அதோடு இப்போதுதான் வருகிறேன். காந்தியைக்கூட சுட்டுவிட்டார்கள் என்று கூறுகிறார்கள்” என்று வருத்தப்பட்டார்.

“எல்லாம் சரிங்க. இப்ப நீங்கதான் திருவள்ளுவர் என்பதற்கு...?”

“எவிடன்ஸ்..?”

“ஆமா!”

“இருக்கிறது தம்பி. நான் எழுதின வீடு அதிகாரம் அப்படியே இருக்கிறது. கார்பன் டெஸ்ட் எடுத்துப் பார்த்தீர்கள் என்றால் இரண்டாயிரம் வயசு தெரியும்.”

மஞ்சள் பையில் இருந்த ஓலைச் சுவடியை எடுத்துப் பிரித்தார். பழுத்துக் காய்ந்து போயிருந்தது சுவடி. பழைய தமிழ் எழுத்துக்கள். எனக்கு ஒன்றும் புரியவில்லை. அக்கம் பக்கத்தில் இருக்கும் எல்லோரையும் கூவி அழைத்து 1331- வது குறளைப் படித்துக் காட்ட வேண்டும் என்று பரபரப்பாக இருந்தது.

எழுத்துக்களின் தலைக்கு மேல் புள்ளி வைக்கிற வழக்கம் அப்போது இல்லை.எழுத்துக்களின் வடிவங்களைப் பார்த்தபோதே இது ஆயிரம் ஆண்டுகளுக்கு முந்திய சமாச்சாரம் என்று தெரிந்தது.

ஐயோ... என்ன ஒரு ஸ்கூப் செய்தி... கட்டம் கட்டிப் போட வேண்டியது ஜெனிபர் தமில் பேசும் செய்தி அல்ல.. திருவள்ளுவர் பற்றியது.

“சார்.. ஸாரி... ஐயா. வாங்க தினமானிக்குப் போகலாம்” என்றேன். திருவள்ளுவரை ஸ்கூட்டரில் ஏற்றிச் சென்ற பெருமை எனக்குக் கிட்டட்டும்.

“இல்லை தம்பி. அவசரப் படாதே இந்த முதல் குறள் ஏட்டை உன்னிடம் தருகிறேன். இதைப் பரிசோதித்து, காலம் கண்டு உங்கள்

பத்திரிகையில் பிரசுரியுங்கள். அதிகாரிகளும் மக்களும் ஏற்றுக் கொண்டால் நானே உங்கள் அலுவலகம் வருகிறேன்."

ஒரே ஓர் ஓலையை மட்டும் தனியாக எடுத்தார்.

"இதில் என்ன எழுதியிருக்கிறீர்கள்?"

"இம்மையும் மறுமையும் வேண்டாவாம் யாக்கைக்குத்

தம்மையே உணர்வார் தலை."

"ஆஹா..."

குறித்துக் கொண்டேன்.

"நாளை தினமானியில் இதுகுறித்து செய்தி வெளியானால் உலகம் என்னை ஏற்றுக் கொண்டது என்று கொள்வேன். இல்லையேல் இந்த மூலிகை உண்டு. அடுத்த நூற்றாண்டில் என்னைப் புரிந்து கொள்வோரைத் தேடுவேன்."

"அடுத்த நூற்றாண்டு அவசியமே இல்லை. இதோ இன்றே இந்த உலகத்துக்குப் புரிய வைக்கிறேன். "யாமறிந்த புலவரிலே வள்ளுவன் போல்'... நாளைக்கு நியூஸ் பார்த்ததும் வந்துடுங்க ஐயா."

"நியூஸ் வரவில்லை என்றால் காற்றிலே கரைந்து போவேன்."

இதைவிட வேறு என்ன செய்தி வேண்டும். சுவடியைப் பத்திரமாக வைத்துக் கொண்டேன்.

ஸ்கூட்டரை எடுத்துக் கொண்டு பறந்தேன். நாளை உலகமே என்னைக் கொண்டாடப் போகிறது. என்னைச் சுற்றி வெப்பம். இல்லை.. ஏதோ கதிர் வீசிக் கொண்டிருந்ததை உணர்ந்தேன்.

ஆசிரியர் அறையைத் திறந்து "ஸார்" என்றேன் ஆர்வம் பொங்க.

"என்னப்பா?"

எங்கிருந்து ஆரம்பிப்பது என்று புரியவில்லை.

மேல் பாக்கெட்... ஐயோ... சுவடியைக் காணவில்லை. வந்த வேகத்தில் வழியில் எங்கோ விழுந்திருக்க வேண்டும். என்ன கொடுமை!

"என்னப்பா பேயறைஞ்ச மாதிரி நிக்கிறே?"

"இல்ல ஸார் ஒரு நியூஸ்..." இப்படிச் சுவடியைத் தொலைத்ததைச் சொன்னால் கண்டபடி திட்டுவார்.

"என்ன நியூஸ்?"

"உலக அழகி ஜெனிபர் "என்க்கு டமில் புட்குமுனு..."

ஆனந்த விகடன் 2004

நோக்கம்

அலை அடிக்கும் கடலோரம் ஆயாசமாக அமர்ந்தான் ராமன். கடல் கடந்து வருகையில் தண்ணீருக்குத் தவித்துப் போய்விட்டாள் சீதை. நடுவிலே இளைப்பாற வசதியில்லா வெயில். சிவனை பூஜித்துப் புறப்படுவதாக எண்ணம் ராமனுக்கு. லட்சுமணன் இந்தப் பிராந்தியம் பாதுகாப்பானதுதானா? காட்டுவிலங்குகள் தாக்கக் கூடிய இடமா என்பதிலேயே கவனமாக இருந்தான். அவன் சற்றுத் தள்ளி நின்றவாறு இலங்காபுரி நோக்கி பார்வையிட்டுக் கொண்டிருந்தான். வானரங்கள் அங்கும் இங்கும் மரத்தடிகளிலே களைப்பாறிக் கொண்டிருந்தன.

மணல்வெளியில் ஊற்றெடுத்து சீதாபிராட்டிக்கு சுரைக்குடுவையில் நீர் முகர்ந்து கொடுத்தான் ஹனுமன். அமர்ந்து நீரை கையேந்திக் குடித்தாள் சீதா.

அவள் அருந்திய இடத்தில் மணலில் சிந்திய நீர், திட்டாகப் பரவி நின்றது. அதைக் கையால் அள்ளித் திரட்டி குழவி போலாக்கினாள் சீதா. மணலில் விளையாட விரும்பாத மனிதர் உண்டா? இல்லை எனத் தெரியும். கடவுளும் இல்லையென்று சிரித்துக் கொண்டான் ராமன்.

“ஏன் சிரிக்கிறீர்கள்? மிதிலா புரியிலோ, அயோத்தியிலோ கடற்கரையே இல்லை. இப்போது விட்டால் பிறகு எப்போது இப்படி கடற்கரையில் விளையாட முடியும்? பாற்கடலிலோ பாம்பே கதி...”

“சிரித்தது உன் விளையாட்டைப் பார்த்தல்ல. சிவபூஜையில் ஈடுபட விரும்பினேன். திரும்பிப் பார்த்தால் நீ லிங்கேஸ்வரனை கையில் ஏந்தியிருக்கிறாய்?”

“இல்லை. ராமநாதீஸ்வரன்” ஹனுமன் உரிமையோடு பெயரிட்டான். ராமனிடம் அதே மாறாத புன்னகை.

சற்றைக்கெல்லாம் “ஓம் நமசிவாய... ஓம் நமசிவாய..” ராமனின் உதடுகள் மென்மையாக உச்சரிக்கத் தொடங்கின. இமைகள் மூடியிருந்தன. ஒருக்களித்து அவனருகில் அமர்ந்து நிஷ்டையில் ஆழ்ந்தாள் சீதா. மனிதப் பிறவியெடுத்து வந்து இறைவன் தன்னைத்தானே வணங்கி மகிழும் நாடகத்தை ரஸித்துக் கொண்டிருந்தான் ஹனுமன். அவனுடைய இமைகளும் மெல்ல திரையிட்டன. ராமனின் மென்குரல் மட்டும் ஏகாந்த வெளியெங்கும் பரவி ஓடிக் கொண்டிருந்தது. யுகங்களே கரைந்து கழிந்தது போல காலம் கடந்து கரைபுரண்டு கொண்டிருந்தது. மூவருமே பிரபஞ்மெங்கும் வியாபித்து பொருளற்ற ஓர் உருவாய் எங்கும் நிறைந்து கிடப்பதாய் நினைத்தான் ஹனுமன். அக்கணமே பிரபஞ்சத்தின் ஒரு துளியாய் எங்கோ ஒரு புள்ளியாக மாறியும் தோன்றியது.

“இரவு இங்கேயே தங்கி காலை அயோத்தி நோக்கிப் புறப்படுவோமா?” ராமன் குரல் குளிர்த் தென்றல் போல தழுவியது. சீதையும் லட்சுமணனும் ஹனுமனும் ஆமோதித்தனர்.

காலை-

வானரங்களுக்கு விடை கொடுத்து அனுப்பிவிட்டு நால்வரும் வடதிசை நோக்கிப் பிரயாணத்தை ஆரம்பிக்க இருந்த நேரத்தில், இந்த வனாந்திரத்தில் லிங்கத்தை அப்படியே விட்டுவிட்டுப் போவது உசிதமில்லையென தன் வாலால் சுழற்றி இழுக்க எத்தனித்தான் ஹனுமன். மணல் லிங்கம்தானே என்ற அசிரத்தை அவன் வால் வழியே வெளிப்பட்டது. லிங்கம் உறுதியாக இருந்தது. அதீத ஆவேசத்துடன் இழுத்துப் பார்த்தான். அசைவதற்கான அறிகுறியே இல்லை. அட மணலுக்கு இத்தனை வலிமையா?

மானிட அவதாரமாயினும் முக்காலம் உணர்ந்த ராமன், இந்தச் செயலை ரசித்துக் கொண்டிருந்தான். ஹனுமன் ஆவேசத்துக்கு வால் அறுந்ததுதான் மிச்சம்.

அறுந்த வாலை மீண்டும் ஒட்ட வைத்தபடி ராமன் கேட்டான்.

"எதற்கிந்த ஆவேசம் ஹனுமா?"

வெட்கித் தலைகுனிந்து, "வழிபடும் நோக்கம் முடிந்தபின்பு வழியில் இப்படியொரு விக்ரகம் இருக்க வேண்டாமே என்று நினைத்தேன். இந்த மணல் திட்டை அகற்றிவிடலாம் என்று..."

"லங்காபுரிக்குச் செல்வதற்காகப் பாலம் அமைத்தோம். அதற்கான நோக்கமும் முடிந்துவிட்டது. இனிமேல் பாலம் அவசியம் என்று நினைத்தாயா?"

ஹனுமன் அலைகளுக்கிடையே கோடுபோல கிடந்த கடற்பாதையைப் பார்த்தான். எத்தனை உழைப்பு... எத்தனை உழைப்பு... எவ்வளவு பாறைகள், எவ்வளவு மணல் குவியல், எத்தனை ஆக்ரோஷமாக உருவானது இந்த பாலம்... இதையும் இந்த மணல் லிங்கத்தையும் ஒன்றென்பதா?

"ராமா நீங்கள் என்ன சொல்கிறீர்கள்? இந்த லிங்கமும் இறைவன்தான் என்பதை அறியாமல் இல்லை. இந்த ஆளற்ற மணல் பூமியில் பராமரிக்க யாருமின்றி ஈசனை விட்டுச் செல்வதை விரும்பாமல்தான் அதை அகற்ற எண்ணினேன். அது அறியாமல் செய்த பாபம்தான். அதற்காக நல்ல நோக்கத்துக்காக உருவான பாலத்தைக் களைய நினைப்பதுபற்றி யோசிக்க முடியுமா? எதற்காக இரண்டையும் ஒப்பிட்டீர்கள் என்று எனக்கு விளக்க வேண்டும்" தலைவணங்கி வினவினான் ஹனுமன்.

"எந்த நோக்கத்துக்காக எது உருவாக்கப்பட்டதோ அது நிறைவேறியவுடன் உருவாக்கப்பட்ட அம்சம் நோக்கத்துக்கு விரோதமாக மாறிக் கொண்டிருப்பதை நீ கவனிக்கவில்லையா? இறைவன் சிருஷ்டியில் எல்லாமே அவன் நோக்கத்துக்கு விரோதமாக மாறிக் கொண்டுதான் இருக்கிறது?"

"என்ன சொல்கிறீர்கள் பிரபோ...?"

"பதறாதே வாயு புத்ரா... இதோ இந்த வில் எதற்காக சிருஷ்டிக்கப்பட்டிருக்கிறது?"

"பாதுகாப்புக்கு.."

"யாருடைய பாதுகாப்புக்கு?"

"பிரபோ என்னைச் சோதிக்காதீர்கள்... வில்லை சிங்கமும் புலியுமா பிரயோகிக்கின்றன. மனிதன்தான் பிரயோகிக்கிறான். அவனுடைய பாதுகாப்புக்குத்தான்..."

"மனிதர்களை அழிக்கவும் அதே வில்லைத்தான் மனிதன் பயன்படுத்துகிறான்.. நடப்பது திரேதா யுகம். துவாபர யுகத்தில் ஆயுதத்தின் நோக்கம் காத்துக் கொள்வதில் இருந்து அழித்துக்

கொள்வதற்காக என்று மாறிவிடும். கலியுகத்தில் ஆயுதம் செய்வது, அதை விற்பது அதை விற்பதற்கான வாய்ப்புகளை உருவாக்குவது, அதற்கான சந்தையை ஏற்படுத்துவது, அப்படியான அரசியல் சூழலை நியாயப்படுத்துவது, புதிய ஆயுதங்கள் உருவாக்கும் சிந்தனையாளர்களை உருவாக்குவது, போர் செய்வது, போர் செய்யாமல் இருப்பது குறித்து விவாதிப்பது, அமைதிக்காகப் போராடுவது, போராடாமலேயே அழிப்பது, அழியாமல் இருப்பதற்கான அறிவியல் கண்டுபிடிப்புகளை நிகழ்த்துவது... என ஆயுதத்தை மையப்படுத்திதான் உலகமே இயங்கும்...”

“எதிர்காலம் எப்படி இருக்கும் என்று எனக்குத் தெரிய வேண்டாம். இந்த லிங்கமும் இந்த பாலமும்... நோக்க முரண்களாக மாறிப் போகுமா?” கலக்கத்துடன் கேட்டான் காற்றின் மைந்தன்.

சுற்றும் முற்றும் பார்த்தான் ராமன். வனவிலங்குகள் ஏதும் தாக்க வருமோ என்பதில் கவனமாக இருந்தான் லட்சுமணன். சீதா தேவி போகும் தூரம் எண்ணி மரநிழலில் துயில் கொண்டிருந்தாள்.

“இந்த பாலம் வேண்டுமா, வேண்டாமா என கலியுகத்தில் விவாதம் பிறக்கும்... அப்போது நாம் பேசிக் கொண்டது போல அத்தனை எளிமையான விஷயமாக இது இருக்காது”

சபர்மதி ஆஸ்ரமத்தில் நேரு, படேல் இருவருமே மகாத்மா காந்தியிடம் தீவிரமாக விவாதித்துக் கொண்டிருந்தனர்.

“சுதந்திரத்தை அடைவதுதான் நம் நோக்கமாக இருந்தது. அதற்காகத்தான் இந்தப் பேரியக்கம். சுதந்திரம் கிடைத்ததுமே நாம் அதை கலைத்துவிடுவதுதான் சரி. இதில் எனக்கு மாற்றுக் கருத்து இல்லை”

“ஏற்றுக் கொள்கிறோம். இப்போது ஆட்சி அமைப்பது யார்? புதிதாக ஒரு கட்சியைத் தொடங்கி அதை மக்கள் மத்தியில் பதியச் செய்து ஆட்சியைப் பிடிப்பது சாத்தியமா?” நேரு தன் குல்லாவைக் கழற்றிக் கையில் வைத்துக் கொண்டு தலையைத் தடவிக் கொண்டார். அவருடைய வழுக்கைத் தலை வியர்த்திருந்தது.

“இப்போது சாத்தியமில்லை போலத் தோன்றும். பின்னர் இதே கட்சி நூறு கட்சியாக சிதறுண்டு போகும். காங்கிரஸ் பேரியக்கம். வேறு அற்பக் காரணங்களுக்காக - தனிமனித விருப்பு வெறுப்புகளுக்காக வெவ்வேறு தலைமையில் துண்டுபட்டு நிற்கும். அப்போது மக்கள் தங்களுக்குப் பாடுபடப் போகிறவர்கள் யார் என்று தீர்மானிக்கத்தான் போகிறார்கள். அதை இப்போதே செய்துவிட்டால் காங்கிரஸ􀀀க்கு நற் பெயர் மிஞ்சும்.” காந்தி தீர்மானமாகச் சொன்னார். நேரு, படேலைப் பார்த்தார். தனித் தனி ராஜாங்கமாகச் சிதறுண்டு கிடந்த மாநிலங்களை ஒன்று

சேர்த்த இரும்பு மனிதர் படேல், மகாத்மாவின் தர்மத்தையும் நேருவின் நியாயத்தையும் மனத்தராசில் நிறுத்திப் பார்த்தார். விவாதம் முற்று பெறாமலேயே பிரிந்தனர்.

இந்தியச் சுதந்திரம் இந்து- முஸ்லிம் கலவரத்துக்கிடையே பிறந்தது. காந்தி கசப்பான சூழலில் எல்லோரையும் போல அவராலும் சுதந்திரத்தை அனுபவிக்க முடியவில்லை. தில்லியில் நேரு சுதந்திரக் கொடியை ஏற்றும்போது கல்கத்தாவில் வகுப்புக் கலவரம் நடந்து கொண்டிருந்த பகுதியில் அவர் அமைதிக்காகப் போராடிக் கொண்டிருந்தார்.

பாகிஸ்தானில் இருந்து அகதியாக இந்தியா வந்தவர்கள், இந்தியாவில் இருந்து அகதிகளாக பாகிஸ்தான் சென்றவர்கள் என்று நாட்டில் ரத்த ஆறு ஓடியது. இரு தரப்பு இழப்புகளுக்கும் அவர் வருந்தினார். "பாகிஸ்தான் சென்று அங்குள்ள இந்துக்களுக்கு ஆறுதல் சொல்லலாம் என்றால் இங்கும் முஸ்லிம்கள் பாதிக்கப்பட்டுக் கொண்டிருக்கிறார்களே... நான் எந்த முகத்தோடு பாகிஸ்தான் இந்துக்களுக்கு ஆறுதல் சொல்ல முடியும்?" உலக உத்தமரின் பேச்சில் அதீத வருத்தம் வெளிப்பட்டது.

பிர்லா மாளிகையில் ஓய்வெடுத்துக் கொண்டிருந்த மகாத்மா மீது சிலருக்குக் கோபம். ஒருவன் மாளிகைக்கே வந்து குண்டு வீசிவிட்டுப் போனான். அவர் இந்துக்கள் மீதுமட்டும் பரிவு காட்ட வேண்டும் என்பது அவனுடைய ஆசை. அடுத்த சில நாளில் பாகிஸ்தானில் இருந்து வந்திருந்த அகதிகள் காந்தியைச் சந்தித்தனர். கூட்டத்தில் இருந்த ஒரு கோபக்கார இளைஞன். "உங்களால்தான் நாங்கள் இப்படி ஆனோம். நீங்கள் பேசாமல் இமயமலைக்குப் போய்விடுங்கள்" என்று கத்தினான். அவனை சமாதானம் செய்து அழைத்துப் போனார்கள்.

"வெள்ளையனை இந்தியாவைவிட்டு வெளியேற்றுவதற்காகப் பாடுபட்டவரை இந்தியாவைவிட்டு வெளியேற்றப் பார்க்கிறார்களே" பிரார்த்தனைக் கூட்டத்துக்கு வந்த புண்ணியவான் ஒருவர் மனம் நொந்து புலம்பினார்.

மறுநாள் ஜனவரி *30, 1948*. உலகப்பிதா காந்தியை முஸ்லிம்களுக்கு ஆதரவாகச் செயல்படுகிறார் என்ற காரணத்துக்காக கோட்சே என்பவன் சுட்டுக் கொன்றுவிட்டான். இறக்கும்போது 'ஹேராம்' என்றபடி தரையில் சாய்ந்தார் மகாத்மா.

"இந்த பூமியில் இப்படியொரு மகாபுருஷர் ஒருவர் வாழ்ந்தார் என்பதை வருங்காலத் தலைமுறையினர் நம்புவதுகூடச் சிரமமானதாக இருக்கும்" என்றார் விஞ்ஞானி ஆல்பர்ட் ஐன்ஸ்டீன்.

"சுதந்திரத்துக்குப் பிறகு காங்கிரஸ் இருக்கக் கூடாது என்றார்

காந்தி. அவரையே இருக்கக் கூடாதுனு சொல்லிப்புட்டான் நம்ம ஆளு. இந்தியாவுக்கு காந்திதேசம்னு பெயர் வைக்கச் சொல்லி தலையங்கம் எழுதப் போறேன்" என்று தம் தோழர்களிடம் கூறிக் கொண்டிருந்தார் பெரியார்.

மனிதனுக்குத்தான் திரேதாயுகம் கலியுகம் எல்லாம். மகாவிஷ்ணுவுக்கு...? ஹனுமனை அழைத்துச் சொன்னார்: "ராம அவதாரத்தில் சொன்னது ஞாபகம் இருக்கிறதா? பூலோகத்தில் நடப்பதைப் பார்த்தாயா?"

"கொடுமை.. இறைவனுடைய நோக்கம் என்று ஒன்று இல்லையா? எல்லாமே மனிதர்களின் செயலாக அல்லவா இருக்கிறது?"

"இறைவன் நோக்கமற்றவன். இல்லையென்றால் கொலைகளுக்கும் பூகம்பத்துக்கும் மதக் கலவரத்துக்கும் அவன் பொறுப்பேற்க வேண்டியதாகிவிடும். மனித சாபம் பொல்லாதது ஹனுமா"

"அப்படியானால் இறைவனின் வேலை?"

"இறைவனாக இருப்பதுதான்."

மகாவிஷ்ணுவின் மாறாத புன்னகை. ஹனுமன் "சரி நான் கிளம்புகிறேன்" என்றான்.

"நாளை வா... இன்னொரு காட்சியிருக்கிறது."

"சரி" வாயு மகன் விரைந்தான்.

அரசு உறுதியாக இருந்தது. "சேது சமுத்திர திட்டம் நிறைவேறியே தீரும். சேது மணல் திட்டு பகுதியில் 300 மீட்டர் பகுதியை ஆழப்படுத்துவதன் மூலம் கப்பல் போக்குவரத்து நடைபெறும். இந்தியா முன்னேறும். இது ஒரு தொலை நோக்குத் திட்டம். சற்றேறக் குறைய 150 ஆண்டுகளாகவே சேது சமுத்திர திட்டத்தை நிறைவேற்ற பல அரசுகள் போராடி வந்திருக்கின்றன. எங்கள் ஆட்சியில் இது நிறைவேறுகிறது என்பதுதான் இவர்களின் ஆத்திரத்துக்குக் காரணம்."- முதல்வர் அறிக்கை சூடாக இருந்தது.

"இந்து மக்களின் புனிதச் சின்னமான ராமர் பாலத்தை இடித்தால் கலவரம் வெடிக்கும். உலமெங்கும் இருக்கும் ஹிந்துக்களின் புனிதச் சின்னமான இதை இடிப்பதால் இவர்கள் அரசியல் செல்வாக்கு சரிந்துவிட்டது. உடனே ஆட்சியைக் கலைக்க வேண்டும். மறு தேர்தலுக்கு உத்தரவிடவேண்டும்." -எதிர்க் கட்சிகளும் ஹிந்து அமைப்புகளும் பதில் அறிக்கை வெளியிட்டன.

"ராமேஸ்வரம் பகுதியில் கப்பல் போக்குவரத்து துவங்குவதன் மூலம் மீனவர்கள் ஆழ்கடலுக்குச் சென்று அந்தமான் நிக்கோபார் பகுதிவரை சென்று மீன் பிடிக்கலாம். சர்வதேச கப்பல்கள்

வருவதால் கோடிக்கணக்கான ரூபாய் வருவாய் கிடைக்கும். தமிழகம் சிங்கப்பூராகும். அது ராமர் கட்டினார் என்பதற்கு ஒரு ஆதாரமும் இல்லை. சின்னச் சின்ன மணல் திட்டுகள் அவ்வளவே."- ஓர் அறிஞர்.

"கப்பல் வந்தால் ராமேஸ்வரம் கடற்பகுதி பவழப் பாறைகள் பாதிக்கப்படும்.பல கடல் உயிரினங்கள் செத்து மடியும். அதில் சிறிய கப்பல்கள் மட்டுமே செல்ல முடியும். சர்வதேச கப்பல்கள் அவ்வளவு குறைந்த ஆழத்தில் பயணிக்க முடியாது." - தினமானி நாளிதழ் கட்டுரை வெளியிட்டது.

மதுரை மாட்டுத் தாவணி பேருந்து நிலையத்தில் இருவர்...

"நாட்டின் பாதுகாப்புக்கு ஆபத்துனு கடற்படை அதிகாரி சொல்லியிருக்கிறாரு. அப்படியிருந்தும் இந்தத் திட்டத்தை அமல் படுத்துவதில் முதல்வருக்கு ஏன் இவ்ளோ அக்கறை? இதனால பல கோடி கொள்ளை அடிக்கலாங்கிற திட்டம்தான் அது."

"அதான் ஒரு ஆபத்தும் இல்லனு அமைச்சர் சொல்லிட்டாரே. திட்டம் முடிவாகி ரெண்டு வருஷம் கழிச்சி எதிர்த்துக் குரல் கொடுக்கிறாங்களே.. இவனுங்களுக்குப் பங்கு சரியா வந்து சேரலைனு இப்படி தகராறு பண்றானுங்களோ என்னமோ?"

"**எ**ன்ன பிரபோ இந்தக் காட்சிகளைப் பார்க்கவா என்னை வரச் சொன்னீர்கள். பெருங்கவலையாக இருக்கிறது. அப்போதே இந்தப் பாலத்தை அகற்றியிருக்கலாம் என்று தோன்றுகிறது."

"கடவுளாகவே இருந்துவிடுவதுதான் கவலையை மறப்பதற்கு ஒரே வழி" விஷ்ணு புன்னகைத்தார். பல நெடுங்காலமாய் படுத்துக் கொண்டே இருக்கும் அவருக்குக் கால்களைப் பிடித்துவிட்டு பணிவிடை செய்து கொண்டிருந்தாள் மகாலட்சுமி. "ஏன் இப்படி கால் அமுத்திக் கொண்டிருக்கிறீர்கள் தேவி?" என்று ஹனுமன் பேச்சை மாற்றினார்.

"பார்க்கிறாய் அல்லவா, சினிமாவிலும் காலண்டரிலும் என்னை இப்படித்தான் படம் போடுகிறார்கள். எனக்கும் அதைப் பார்த்து அதே பழக்கம் வந்துவிட்டது." தேவி சிரித்தபடியே "உள்ளங்கையில் இருந்து பொற்காசுகளாக பிரவகிப்பதற்கு இது எவ்வளவோ மேல். வேறு என்னதான் செய்வதென்று எனக்கும் புரியவில்லை."

இறைவியின் கிண்டலை ரசித்தபடி அங்கிருந்து புறப்பட்டான் ஹனுமன்.

"**அ**ந்த இடத்துக்கு நேரே வானத்திலேயே பெர்னூலியா சற்று நேரம் நின்றது. அது ஒரு விண் கப்பல்.

"இவ்வளவு பணம் கட்டி வந்து பார்த்துவிட்டுப் போவது

நாகரீகமாகிவிட்டது. குளோபல் வார்மிங் நிலப்பரப்பைச் சுருக்குவிட்டபின், மூழ்கிப் போன ஏராளமான கடற்கரைகளைக் காட்டி பணம் சம்பாதிக்க ஆரம்பித்துவிட்டார்கள்" முதியவர் வேண்டா வெறுப்பாகப் பேசினாலும் கோவிலின் கோபுரம் தெரிகிறதா என்று பார்த்தார். ஆழ்கடலில் எல்லாமும் ஒரே மாதிரிதான் தெரிந்தது.

"பூம்புகார் கடல் கொண்ட போது செட்டியார் வம்சத்தினர் நீரே இல்லாத மேடான இடத்தில் குடியேற விரும்பி சிவகங்கை பகுதிக்குப் போய், பத்துபடி உயரத்தில்தான் வீட்டையே கட்டினார்கள். அவர்கள் கணித்தபடி இப்போது கடல், சிவகங்கை பகுதி வரை வந்து நிற்கிறது. இதோ இதுதான் ராமேஸ்வரம்.. சென்ற முறை வந்த போது ஓரளவுக்குத் தெரிந்தது" என்றார் கைடு.

கீழே கடலில் வழக்கமான கப்பல் ஒன்று சென்று கொண்டிருந்தது.

நாராயணன் அப்போதும் கடவுளாகவே இருந்தார்.

காலபிம்பம்

கொஞ்ச காலமாகத்தான் இப்படியெல்லாம். நான் காலமில்லாதவனாக மாறிவிட்டதாக ஒரு உணர்வு காலமில்லாதவனுக்கு கொஞ்ச காலம் ஏது?

பைக்கில் சென்று கொண்டிருக்கும் போதுதான் முதன்முதலில் இத்தகைய உணர்வு ஏற்பட்டதாக ஞாபகம். ரெட்ஹில்ஸிலிருந்து காரனோடைக்குப் போகும் வழியில் இப்படி ஏற்பட்டது. காரனோடையிலிருந்து ரெட்ஹில்ஸ் போகிறோமா, அல்லது ரெட்ஹில்ஸிலிருந்து காரனோடைக்குப் போய்க் கொண்டிருக்கிறோமா என்ற குழப்பம். சுமார் 35 ஆண்டுகளாகப் போய் வந்து கொண்டிருக்கிற ஒரு சாலையில் எனக்கு இப்படி ஒரு குழப்பம் ஏற்பட்டது அசாதாரணமாகப்பட்டது.

வீட்டுக்கு வந்ததும் ஜானகிராமனைச் சந்தித்துச் சொன்னேன். "ஞாயிற்றுக்கிழமை அடிச்சது தெளியலையா" என்று அவன் அடித்தக் கிண்டலுக்கு நானும் சேர்ந்து சிரித்துவிட்டு மறந்துவிட்டேன்.

அடுத்து அதே அனுபவம். ஆனால் இந்த முறை திசைக் குழப்பத்தோடு நான் போய்க் கொண்டிருப்பது இன்றிலா, நேற்றிலா என்ற குழப்பம். எதிரில் வரும் லாரி, பஸ், சைக்கிள் காரன்

எல்லோரையும் மலைத்துப் போய் பார்க்கிறேன். இவர்கள் எல்லாம் நேற்று மனிதர்களா, நாளை மனிதர்களா என்று அலை பாய்ந்தது மனம்.

இந்த முறை ஜானகிராமனிடம் சொல்வதற்குப் பயமாக இருந்தது. மனைவியிடம் சொன்னேன். "இந்த மாதிரி புக்கையெல்லாம் படிச்சா இப்படித்தான் உளறுவீங்க" என்று "கேஸ் ஹிஸ்ட்ரி ஆஃப் சிக்மண்ட் பிராய்டை'க் காண்பித்தாள். அதில் லெஸ்பியன் பற்றியும் ஹோமோ செக்ஸ் பற்றியும்தான் நிறைய அலசியிருந்தார். அதற்கும் நேற்று மனிதர்களுக்கும் சம்பந்தமிருப்பதாகத் தெரியவில்லை.

சைக்யாட்ரிட்ரிஸ்ட் மீதிருந்த அவநம்பிக்கை காரணமாக மாற்று மார்க்கங்கள் குறித்தே யோசிக்க ஆரம்பித்தேன். "பெரிய பாளையம் பக்கத்தில் ஒரு மூனீஸ்வரன் கோவில் இருக்கிறது. தாயத்து மந்தரித்துக் கட்டினால் நான்கு வாரத்தில் எப்பேர் பட்ட பேயும் தலைதெறிக்க ஓடிடும்' என்றான் கருணாகரன். இந்த மாதிரி அதீத குழப்பங்களுக்கு யாரை அணுகுவது என்பதற்கே வழி தெரியாத நிலையை முதன் முறையாக உணர்ந்தேன். இத்தகைய மனப் பிம்பங்கள் இப்போதுதான் உலகத்தில் முதன் முறையாக ஏற்படுகிறதா? இல்லை எல்லா விஷயத்திலும் பின் தங்கியிருப்பதுபோல இந்தப் பிரச்சினைகளும் அதற்கான தீர்வுகளும் இந்தியாவில் இன்னும் எட்டப்படவேயில்லையா? நான்தான் பலிகடாவா?

"அதெல்லாம் ஒன்றும் இல்லை. சரியாகத் தூக்கமில்லையென்றால் இப்படி ஆவது சகஜம்தான்" என்று தேற்றினாள் அலுவலகத் தோழி. இதிலே சற்றே நியாயம் இருப்பதாக ஏற்று ஒரு வாரம் நகர்ந்தது.

இந்த முறை மேலும் வித்தியாசமான கால ஊர்வலம். என்னுடைய பொது மேலாளர் எங்களின் போட்டியாளர்கள் மேற் கொண்டுவரும் புதிய உத்திகள் பற்றியும் அதை எதிர் கொள்வது சம்பந்தமாகவும் பேச அழைத்திருந்தார்.

நீரேற்று மோட்டர் வகைகளில் சப் மெர்ஸிபள் மோட்டர்களுக்குத்தான் அதிக மவுசு ஏற்பட்டிருப்பதையும் விரைவில் அரை குதிரைத் திறன் மோட்டர்களும் உருவாக்குவது நல்லது என்றும் கூறிக் கொண்டிருந்தேன்.

"எப்படி சொல்கிறாய்?" என்றார்.

"சென்னையில் குடிநீர் தட்டுப்பாடு நாளுக்கு நாள் அதிகரித்து வருகிறது. எல்லார் வீட்டிலேயும் ஒரு ஆறு அங்குல போர் போட்டு நீர் எடுக்க வேண்டிய நிர்பந்தம் ஏற்பட்டிருக்கிறது. சென்னையின் இட நெருக்கடி அப்படி.... அதனால்" இப்படி நான் சொல்லிக் கொண்டிருக்கும்போதுதான் அந்த நிலைமை ஏற்பட்டது. என்

பொது மேலாளர் எனக்கு ஐந்து வயது சிறுவனாகவும் 90 வயது கிழவராகவும் கணப் பொழுதில் மாறி மாறித் தோன்றினார்.

அவருடைய முன் வழுக்கையும் தொப்பையும் ப்ரெஞ்ச் பேட் தாடியும் ரேமண்ட் சூட்டும் சட்டென மறைந்து அரை நிஜார் போட்டு பாப்கார்ன் சாப்பிட்டுக் கொண்டிருக்கும் ஒரு சிறுவனாக அவரைப் பார்த்தேன். தொண்டு கிழமாக அப்பல்லோ ஹாஸ்பிடல் ஸ்ட்ரெச்சரில் இருப்பதாக இன்னொரு தரிசனம். இதென்ன விபரீதம் என்று தோன்றியது. அலுவலக ரிஸப்னனிஸ்ட் ஜட்டி அணிந்த குழந்தையாகவும் ஐம்பது வயது பெண்ணாகவும் 75 வயது மூதாட்டியாகவும் ஏடாகூடமாகத் தோன்றி மறைந்த போது எனக்கு ஏற்பட்டிருக்கும் அடுத்த சங்கடத்தைத் தெள்ளத் தெளிவாகப் புரிந்து கொள்ள முடிந்தது.

இது தூக்கக் குறைவினால் அல்ல.

நிலை கொள்ளாமல் தவித்தது மனசு. அஞ்சுவதா, மகிழ்வதா என்று தெரியவில்லை. யாரிடம் சொன்னாலும் புரிந்து கொள்ள மறுக்கிறார்கள். நாள்போக்கில் நானாகவே யாரிடமும் இதைப் பற்றிச் சொல்ல வேண்டாம் என்று தவிர்த்துவிட்டேன். சாலையில் நடக்கும் போது கரண்ட் பில் கட்டும்போது டி.வி. பார்க்கும்போது என்று எந்த சமயம் என்று இல்லாமல் நான் கால ஊஞ்சலில் ஆடிக் கொண்டிருந்தேன்.

ஒரு நப்பாசைதான்... மேடவாக்கம் மனநோய் மருத்துவமனைக்குச் சென்று அவுட் பேஷண்ட் க்யூவில் நின்று டாக்டரைச் சந்தித்தேன். குடியை நிறுத்த, பதறறம் குறைய, தூக்கமில்லாமல் தவிப்பதைத் தவிர்க்க என.. பைத்தியம் என்று ஓரங்கட்டுவதற்கு முந்தைய நிறைய பிரிவுகள் இருக்கத்தான் செய்தன.

டாக்டர் பொதுவாக "என்ன செய்கிறது" என்றார்.

"காலம் குழப்பமா இருக்கு.. உதாரணத்துக்கு..."

"ஏம்பா டீ சொன்னனே" என்றார் கதவுப்பக்கம் பார்த்து. "சொல்லுங்க."

அந்த அவகாசத்தில் வார்த்தைகளை இன்னும் கொஞ்சம் சரி செய்து "எனக்குக் கொஞ்ச நாளா விநோத பிரச்சினை சார். மூன்று காலங்களும் ஒரே நேரத்தில தெரியுது."

"மூன்று காலம்னா?"

"உதாரணத்துக்கு நீங்கள் குழந்தையில் இரண்டாவது படிக்கிற சிறுவனாக எப்படி இருந்தீர்கள் என்று தோன்றுகிறது. கொஞ்ச நேரத்தில் ரிடையர்ட் ஆகி பார்க்கில் வாக்கிங் போய்விட்டு ஓர் ஓரமாக உட்கார்ந்திருக்கிற முதியவராகத் தெரிகிறீர்கள். இதோ

எதிரில் இப்போதிருக்கிறமாதிரியும் தெரிகிறீர்கள். குழந்தையின் புன்னகையும் முதியவரின் முகச் சுருக்கமும் ஒரே...”

எந்தவித சலனமும் காட்டாமல் ஏதோ எழுதினார். அதே நிலையில் “எவ்ளோ நாளா?” என்று தெரிந்து கொண்டு “மூணாவது கவுண்டர்ல காட்டுங்க” என்று ரசீது கொடுத்தார்.

“நீங்கள் சரியாக உள்வாங்கிக் கொண்டீர்களா? என்னை நிமிர்ந்துகூட பார்க்காமல் சீட்டு கொடுக்கறீர்களே?”

“இங்கு வருகிறவர்கள் எல்லாருக்கும் நமக்கு மட்டும் ஏதோ விபரீதமாக நடப்பதாக நினைக்கிறார்கள். நான் உங்களை மாதிரி ஒரு நாளைக்கு நூறு பேரை பார்க்கிறேன்”

“நிஜமாக என்னை மாதிரி நூறு பேர் இருக்கிறார்களா?... அது போதும் எனக்கு. எனக்கு மட்டும்தான் இப்படி இருக்கிறதென்று நினைத்து பயந்துவிட்டேன்.”

என்ன நினைத்தாரோ “என்ன நடக்குது உங்களுக்கு முழுசாகச் சொல்லுங்கள்” என்றார்.

“போன வாரம் கிருஷ்ண ஜெயந்தி. வீட்ல கட்டில்ல படுத்துகிட்டு ஏதோ யோசித்துக் கொண்டிருந்தேன். “கண்ணன் பிறந்தான் எங்கள் கண்ணன் பிறந்தான்’னு ரேடியோவில பாட்டு. திடீரென்று கண்ணன் இறந்தக் காட்சி ஞாபகம் வந்தது. பாரதப் போரும் பகவத்கீதையும் உலகுக்குத் தெரிவித்த மகா உண்மைகளின் அசை போடலோடு கண்ணன் ஒரு வனத்தில் படுத்திருக்கிறார். கால்மேல் கால் போட்டு படுத்தபடி காலாட்டிக் கொண்டிருக்கிறார். அவருடைய கால் கட்டை விரலைப் பார்த்து வேடன் ஒருவன் பாம்பென்று நினைத்து அம்பெய்துகிறான். கண்ணன் எதிர்பார்த்திருந்த தனக்கான முடிவை ரசித்து புன்னகையுடன் கண்ணை மூடுகிறான். கண்ணன் இறந்து விட்டான் என்ற செய்தி அறிந்து மதுராவே கொந்தளிக்கிறது. கொன்ற வேடனை கொலை வெறியோடு துரத்துகிறது.....”

“கற்பனை உலகில் சஞ்சரிக்கிற இந்த மனநோய் நீங்கள் நினைக்கிற மாதிரி ரொம்ப புதுசானது இல்லை. டான் க்விக் ஸாட் படித்திருக்கிறீர்களா?”

“அவன் கதைக்கும் எனக்கும் முக்கிய வித்தியாசம் இருப்பதாக நினைக்கிறேன். நான் எந்த விஷயத்திலும் மூன்று காலங்களோடு ஊடாடுகிறேன்.”

“ஈ.எஸ்.பி. சம்பந்தமாக ஏதாவது புத்தகம் படித்தீர்களா?”

“இல்லையே... எனக்கு அதில் நம்பிக்கையும் இல்லை.”

“எல்லாவற்றையும் முன்கூட்டியே கணித்துவிடுவதாக ஏதாவது சம்பவம் நடந்திருக்கிறதா?”

“அதையெல்லாம் நான் கவனிக்கவில்லை. அது சோதிடம் பார்ப்பதுபோல ஆகிவிடும்.”

“எதிர்காலத்தை முன்கூட்டியே திறந்து பார்த்துவிடுவதில் மனிதனுக்கு ஒரு ஆசைதான். அது மாதிரி உங்களுக்கு ஏதாவது இருக்கலாம். நீங்கள் மூன்றாவது கவுண்டருக்குப் போய் மாத்திரை வாங்கிச் செல்லுங்கள். தேவைப்பட்டால் அடுத்த மாதம் வாருங்கள்’.’

டாக்டருக்கு அதற்கு மேல் பொறுமையில்லை. மூன்றாவது கவுண்டருக்குச் செல்லாமலேயே வெளியே வந்தேன். பெசன்ட் நகரில் ஆன்மீக ஞானி அஷ்வகோஷ் வந்திருப்பதாக அங்கு செல்லும் பஸ் ஒன்றிலேயே சின்னதாக போஸ்டர் ஒட்டியிருந்தார்கள். அவர் யாரென்று எனக்குத் தெரிந்திருக்கவில்லை. ஆனால் அந்தப் போஸ்டரில் என்னைக் கவரும் அம்சம் ஒன்று இருந்தது. அவர் முக்காலமும் உணர்ந்தவர் என்று போட்டிருந்தது.

மாலை ஆறுமணிக்குத்தான் அவருடைய பிரசங்கம் என்றார்கள். நான் அவரைத் தனிமையில் சந்திக்க வேண்டும் என்றேன். “நீங்கள் “ஈஷா யோக சம்பூர்ணா’ முடித்தவரா?” என்றார்கள். அவர்கள் கேட்பது பற்றி எனக்கு ஒன்றும் புரியவில்லை.

“வருகிற வழியில் பரங்கி மலையைப் பார்த்தேன். கண நேரத்தில் அது அங்கு தோன்றாத காலத்தையும் தோன்றி பின் இல்லாமல் போன காலத்தையும் பார்த்தேன். எனக்கு பயமாகவும் பரவசமாகவும் இருக்கிறது. அதை ஞானியிடம் பகிர்ந்து கொள்ள வேண்டும்.”

ஆழ்ந்து பார்த்தார் வெள்ளுடை தரித்து நரைத்த தாடியும் தாழநது நோக்கும் பார்வையும் கொண்ட அந்த ஆஸ்ரமவாசி. “இங்கே அமர்ந்திருங்கள். சுவாமிகள் பார்க்க விரும்பினால் அழைக்கிறேன்” என்றார்.

நான் அமர்ந்திருந்தேன்.

இருபது நிமிடங்கள் கழித்து உள்ளே அழைக்கப்பட்டேன். சற்றே இருளும் குளுமையுமான அறை. எங்கிருந்து கசிகிறது என்பதைத் தெரிந்து கொள்ள முடியாத நீலநிற ஒளிக்கிரணம் வியாபித்திருந்தது.

“ஆங்கிலத்தில் பேசுவீர்களா?”

தலையசைத்து, “என்னையும் கடந்து நான் இயங்குகிறேன். நான் என்பது இந்த உடலுக்கு வெளியிலும் செயல்படுவதாக உணர்கிறேன். அதாவது நான் இந்த அறைக்கு வெளியிலும் பிரக்ஞை கொள்கிறேன்.”

“அறைக்கு வெளியில் நடக்கும் சம்பவம் உங்களுக்குத் தெரிகிறதா?”

“இடத்தைப் போலவே காலமும் எனக்கு ஒரு பொருட்டாக

இல்லை. மனித இனம் தோன்றிவிட்டதா?, ராஜராஜசோழன் காலமா? என்பதெல்லாம் ஒரு பொருட்டாக இல்லாத மனநிலை ஏற்படுகிறது. பொதுவாக வெளியே என்ன நடக்கிறதோ அது மனப்புயல் பிம்பமாக சுழல்கிறது. வெளியே யாரோ சிலர் உங்களைப் பார்க்க வருகிறார்கள். சோனியா காந்தி காங்கிரஸ் உயர் மட்டக் குழுவினருடன் பேச்சு வார்த்தை நடத்துகிறார். குடகுமலையில் ஒரு ஆதிவாசி தேனெடுத்துக் கொண்டிருக்கிறான். கங்கையில் மீன்கள் துள்ளுகின்றன. சாதிக் கலவரம் நடந்து கொண்டிருக்கிறது. அலுவலகத்தில் யாரையோ யாரோ புறம் பேசுகிறார்கள். நியூஜெர்ஸியில் ஒரு சாலை விபத்து. எங்கோ எதற்கோ சதி திட்டம் தீட்டுகிறார்கள். ராக்கெட் விடுகிறார்கள். இன விடுதலைக்காகப் போராடுகிறார்கள். தங்கள் மொழியே சிறந்தது என்கிறார்கள். வரதட்சணை, சினிமா ரசிகன், இண்டெர்நெட்... டிசம்பர்}6, செப்டம்பர்}11 எல்லாமே அந்தச் சுழலில் துகள்கள் போல சிக்கிச் சுழல்கின்றன."

ஞானி சிரித்தார். "ஒன்றின் ஒரு கோடி மாயத்தோற்றங்கள்" என்றார்.

"ஒரு கணத்தில் ஒரு யுகம்... ஒரு யுகத்தில் ஒரு கணம்" என்றேன். அவர் என்னைப் புரிந்து கொள்வது தெரிந்தது.

நெருங்கி வந்து தோளில் வாஞ்சையுடன் தொட்டார்.

"இணையத்தில் எல்லாம் இருக்கிறது, பரமாத்மா போல. நாம் அதன் பலகோடியில் ஒரு துகளைத் துய்க்கும் ஜீவாத்மாக்கள்..."

ஞானி மீண்டும் சிரித்தார்... "உங்களுக்குக் கடவுள் நம்பிக்கை இல்லை, அப்படித்தானே?"

"ஆமாம்."

"உங்களைப் போன்ற ஒருவரைத்தான் தேடிக் கொண்டிருந்தேன். என்னுடன் அமெரிக்கா வருகிறீர்களா ஆஸ்ரம வேலைகளுக்கு?" என்றார்.

"நானா?"

"முக்காலம் உணர்தல் என்பதே அறியாமைதான்... நான்கு காலம் உணர்ந்தவர் நீங்கள்... நான்காவது காலமான இடைதூரம் பிடிபட்டிருக்கிறது உங்களுக்கு.."

நான் ஆச்சர்யமாக அவரைப் பார்த்துக் கொண்டிருந்தபோது அவர் புன்னகையுடன் வெளியே சென்றார். தியான அமைதியா, மயான அமைதியா என்று புரிபடவில்லை.

உயிர் எழுத்து இதழில் வெளியான சிறுகதை

அமரர் சுஜாதா

இறந்து போனவரிடமிருந்து இன்று எனக்கொரு இ மெயில் வந்திருந்தது. அதுவும் எழுத்தாளர் சுஜாதாவிடமிருந்து. முதல்கட்டமாக பேரதிர்ச்சிக்கு ஆட்பட்டேன். எனக்கு வேறு வழி தெரியவில்லை. அதிர்ச்சியும் பயமும் அடைவது மட்டும்தான் இதைப் பற்றி ஆராய்வதற்கான முதல்படியாக இருந்தது. பேசாமல் சற்று நேரம் அதிர்ச்சியில் உறைந்து போய் உட்கார்ந்திருந்தேன். அப்படி செயலிழந்து இருப்பது ஏன் என்று எனக்குத் தெரிந்தது. மூளையின் செயல்பாடுகள்பற்றி "தலைமைச் செயலகம்' என்ற தலைப்பில் சுஜாதா எழுதியிருந்த புத்தகத்தில்தான் அதைப் பற்றியும் படித்திருந்தேன். மூளைக்குச் செய்திகளைக் கடத்தும் ஆக்ஸான்கள், நியூரான்கள் பற்றியது அது. செய்திகளை எடுத்துச் செல்லும் ஆக்ஸான்கள் அறுந்துவிடுவதால்தான் அதிர்ச்சி ஏற்படும் நேரங்களில் நாம் ஒன்றும் புரியாமல் திகைத்துப் போய் நிற்கிறோம் என்று அவர் எழுதியிருந்தார். அறுந்த தொடர்பு இணைகிறவரை அமைதியாக இருப்போம் என்று காத்திருந்தேன்.

நிதானமாக சுதாரிப்பு ஏற்படுவதை உணர்ந்தேன்.

இறந்து போனவர்கள் மெயில் அனுப்பும் வசதி எதையும்

பில்கேட்ஸ் ஏற்படுத்தித் தந்ததாகக் கேள்விப்படவில்லை. பிறகு வேறு என்ன சாத்தியக் கூறுகள் இருக்க முடியும் என்று யோசித்தேன்.

எதையும் விஞ்ஞானபூர்வமாக அணுகிய மனிதரிடமிருந்து இப்படி ஒரு அமானுஷ்ய நிகழ்வா என்ற கிளைச் சிந்தனை வேறு.

போன ஆண்டு கடிதங்கள் எல்லாம் இந்த ஆண்டு கையில் கிடைப்பது மாதிரி எங்கெல்லாமோ சுற்றிவிட்டு இந்த ஈ மெயில் இப்போதுதான் கம்ப்யூட்டருக்குக் கிடைத்ததா? என்ன அபத்தம். அப்படி வாய்ப்பே இல்லை.

வாசகர்களுக்கு நான் ஒரு விஷயத்தை இந்த இடத்தில் பகிர்ந்து கொள்கிறேன். நான் எழுதிய சிறுகதை ஒன்றை என்னுடைய தோழிக்கு நேற்று மின்னஞ்சல் செய்தேன். அதுதான் விஷயம். தோழியின் பெயரும் சுஜாதா. ஏதோ பெயர் குழப்பத்தில் எழுத்தாளர் சுஜாதாவுக்கு என்கதையை அனுப்பிவிட்டேன். தோழி மறுபடி போன் செய்து கதை எனக்கு வரவில்லையே மீண்டும் அனுப்ப முடியுமா என்று கேட்க, ஈமெயிலை மறுபடி திறந்த போதுதான் இந்த அதிர்ச்சி. என் கதையைப் படித்துவிட்டு சுஜாதா எழுதியிருந்த பதில் ஈமெயில். இதோ அதுதான் இது:

கதை வித்தியாசமாக இருந்தது. இறந்தவர்கள் பற்றி யோசிப்பது மனிதனின் இயல்பான தேடல் குறித்தது. இறந்தவர்கள் என்ன ஆகிறார்கள் என்பதுதான் எல்லா எழுத்துக்கும் ஆதார ஸ்ருதி. எல்லோரும் இறக்கப் போகிறவர்கள்தானே எதற்காக சண்டை போட்டுக் கொள்கிறீர்கள் என்ற அடிப்படையில் சிலர் எழுதுகிறார்கள். இறவா புகழை அடைய வேண்டும் என்பதற்காகச் சிலர் எழுதுகிறார்கள். சாகிறவரை அடுத்தவர்களுக்கு தொந்தரவு தராமல் நிம்மதியாக வாழ்ந்துவிட்டுச் சாகவேண்டும் என்பதற்காகச் சிலர் எழுதுகிறார்கள். சாவு என்ற ஒன்று இல்லையென்றால் எழுத்துக்கே அவசியமிருக்காதோ என்று தோன்றுகிறது. சாவைப் பற்றி வந்த உருப்படியான கதை. ஆனால் ஆறுமாதங்கள் உருண்டோடின போன்ற பதங்களுக்கு வேறு வாக்கியங்களை உருவாக்கலாம்.

– சுஜாதா

மேற்படி கடிதத்தில் சுஜாதாவின் வார்த்தைப் பிரயோகம் இருப்பது உண்மைதான். ஆனால் தமிழ் எழுத்தாளர்களில் நிறையபேர் அவரைப் போல எழுதுகிறவர்கள் இருக்கத்தான் செய்கிறார்கள். அப்படியாராவது என்னைக் கிண்டல் செய்யும் நோக்கோடு எழுதியிருந்தால்... ஆனால் அவர்களுக்கு சுஜாதாவின் மின்னஞ்சலின் ரகசிய குறியீட்டு எண் தெரிந்திருக்க வேண்டுமே? அவருடைய உதவியாளர் யாருக்காவது பாஸ்வேர்டை சொல்லி வைத்திருந்திருப்பாரோ?

அவருடன் நெருங்கிப் பழகியிருந்த சிலரிடம் கேட்டேன். ஸைபர் கிரைம் பற்றி ஆரம்பத்திலேயே எச்சரித்தவர் அவர்தான். பாஸ்வேர்டை எவ்வளவு பாதுகாப்பாக வைத்திருக்க வேண்டும் என்பதில் அவருக்கு இருந்த கவனம் பற்றிச் சொன்னார்கள். அதுவுமில்லாமல் பாஸ்வேர்ட் யாருக்காவது தெரிந்துபோக வாய்ப்பிருப்பதால் அதை அடிக்கடி மாற்றிக் கொண்டே இருப்பவர் அவர் என்றும் சொன்னார்கள்.

என்னுடைய கம்ப்யூட்டரை சர்வீஸ் செய்வதற்கு வரும் ஆசாமியைத் தொடர்பு கொண்டு நடந்த கதையை எல்லாம் சொல்லி விளக்கம் கேட்டேன்.

“அவருடைய பாஸ்வேர்ட் தெரிந்திருந்தாதான் ஸார் அனுப்ப முடியும். இல்லாட்டி சான்ஸே இல்லை” என்று ஒரே வரியில் வைத்துவிட்டார்.

சரி என்று நானும் விட்டுவிட்டேன். அந்தத் தருணத்தில்தான் அவருடைய கணேஷும் வஸந்தும் மூளைக்குள் புகுந்து ஒரு ஜிவ்வு ஜிவ்வினார்கள். மறுபடி சுஜாதாவுக்கே இன்னொரு இ மெயில் அனுப்புவது என்று தீர்மானித்தேன்.

என்ன இருந்தாலும் தமிழகத்தின் மிகப் பெரிய எழுத்தாளரான அமரர் சுஜாதாவின் பெயரில் இப்படி விளையாடுவது நியாயமே இல்லை. இது அவருக்குச் செய்யும் அவமானம். இந்த விளையாட்டைத் தொடராதீர்கள்.

– தமிழ்மகன்

இ மெயில் அனுப்பிவிட்டு சிலவினாடிகளில் இன்னொரு பதில் இ மெயில் சுஜாதாவிடமிருந்து.

இறந்த ஒருவரை வைத்து இப்படியெல்லாம் விளையாடக் கூடாது என்ற உங்கள் அபிப்ராயம் சரிதான். ஆனால் இறந்த ஒருவர்தான் உங்களிடம் இப்படியெல்லாம் விளையாடுகிறார் என்பதை நீங்கள் நம்பித்தான் ஆக வேண்டும். நம்ப வைப்பதற்கு என்னிடம் ராஜ இலச்சினையோ, முதுகு மச்சமோ இல்லை. பேசாமல் இறந்த ஒருவரால் எப்படி இ மெயில் அனுப்ப முடியும் என்று யோசியுங்கள். கண்டுபிடிக்கிறீர்களா பார்க்கலாம். உங்களுக்கு 24 மணி நேரம் கெடு.

– சுஜாதா

வாசகர்களே தலையைச் சுற்றுகிறதா இல்லையா? இந்த ஒரு நாளில் நான் என்ன செய்ய முடியும்? இன்னும் சிலரிடம் சொல்வதைத் தவிர. அதைத்தான் செய்து கொண்டிருக்கிறேன். சுஜாதா எழுதிய கடைசி வாக்கியம்வரை உற்சாகமும் துள்ளலும் தொடர்ந்து கொண்டுதான் இருந்தது. ஆனால் இறந்த பின்னுமா?

அவர் எழுதிய காலமானவர் கதை ஞாபகம் வந்தது. ஏதாவது காலக் குழப்பம் ஏற்பட்டு தேதி மாறிப் போய் எல்லாமே நடந்து கொண்டிருக்கிறதா?

மனிதர் கருட புராணம் எல்லாம் படித்தவர். அந்த மாதிரி சூட்சுமம் ஏதாவது கைவரப் பெற்றுவிட்டாரா?

விஞ்ஞானமும் வேதாந்தமும் ஏதோ ஒரு புள்ளியில் ஒன்று சேர்வதாகவும் எழுதியிருக்கிறார். ஆனால் இருக்கிறவர்களை யெல்லாம் விட்டுவிட்டு என்னை எதற்கு இந்தப் பரீட்சைக்குத் தேர்வு செய்தார் என்று தெரியவில்லை. இதையெல்லாம் தாங்கும் சக்தியோ, போராடிக் கண்டுபிடிக்கும் திராணியோ இல்லாதவன் நான்.

வாலி, மணிரத்னம், ஷங்கர், கமல்ஹாசன், அப்துல்கலாம், மதன், ராவ் என்று அவருக்கு நிறைய நெருக்கமான ஆட்கள் இருக்கிறார்கள். அந்த மாதிரியாருக்காவது இப்படி ஒரு இ மெயில் வந்திருந்தால் அது நாடுதழுவிய செய்தியாகவோ உலகு தழுவிய செய்தியாகவோ இருந்திருக்கும்.

வேதாந்தம், அமானுஷ்யம், சக்திக்கு அப்பாற்பட்ட விஷயம் போன்ற வஸந்த் பாணி விஷயங்களையெல்லாம் அப்புறப்படுத்திவிட்டு கணேஷ்போல இந்த விஷயத்தைக் கையாள்வோம் என்று முடிவு செய்து கொண்டேன். எனக்கு சுஜாதா எழுதிய 'கொலையுதிர் காலம்' நாவல்தான் இப்படி முடிவெடுக்க உதவியது. விஞ்ஞானம்... விஞ்ஞானம்... எனக்குத் தெரிந்து விஞ்ஞான நோக்கோடு விஷயத்தை எதிர் கொள்பவர் கோவர்தன்தான். பெங்களூருவில் இருக்கிறார். இன்னும் 6 மணி நேரமே இருக்கும் அவகாசத்தில் அவருடைய ஆலோசனையை நாடினேன்.

மனிதர் எப்போதும் போல் மும்பை செல்வதற்காக ஏர் போர்ட்டில் காத்திருந்தார். விஷயத்தை உள்வாங்கிக் கொண்டார்.

"அது எழுத்தாளர் சுஜாதாவின் இ மெயில்தானா என்று தீர்மானி யுங்கள். நான் என் வேலையை முடித்துவிட்டு உங்களைத் தொடர்பு கொள்கிறேன்" ரத்தின சுருக்கமாக இவ்வளவுதான் சொன்னார்.

அவர் சொன்ன முக்கியமான சந்தேகத்தைத் தெளிவுபடுத்திக் கொள்ள சுஜாதாவின் நண்பர்கள் சிலரை அணுகினேன். அட்சரம் பிசகினாலும் தவறாகிவிடும் என்பதால் எழுத்து எழுத்தாகக் குறித்துக் கொண்டேன். முகவரி சரியாகத்தான் இருந்தது. அது சாட்சாத் சுஜாதாவின் ஈமெயிலே தான். அவசரப்பட்டு இரண்டொரு தரம் கோவர்தனுக்கு போன் செய்த போதும் முக்கியமான கூட்டத்தில் இருப்பதாகவே செய்தி வந்தது. தவிப்பு தாளவில்லை எனக்கு. இரண்டு நாளாக இதே வேலையாக இருக்கிறேன். யாருமே இதை

ஒரு முக்கியமான விஷயமாக எடுத்துக் கொள்ளவில்லையே என்று இந்த பொறுப்பற்ற உலகத்தின் மீதே கோபமாக இருந்தது.

சரியாக மாலை அவரே தொடர்பு கொண்டார்.

"இ மெயில் சரிதானா?"

"மிகச் சரியாக இருக்கிறது."

"வேறுயாருக்காவது அவருடைய இ மெயில் பாஸ்வேர்டு தெரிந்திருக்க வாய்ப்பிருக்கிறதா?"

"அதையும் விசாரித்துவிட்டேன். அந்த விஷயத்தில் படு ரகசியம் காத்திருக்கிறார்."

"அப்படியானால் ஒரே ஒரு வாய்ப்புதான் இருக்கிறது. ஆட்டோ இன்டலஜன்ஸ் புரோகிராமிங்."

"சில இ மெயில் பார்த்திருப்பீர்கள். கடனட்டைக்கான தொகை ரூ... கிடைத்தது. நன்றி... அல்லது எங்கள் வலைதளத்தில் உங்களைப் பதிவு செய்ததற்கு நன்றி என்று தயார் நிலை வாக்கியங்களோடு சில கடிதங்கள் வருவதைப் பார்த்திருப்பீர்கள். அப்படியானது."

"ஆனால் நான் எழுதிய கதையைப் படித்துவிட்டு விமர்சித்திருக்கிறாரே?"

"ஆயிரக்கணக்கான கதைகளைப் படித்ததன் மூலம் எல்லாவற்றையும் ஒரு பார்முலாவுக்குள் அவரால் கொண்டு வரமுடிந்திருந்தால் கம்ப்யூட்டரேகூட உங்கள் கதையைக் கணிக்க முடியும். அதாவது அந்த மாதிரி புரோக்ராம் செய்ய முடியும்."

"ரொம்ப நன்றி கோ..."

ஓட்டமாய் ஓடி சுஜாதாவுக்கு அடுத்த மெயிலைத் தட்டினேன்.

"கண்டுபிடித்துவிட்டேன் ஐயா. இதுதானே விஷயம்?' என்று.

அடுத்த நிமிடம். 'வெரிகுட்' என்றொரு மெயில் ஒன்று அவரிடமிருந்து வந்தது. அடுத்த விநாடி கம்ப்யூட்டர் பட்டென்று அணைந்துவிட்டது. என்னடா இது எல்லாம் கூடி வருகிற நேரத்தில் இப்படி ஆகிவிட்டதே என்று பதறிப் போய் மீண்டும் கம்ப்யூட்டரை ஏற்றினேன்.

வேகமாக இ மெயிலை திறந்தேன்.

...சுஜாதா... அட அவர் அனுப்பிய இ மெயிலே இல்லையே... அனுப்பிய மெயில் பட்டியலிலும் இல்லை. பெற்றுக் கொண்ட பட்டியலிலும் இல்லை. கரெப்ட் ஆகிவிட்டது.

இதுவும் அவர் வேலைதானா?

தினமணிகதிர் 2008

நோவா

“நண்பர்களே வணக்கம்.

உலகம் மாகாணக் கூட்டமென்பதால் அனைத்து மொழியினருக்குமான மாற்றுக் கருவியை எல்லோர் இருக்கையிலும் பொருத்துவதில் கூட்டம் சற்றே தாமதப்பட்டுப் போனது. சீன மொழியில் இருந்து உருது மொழிக்கும் ஜார்ஜிய மொழியில் இருந்து குஜராத்தி மொழிக்கும் மாற்றம் செய்வதில் சிற்சில இலக்கணக் குறைபாடுகள் இன்னமும் தவிர்க்கப்படவில்லை. உதாரணத்துக்கு சில இலக்கணப் போலிகளையும் (தசை} சதை, ல்ட்ர்ற்ர்- ச்ர்ற்ர்) சில ஆகு பெயர்களைப் (பிரான்ஸ் தங்கம் வென்றது) புரிந்து கொள்வதில் சில மின்புரி தவறுகள்... அடுத்த உலக மாகாணக் கூட்டத்துக்குள் இவற்றைச் சரி செய்துவிட முடியும் என்று நம்புகிறேன். சரி.. இப்போதைய கூட்டம் அது பற்றியதல்ல....” சற்றே அமைதிக்குப் பிறகு அனைவருக்கும் ஏற்கெனவே அதைப் பற்றித் தெரியும் என்றாலும் ஒரு முன்னோட்டம் போல அதைப்பற்றி சொல்ல வேண்டிய தம் கடமையை நிறைவேற்றினார் சர்வ தலைவர்.

“....இன்றைய மாநாடு ஒருவர் பற்றி இன்னொருவர் கொள்ளும் அபிப்ராயம் பற்றியது. அதாவது ஒரு அபிப்ராயத்தை அவர் இல்லாத

நேரத்தில் மற்றவர்களிடம் பரப்புவது சம்பந்தமானது. இது மனித சமுதாயத்தில் மிகக் கொடிய வன்மமாக இருந்திருக்கிறது. இப்போது இது புழக்கத்தில் இல்லையாயினும் அப்படியான குணம் நான்காம் உலகப் போருக்குக் காரணமாகிவிடக்கூடாது என்பதுதான் இம் மாநாட்டின் நோக்கம். இங்கு கூடியிருக்கும் மனித வள, மொழியியல், மனவியல் அறிஞர்கள் யாருக்காவது அதைப் புரிந்து கொள்ள முடிந்ததா? விளக்க முடியுமா? யென்சான் நீங்கள்..?"

ஜப்பானிய மொழியியல் அறிஞரான அவர்தான் இந்தக் கூட்டத்துக்கே (கூட்டம் என்பதுகூட பொருத்தம்தான். ஏறத்தாழ 170... மூன்றாம் உலகப் போருக்குப் பிறகு மீந்தவர்களுக்கான பிரதிநிதிகள் மட்டுமே அங்கு இருந்தனர்) காரணமானவர். கடந்த காலங்களில் நிறைய போர்களுக்கு இதுதான் காரணமாக இருந்தது என்று கண்டுபிடித்தவர் அவர்தான். ஆரம்ப விளக்கம் சிறப்பாக இருந்தால் அதைச் சார்ந்து மற்றவர்களும் தெளிவுபடுத்த முடியும் என்று அவர் நினைத்தார். நிதானமாகவும் தெளிவாகவும் பேச ஆரம்பித்தார் யென்சான்.

"ஒருவர் பற்றி இன்னொருவர் பெருமையான அபிப்ராயங்களைச் சொல்வதைப் புகழ்வது என்று சொல்கிறார்கள். அதற்காக ஒரு காலத்தில் பலரும் ஏங்கியதாகத் தெரிகிறது. ஒருவருக்கு எவ்வளவு புகழ் இருக்கிறது என்பது மிகவும் முக்கியமாக இருந்தது. வாய் மார்க்கமாகவோ, எழுத்து மூலமாகவோ ஒருவரை ஒருவர் இப்படி செய்து கொண்டார்கள். தாம் நிறையப் புகழப் பெற வேண்டும் என்ற பேராசைதான் வன்முறைக்குக் காரணமாகிவிட்டது"

"அந்தக் காலத்தில் அப்படி ஒரு ஆசை இருந்தது உண்மைதான். ஆனால் அதனால் போர்கள் எப்படி உருவாகும்? சகமனிதர்களை வெட்டிச் சாய்ப்பதும் கொல்வதும் எங்கே வந்தது?" என்ற சந்தேகத்தையும் கூடவே அவருடைய விளக்கத்தையும் முன் வைத்தார் பிரெஞ்சு மனவியல் அறிஞர் வார்னே பிரான்கோ. "ஒருவரை பற்றி ஒருவர் நல்ல அபிப்ராயங்கள் சொல்வது இப்போதும் சில சமயங்களில் கடைபிடிக்கப்படுகிறது. சென்ற மே மாதத்தில் நாமும் அப்படி செய்தோம்..."

"நாமா?" என்றார் தலைவர் சற்றே திகைப்புடன்.

"ஆமாம். செவ்வாய் கிரகத்தில் வளிமண்டலம் உருவாக்குவதில் நம் விஞ்ஞானிகள் நிறைவுகட்டத்தை அடைந்த போது இதே உலக மாகாணப் பிரதிநிதிகள் சேர்ந்து உணர்ச்சிவசப்பட்டதை நான் கண்ணுற்றேன். இப்போது இங்கு இருக்கும் காப்ரியேல், அந்த விஞ்ஞானிகளை "மறுபுவிகண்ட மாண்பர்கள்' என்று விளித்தார். ஆனால் அது புகழ் வார்த்தைதான். சென்ற நூற்றாண்டின் பழக்க தோஷமாக இருக்க வாய்ப்பிருக்கிறது"

கேப்ரியலுக்கு ஆச்சர்யம் தாளவில்லை. "அப்படியா சொல்கிறீர்கள்?... அது ஊக்க வார்த்தை வகைப்பட்டதுதானே?"

"நிச்சயமாக இல்லை. அவர்கள் வேலையை அவர்கள் செய்தார்கள். அதிகபட்சமாக அவர்களைப் பார்த்து நிறைவாகச் செய்தீர்கள் என்றுதான் சொல்லியிருக்க வேண்டும். என்னுடைய ஆய்வில் கடந்த காலங்களில் வெளியூருக்குச் சுற்றுலா போய்விட்டு வந்த அரசியல் தலைவர்களையெல்லாம் தமிழகத்தில் "மலேயா கண்ட மாவீரனே' என்று பாராட்டி வரவேற்று இருக்கிறார்கள். இதைப் போல் நம் தலைவர் வெளிநாடு போய் வரும்போது பாராட்ட வேண்டும் என்ற ஆசையில் "உலக நாடுகளின் ஒளிவிளக்கே' என்று மிகைப்படுத்திப் புகழ்ந்தார்கள். இதனால் இந்தக் குழுவினருக்கும் எதிர்க் குழுவினருக்கும் ஆவேசமும் கோபமும் வன்மமும் ஏற்பட்டதாகத் தெரிகிறது."

பிரான்கோவின் வாதத்தில் இருக்கும் நியாயத்தை உணர்ந்து "அந்தக் காலத்தில் ராக்கெட் மூலம் விண்வெளிக்கு சென்று வரும் முறை இருந்தது. அதை பொருண்மை ஆற்றல் முறையினால் ராக்கெட் இல்லாமலேயே சென்றுவரும் முறையைக் கண்டுபிடித்ததால் சற்று உணர்ச்சி வசப்பட்டுவிட்டேன். மறுபுவிகண்ட மாண்பர்கள்' என்ற வாக்கியத்தைத் திரும்பப் பெற்றுக் கொள்கிறேன்" என்றார் கேபிரியல்.

"இது குறித்து மாற்றுக் கருத்து இருப்பவர்கள் சிற்றுண்டி இடைவேளைக்குப் பிறகு பகிர்ந்து கொள்ளலாம்" தலைவர் திரையில் இருந்து மறைந்தார்.

எல்லோரும் அரங்கத்தின் வெளியே நீண்ட காரிடாரில் நடைபோட்டபடி ஏறத்தாழ ஒரு முடிவுக்கு வந்துவிட்டவர்கள்போல நடைபழகிக் கொண்டிருந்தார்கள். உலகம் என்பது அந்த 45 மாடிக் கட்டிடத்துக்குள் சுருங்கிவிட்டது சகலருக்கும் வருத்தமூட்டுவதாக இருந்து சமீபகாலங்களில் அதற்காக வருத்தப்படும் பழக்கத்தில் இருந்து மீண்டுவிட்டார்கள். காடுகள், மலைகள், அருவிகள், மலர்கள், எல்லாமே திரையில் பார்த்து ரசிக்கும் சமாசாரங்கள்தான். "டூன்மேன்' அமைப்பினர் கிராபிக்ஸ் இயற்கை காட்சிகள் உருவாக்கி செயற்கை பறவைகளையும் விலங்குகளையும் உருவாக்கியிருப்பதால் போருக்கு அடுத்த ஐந்தாம் தலைமுறைக்குச் செயற்கை ரசிப்பு மட்டுமே தெரிந்தது, சொல்லப் போனால் மிகவும் பிடித்தும் போனது. சரியாகச் சொன்னால் இந்த "நோவா கப்ப'லில் மனிதர்கள் மட்டுமே சேகரிக்கப்பட்டிருந்தனர்.

"என்ன புரதச் சட்டினியும் வைட்டமின் ஆப்பமும்தானா?" என்று நெருங்கிவந்த ஆப்ரிக்க மரபியல் அறிஞரான முப்பட்டோவைப்

பார்த்து ஏதோ நினைவில் இருந்து விடுபட்டவராகச் சிரித்தார் இந்திய ஆன்மிக இயலாளர் குப்தா.

“ஆழ்ந்த யோசனையில் இருக்கிறீர்கள் போலிருக்கிறதே?” என்ற முப்பட்டோவின் கையில் கார்போ கூழும் சிட்ரிக் தொக்கும் இருந்தது.

“இது இந்தியர்களின் மரபுரீதியான செயல்தானே?” சாதுர்யமாக அவருக்குப் பதிலளித்து பதில் சிரிப்பும் செய்தார்.

“தலைவர் இதை இவ்வளவு பெரிய விஷயமாகப் பாவிப்பதற்கு வேறு ஏதேனும் காரணம் இருக்குமா? எப்போதோ வழக்கொழிந்து போன இந்தப் பாராட்டு வார்த்தைகள் குறித்த கருத்தரங்கு எந்தவிதத்தில் பயனளிக்கும் என்று நினைக்கிறீர்கள்?”

குப்தா மீண்டும் சிந்தனையில் ஆழ்ந்தார். “இடைவேளைக்குப் பிறகு இது குறித்துப் பேசலாம் என்று இருக்கிறேன். உங்கள் கருத்தையும் சொல்லுங்கள்.. மற்றபடி ஆப்ரிக்க -இந்திய இனவரலாறு ஆய்வு எப்படி இருக்கிறது?”

“நியூஸிலாந்திலும் இந்தியாவிலும் ஆப்ரிக்காவிலும் பாம்புகள் குறித்தும் லிங்க வழிபாடுகுறித்தும் போதுமான ஆதாரங்கள் கிடைத்துள்ளன. இந்த மூன்று பகுதி பழங்குடிகளிடம் இருக்கும் பெயர் ஒற்றுமைகள் ஆச்சர்யமானவை. கிளியோ பாத்ரா} துங்கபாத்ரா, கங்கா}காங்கோ என... மனிதர்கள் எல்லோரும் ஒரே இடத்தில்தான் இருந்திருக்கிறார்கள், இப்போது நாம் இருப்பது போல..” அரங்க நுழைவாயில் விளக்குகள் ஒளிரவே அனைவரும் உள்ளே செல்ல ஆரம்பித்தனர்.

திரையில் தலைவர் “ஆரம்பிக்கலாம்” என்றார்.

குப்தா ஆரம்பித்தார். “அபிப்ராயங்கள் சொல்வதில் இரண்டு விதங்கள் இருப்பதை அறிகிறேன். ஒருவரைப் பற்றி இன்னொருவர் அவர் இல்லாத நேரங்களில் அபிப்ராயம் சொல்வதில் சில சிக்கல்கள் இருக்கின்றன. ஆரம்ப அமர்வில் சொல்லப்பட்ட அபிப்ராயங்கள் அனைத்தும் ஒருவர் மற்றவரை மிகைவூக்கப்படுத்துவது சம்பந்தமானதாக இருந்தது. இதில் நான் இன்னொரு கருத்தையும் முன் வைக்க விரும்புகிறேன்... அதாவது ஒருவகையில் அதற்கு முரண்படுவதாகவும் இது இருக்கும். அப்படி அபிப்ராயம் தெரிவிப்பதில் குறைவூக்கம் செய்யும் தன்மைகளும் இருந்தன என்பதுதான்.”

“புதிதாக இருக்கிறதே... குறைவூக்கமா? சக மனிதர் ஒருவரை இன்னொருவர் எதற்காக குறைவுபடுத்த வேண்டும்?” தலைவர் ஆச்சர்யத்தோடு கேள்வியை முன் வைத்தார்.

குப்தாவின் முகம் சலனமற்று இருந்தது. லேசான வருத்தமும் அதில் தென்படுவதை அவருடைய மனவோட்டமானியின் ஊசலாட்டத்தை வைத்து அனைவருமே அறிந்தனர். ஒருவருடைய மனவோட்டத்தைப் புண்படுத்தும்விதமாக யாரும் செயல்படும் சமயத்தில் அதை அறிந்து அந்தச் செயலை மாற்றிக் கொள்ளும் பொருட்டுதான் அக் கருவியே அனைவரின் இருக்கையிலும் இணைக்கப்பட்டிருந்தது. தலைவர் நெகிழ்வோடு, "தாங்கள் வருத்தமுருவதாக அறிகிறோம்" என்றார்.

"வருத்தம் இந்த ஆய்வின் பொருட்டுதான். குறைவூக்கம் குறித்து நாம் தெரிந்து கொள்ள வேண்டாம். ஒரு மனிதனை எதற்காக அவருடைய நிஜமான தன்மையைவிட குறைத்து மதிப்பிட வேண்டும் என்று கேட்டீர்கள்.. அது அந்தக் காலத்தில் இருந்த போலி குணத்தின் விளைவு.."

தலைவர் தீர்மானமான குரலில் "குப்தா அது தெரிந்து கொள்ளகூட தகுதியற்ற விஷயம் என்று சொல்கிறார். அத்தகைய மோசமான விஷயத்தைத் தெரிந்து கொள்வதில் எனக்கும் உடன்பாடில்லை. உங்கள் வாக்குகளை அளிக்கலாம்."

அப்படியான போலியான குணம் பற்றித் தெரிந்து கொள்வதில் உண்மையிலேயே உறுப்பினர்களுக்கு ஆர்வம் இருக்கத்தான் செய்தது. 97 விழுக்காடு தெரிந்து கொள்ள விரும்புவதாக பட்டனை அழுத்தினர்.

"நீங்கள் கூறலாம்" என்றார் தலைவர் குப்தாவை நோக்கி.

"என் கடமையை முடிந்த அளவு தெளிவாகச் செய்ய விரும்புகிறேன்" என்று குப்தா ஆரம்பித்ததிலிருந்தே அது சிரமமானதொரு விஷயமென்று அனைவரும் அதைப் புரிந்து கொள்ள ஆயத்தமாயினர்.

"குறைவூக்கம் என்ற வார்த்தை இன்றைய நாகரீக உலகத்தில் உருவாக்கப்பட்ட வார்த்தை.. அக் காலங்களில் ஒருவரை ஒருவர் மறைவாக குறைத்து மதிப்பிட்டனர். அப்படிச் செய்து கொள்வதில் அவர்களுக்கு ஒருவித ஆனந்தம் இருந்தது. அதை அக் காலங்களில் அவதூறு சொல்லுதல் என்பார்கள்..." அமைதியாக அரங்கைப் பார்த்தார் குப்தா. எல்லோர் முகத்திலும் "அதில் ஆனந்தம் இருக்க முடியுமா?' கேள்விக்குறி.

குப்தா தொடர்ந்தார்.. "புறம்கூறல், இல்லாததும் பொல்லாததும் சொல்லுதல், போட்டுக் கொடுத்தல், வதந்தி பரப்புதல், வத்தி வைத்தல்..."

"என்ன பட்டியல் இது?" தலைவர் இடைமறித்தார்.

“இப்படியெல்லாம் அதைச் சொல்லுவார்கள். நான் சிறுவயதாக இருக்கும்போது என் தாத்தா இந்த வார்த்தைகளைப் பிரயோகித்ததைக் கேட்டிருக்கிறேன்.என் மனதில் இன்றும் அவை பசுமையாக இருக்கின்றன. ஆனால் இப்படிச் சொல்வதால் என்ன நன்மை என்று என்னாலும் விளங்கிக் கொள்ள முடியவில்லை. அக் காலத்தில் கிறிஸ்து என்பவரை முன்னிறுத்தியும் திருவள்ளுவர் என்பவரை முன்னிறுத்தியும் இன்னும் சிலருடைய பெயரிலும் ஆண்டுகள் கணக்கிடப்பட்டன. அவர்கள் கணக்குப்படி ஏறத்தாழ கி.பி. 2200 வரை இது புழக்கத்தில் இருந்திருக்கிறது. என் தாத்தாவுக்கே அவை சொல்லக் கேள்விதான். அவர் அவற்றைப் பிரயோகித்தவராகத் தெரியவில்லை. அப்படி ஒருவரை ஒருவர் குறை சொல்லிக் கொண்டு அதனால் ஏற்பட்ட விரோதத்தால் அவதியுற்றுவந்தனர்.”

“முதலில் அதில் ஆனந்தம் இருந்ததாகக் கூறினீர்கள் குப்தா” என்று ஞாபகப்படுத்தினார் ஒரு சீன அறிஞர்.

“அதைப் புரிந்து கொள்வதில் சிரமம் இருக்கிறது. இப்படிப் புறம்கூறுவதால் ஆரம்பத்தில் காரணற்ற மகிழ்ச்சியும் பிறகு அதனால் இருவருக்குள்ளும் மன வருத்தமும் தொடர்ச்சியாக விரோதமும் ஏற்பட்டிருக்கிறது..”

“புறங்கூறுவதால் ஏதேனும் சம்பந்தபட்ட நபருக்கு ஆதாயம் இருந்ததா?” என்றார் சிலி நாட்டு தொல்லியலாளர்.

“ஆதாயம் இருக்க வேண்டும் என்ற அவசியமில்லை. ஆதாயம் கிடைத்தால் கூடுதல் உற்சாகத்தோடு செயல்படுவார்கள்.”

“நம்பவே முடியவில்லை. ஆதாயம் இல்லாமலும் இதைச் செய்வார்களா? ஏதாவது உதாரணம் சொல்ல முடியுமா?”

“உதாரணம் சொல்லுகிற அளவுக்கு எனக்கு விவரம் போதாதாது.. யூகத்தின் அடிப்படையில் சொல்வதென்றால்... ஒருவர் ஒரு குறிப்பிட்ட வேலைக்கு லாயக்கானவரா என்று இன்னொருவரிடம் அபிப்ராயம் கேட்டால் “அவனுக்கு என்ன தெரியும்.. மண்ணாங்கட்டியும் அவனும் ஒன்றுதான். பல சந்தர்ப்பங்களில் அவன் மேலதிகாரியிடம் அவமானப்பட்டதை நான் பார்த்திருக்கிறேன்’ என்று தீர்மானமாகச் சொல்லிவிடுவார்கள். ஆனால் அவன் அந்த வேலைக்கு மிகவும் பொருத்தமானவனாக இருப்பான். மேலதிகாரிகளும் அவன்மீது மிகுந்த மரியாதை வைத்திருப்பார்கள். ஆனால் மாற்றிச் சொல்லிவிடுவார்கள். அந்தப் பதவியைத் தான் அடைய வேண்டும் என்ற எண்ணமோ, அதற்கான தகுதியோ இல்லாதவரும் அப்படி அபிப்ராயம் சொல்லும் நடைமுறை இருந்தது.”

“உண்மைக்கு மாறானதைச் சொல்வார்கள். அப்படித்தானே? அதாவது அந்தக் காலத்தில் பொய் என்று ஒரு வார்த்தை உண்டே....”

“சரியாகச் சொன்னால் பொய்தான். ஆனால் பொய் என்பது பயத்தின் காரணமாக ஏற்பட்டது... அதிகாரியின் திட்டுகளில் இருந்து, கணவரின் திட்டுகளில் இருந்து தப்பிப்பதற்காகச் சொல்லப்படுவது... ஆனால் இந்தப் பொய்யில் மன மகிழ்ச்சி ஏற்பட்டதாகத் தெரிகிறது. ஒருவரைப் பற்றி மிகையாகவோ, முற்றிலும் மாறாகவோ சம்பந்தபட்ட நபர் இல்லாத நேரத்தில் அவரைப்பற்றி அப்படிச் சொல்லியிருக்கிறார்கள்”} இரண்டுக்குமான வித்தியாசத்தை ஓரளவுக்கு விளக்கினார் குப்தா.

அரங்கமே சிரிப்பலையில் அதிர்ந்தது. “சம்பந்தபட்ட நபர் இருக்கும் நேரத்தில் எப்படி நடந்து கொள்வாராம்?” சிரிப்பினிடையே கேள்வியைப் போட்டார் தலைவர்.

“குறைகூறிய அதே நபர், யாரை குறையாகக் கூறினாரோ அவரை வலிய அழைத்து “என்னிடம் இப்படி உங்களைப் பற்றி அபிப்பராயம் கேட்டார்கள். நானும் நீங்கள்தான் உலகிலேயே திறமைசாலி என்று சொன்னேன். அந்தப் பதவி நிச்சயம் உங்களுக்குத்தான்’ என்று ரகசியமாகவும் பெருமையாகவும் சொல்லுவார்கள்”

“குப்தா இத்துடன் உங்கள் கற்பனையை நிறுத்திக் கொள்ளுங்கள். எங்களுக்கெல்லாம் சிரித்து சிரித்து வயிறு புண்ணாகிவிட்டது. புறம்கூறும் மனிதன் இப்படி இரண்டுவிதமான மனநிலையில் எவ்வளவு சிரமப்பட்டிருப்பான்?.. புறம் பேசப்பட்டதால் பாதிக்கப்பட்டவனைவிட புறம்கூறியவனை நினைத்தால்தான் எனக்குப் பரிதாபமாக இருக்கிறது. எதற்காக வன்மமும் போரும் ஏற்பட்டது என்ற நம் ஆராய்ச்சி இவ்வளவு கேலிக்கூத்தாக முடியும் என்று யாரும் எதிர்பார்க்கவேயில்லை” என்றார் தலைவர். அவர் சொல்வது போல் எல்லோர் மனவோட்ட மானிகளும் ஆயிரம் மகிழ்ச்சிப் புள்ளிகளைத் தாண்டியிருந்தது. மிகவும் வேடிக்கையான ஆராய்ச்சியாக இருப்பதால் இதை இத்துடன் முடித்துக் கொள்ளலாம் என்ற கருத்துக்கு 100 சதவீத வாக்கு விழுந்ததால் கூட்டத்தை அத்துடன் கலைத்துவிட்டு எழுந்தனர்.

தூரத்தில் இருக்கும் ஒருவரை உபயோகமற்றவர், மண்ணாங்கட்டி என்று அபிப்ராயம் சொல்வதும் கிட்டே வந்ததும் திறமைசாலி என்பதுமான விளையாட்டை தன் பேரக் குழந்தைகளுக்குக் கற்றுத் தந்து மன மகிழ்ச்சி ஏற்படுத்தப் போவதாகச் சொல்லிக் கொண்டிருந்தார் முப்பாட்டோ.

குப்தாவுக்கு அது விளையாட்டான விஷயமாகத் தெரியவில்லை. குழந்தைகள் நெஞ்சில் நஞ்சை விதைப்பதாகத் தெரிந்தது.

எட்டாயிரம் தலைமுறை

(காதல் கதை)

எட்டாயிரம் தலைமுறைக்கு முன்னால் எங்கள் பரம்பரையில் நிகழ்ந்த கதை இது. வெளியில் சொல்ல வெட்கப்பட்டோ, இதையெல்லாம் யாரும் நம்ப மாட்டார்கள் என்றோ, எங்கள் குடும்ப வாரிசுகள் அன்றி வேறு யாருடனும் இதைப் பகிர்ந்து கொள்வதில்லை.

ஏறத்தாழ எட்டாயிரத்து ஒன்றாம் தலைமுறையில் இது வெளியுலகுக்குத் தெரிய வருகிறது. ராமானுஜர் தனக்குப் புண்ணியம் கிடைக்கவில்லை என்றாலும் பரவாயில்லை என்று சொர்க்கத்துக்குப் போகும் மந்திரத்தை கோபுரத்தில் ஏறி மக்களுக்குச் சொன்னதுபோல நானும் சொல்லும் முடிவுக்கு வந்துவிட்டேன்.

முந்தாநாள் நடந்த இந்திய சுதந்திரத்தைப் பற்றியே ஆளுக்கொரு முரண்பாடுகள் சொல்லிக் கொண்டிருக்கும்போது இந்த எட்டாயிரம் தலைமுறைக் காதலில் எத்தனை கண்கள் காதுகள் மூக்குகள் ஜோடிக்கப் பட்டிருக்கும் என்று பயப்பட வேண்டாம். இதில் என் மூதாதையரின் சொந்தக் கற்பனைகளோ, சொந்தச் சரக்கோ வந்திருக்க வாய்ப்பில்லை. அதனால் அவர்களுக்கு எந்த ஆதாயமும் இல்லை என்பதோடு நான் அறிந்தவரை என் தாத்தா

என் அப்பாவிடம் சொல்லியதைத்தான் சத்தியமாக உங்களிடம் பகிர்ந்து கொள்ளப்போகிறேன்.

ஓர் உண்மை இந்த சுயநல யுகத்தில் மூன்று தலைமுறையாக ஒரேமாதிரியாக இருப்பதே அசாதாரணம் எனும் பட்சத்தில் இதற்கு முந்தைய அப்பழுக்கற்ற மனிதர்களின் யுகத்திலும் அதற்கு முந்தைய மொழியே உருவாகாத காலத்திலும் எந்தக் கற்பனையும் கலப்படாகியிருக்காது என்றே உறுதியாகத் தோன்றுகிறது.

விஷயத்துக்கு வருவோம்.

என் தாத்தா ஏழாயிரத்தித் தொள்ளாயிரத்துத் தொண்ணூற்று ஒன்பதாவது தடவையாக இந்தக் கதையை என் அப்பாவிடம் சொல்லிக் கொண்டிருக்கும்போதே நான் ஒட்டுக் கேட்டுவிட்டேன். ஒவ்வொரு புதிய வாரிசு உருவாகும்போதும் நெல்லைப் பரப்பி அதில் வாரிசு எண்ணை எழுதும் வழக்கம் எங்கள் மரபில் இருந்து வருகிறது. ஒரு தலைமுறைக்கு முப்பது ஆண்டுகள் என்று கணக்கிட்டாலும் இருபத்தி நாலாயிரம் ஆண்டுகளுக்கு முந்தைய கதை இது.

சொல்லப்போனால் அப்போது தமிழ்மொழிகூட எழுத்துக்களை உருவாக்கியிருக்கவில்லை. எழுத்து என்ன எழுத்து? தமிழன் ஒரு கோடு போடுவதற்குக் கூட அறிந்திருக்கவில்லை. காட்டெருமை ஒன்றைக் கல்லால் அடித்து வீழ்த்தி ரத்தம் சொட்டச் சொட்ட அதை குகைக்கு இழுத்து வந்தபோது மண்புழுதியில் ரத்தத்தால் ஏற்பட்ட கோடு அந்தக் கூட்டத்தில் இருந்த ஒருவனுக்கு பிரமிப்பை ஏற்படுத்தியது. விரலால் காட்டெருமையின் ரத்தத்தைத் தொட்டு குகையிலும் இங்கும் அங்கும் கோடுகள் போட்டான். அவனுக்கு பிரமிப்பு தாளவில்லை. திகைத்துப் போய் அந்தக் கோடுகளைப் பார்த்துக் கொண்டிருந்தான். ரத்தத்தை இப்படி விரயமாக்குவதற்காக சக கூட்டாளிகளின் கோபமான கர்ஜனைக்கு ஆளானான் அவன். அந்த கர்ஜனையைத் தமிழ் கர்ஜனை என்றுதான் இன்று நினைக்கத் தோன்றுகிறது.

மொழியோ ஆடையோ கலாபூர்வமான சிந்தனைகளோ இன்றி அந்தக் கூட்டத்தினர் வாழ்ந்த பிரதேசமே கூட எது என்று இன்று அறுதியிட்டுக் கூற முடியவில்லை. ஹரப்பா, மொஹஞ்சதாரோ பகுதியா, அதற்கும் மேலே இருக்கும் பிராந்தியமா என்று தெரியவில்லை.

நல்ல நிலவொளியில் காட்டெருமை இறைச்சியைப் புசித்துவிட்டு குகைவாசலில் ஆளுக்கொரு தினுசாய் மல்லாந்திருந்த வேளையில், எதிர்ப்பாறையில் சாய்ந்திருந்த இளம்பெண் நிலவொளியின் பிரதிபலிப்பில் ஒளிவிளிம்பாகத் தெரிந்தாள், ரத்தக்கோடு போடும் நம் கதாநாயகனுக்கு.

ஆரம்பத்தில் எதேச்சையாகப் பார்த்த அவனுக்கு அந்தப் பெண்ணின் ஒளிவளைவுகளில் எதோ வசியம் ஏற்பட்டு மீண்டும் மீண்டும் பார்த்தான். இதற்கு முன்பெல்லாம் பசிநேரத்தில் அகப்படும் ஏதோ கிழங்குவகையோ முயலோ அவளை அப்படிப் பார்க்கத் தூண்டியிருந்தாலும் இது வித்தியாசமான பார்வை என்பது அவனுக்குப் புரிந்தது. மற்றவர் யாரும் தன்னுடைய நடவடிக்கையை வித்தியாசமாகப் பார்க்கிறார்களா என்றும் சுற்றும் முற்றும் பார்த்துக் கொண்டான் அவன். இனப்பெருக்க வேட்கை போன்ற வழக்கமான உணர்வுகள்போல் அவள்மீது தாவாமல் வெறுமனே ஏக்கப்பார்வை பார்த்துக் கொண்டிருக்க வேண்டும் என்பது அவனது நோக்கமாக இருந்தது.

இது என்னமாதிரியான உணர்வு என்பதை அவனது மூளையால் இனம்காண முடியாமல் மகா அவஸ்தையோடு திடாரென்று கத்தினான். ஒருவிதமான ஊளை. காலைப் பின்னிக்கொண்டு பாறைமீது சாந்திருந்த பெண்ணுக்கு இந்த ஊளைச்சத்தம் தன்பொருட்டு எழுந்ததுதான் என்பது புரிந்து சட்டெனத் திரும்பிப் பார்த்தாள்.

அவளுடைய தோரணையும் நிலவொளி அவள்மீது ஏற்படுத்தி யிருக்கும் ஒளித்தடயமும் நம் கதாநாயகனைப் பரிதாபமான நிலைக்குத் தள்ளியது. அவளை... அவள் இருக்கும் காட்சியை எப்படியாவது பதிவுசெய்ய வேண்டும் என்ற பொருள்படும் படியான ஒன்று அவன் மூளையில் ஒரு சலனத்தை ஏற்படுத்தியது. சிந்தனையின் அழுத்தத்தால் திணறினான்.

அவளை எழுதுகோலால் கவிதையாக வடிக்கவோ, இசைக்கருவி கொண்டு சங்கீதமாக வாசிக்கவோ, ஒரு தூரிகைகொண்டு ஓவியமாக்கவோ அவன் நினைத்திருக்கக் கூடும்!

ஆவேசமாக ஒரு கூரான கல்லை எடுத்தான். மிகுந்த சிரமப்பட்டு அவன் அமர்ந்திருந்த பாறையின்மேல் பெருக்கல் குறி போன்ற ஒன்றைக் கீறினான். அந்தப் பெருக்கல் குறிக்கு மேலே ஒரு வட்டம் போட்டான். அவள் அமர்ந்திருக்கும் காட்சியைத்தான் அப்படிப் பதிவாக்கினான்.

அவன் அடைந்த பூரிப்பில் தலை, நாடி, வயிறு என்று பல இடங்களில் தானே பிறாண்டிக் கொண்டான்.

ஒரு பெண்ணின் அழகைக் கண்டு மயங்கி மனிதன் படைத்த முதல் படைப்பு அது. மனிதன், கல் ஆயுதங்களைப் பயன்படுத்தத் தெரிந்த தொழிலாளியாகி, இப்போது கலைஞனாகவும் மாறிவிட்டான் என்பதைக் கொண்டாடத் தெரியாத அவனுடைய சகக் கூட்டம் மிதப்பான குறட்டையில் அயர்ந்து கிடந்தது.

நம் கதாநாயகனின் படைப்புசார் பூரிப்பால் ஏற்பட்ட குதியாட்டம் நம் நாயகிக்கு ‘இது என்னடா இம்சை ‘ என்பது போன்ற கவன ஈர்ப்பை ஏற்படுத்தியது. அவள் அப்படியே முட்டிபோட்டு நகர்ந்தவாறே நம் நாயகனை நெருங்கி, அவன் பாறையில் ஏற்படுத்தி யிருந்த படைப்பை, சித்திரத்தை, அவனது கிறுக்கலைப் பார்த்தாள். அவள் கண்களில் திகைப்பு. அவன் படைத்தது என்ன என்று புரிந்துவிட்டது அவளுக்கு. முதல் வாசகி, முதல் ரசிகை, முதல் விமர்சகி.

எத்தனையோ இஸங்களாக, இலக்கியச் சர்ச்சைகளாக, காப்பியங்களாக தமிழும், அதன் இலக்கியங்களும் காலவோட்டத்தில் செய்யவிருக்கிற அதியற்புதமான மாற்றங்களை யூகிக்கமுடியாத ஆதிமனித ஆச்சர்யம் அது. பாராட்டும் விதத்திலோ நன்றி தெரிவிக்கும் பொருட்டோ பூனைபோல அவனை உரசினாள் அவள்.

மறுநாள் காலை முட்புதர்களை அகற்றிக் கொண்டிருந்தான் நாயகன்.

அந்த மனிதக் கூட்டம் வசித்துவந்த குகைப் பகுதியில் நிரந்தரமான ஒரு பெருந்தொல்லை நிலவி வந்தது. விலங்குகளிடமிருந்து ஏற்பட்ட தொல்லையைவிட கொடுமையானதாக இருந்தது அது. எந்த விலங்கும் ஒருமுறை கல்லால் அடித்துக் கொன்றபின் மீண்டும் உயிர்கொண்டு வருவதில்லை.

அந்த இனம் பாடுபட்டுக் கொண்டிருந்தது முட்செடிகளால். குகையைச் சுற்றி புதர் மண்டிக் கிடக்கும் அந்த முட்செடிகளால் நாம் வசிப்பிடம் இன்றி அழிந்துவிடும் அபாயம் இருப்பதாக சைகைகளால் தீர்மானமாகச் சொல்லி யிருந்தாள் அவர்களின் குழுத்தலைவி. அப்போது தாய்வழி சமூகஅமைப்பு நிலவியது. ஆகவே பசியாறுதல், இனப்பெருக்கம் செய்தல், ஓய்வெடுத்தல் போன்ற இயல்பான உணர்ச்சிகளோடு, தீ மூட்டுதல், முட்செடிகளை அழித்தல் போன்ற கடமைகளும் அவலர்களுக்கு இருந்தது. இந்த இனக்கரிசனம் காரணமாக உந்தப்பட்டு புதர்களை வேரடிமண்ணாக அழித்துக் கொண்டிருந்தான் நாயகன்.

நம் நாயகியும் அங்கே வந்துசேர்ந்தாள். அந்தப் பெருக்கல்குறி ஓவியம் அவன்மீது அவளுக்கு மரியாதையை ஏற்படுத்தி யிருந்தது. எதிர்பார்க்காத வண்ணம் அவனைநோக்கிப் பற்களைக் காட்டினாள். நம் நாயகனுக்கு அது ஓநாயின் சீற்றத்தை ஞாபகப் படுத்தியது. பயந்துதான் போனான். ஆனால் அது சீற்றம் இல்லை என்று உடனடியாக விளங்கி விட்டது. காலையில் புதிதாகப் பார்ப்பதற்கு அடையாளம் போல அப்படிச் செய்தாள். பதிலுக்கு

நாயகனும் அப்படிச் செய்தான். பிற்காலங்களில் இந்த வழக்கத்துக்கு 'பு ன் ன கை ' என்று பெயரிட்டனர்.

நாயகன் வெட்டியெறிந்த செடிகளில் வண்ணமயமான ஒரு பகுதி அவளை வசீகரித்தது. அது அந்தத் தாவரத்தின் பூ என்பதை அவள் அறிந்திருக்கவில்லை. அவள் இன்னும் சற்று நெருங்கிவந்து அந்தப் பூக்களை மட்டும் தனியே கிள்ளி எடுத்தாள் கைநிறையப் பூக்களோடு அவள் நிற்பது அவனுக்குப் பயங்கரமான.கிளர்ச்சியை உண்டுபண்ணியது. மீண்டும் ஒரு சித்திரம் தீட்டும் நிலைக்கு அவன் தள்ளப்பட்டான். உடனே அவளை அந்தப் பூக்களோடு குகைவாசலுக்கு இழுத்துவந்தான். ஒரு கூரான கல்லை எடுத்து சித்திரம் கீறத் தொடங்கினான். குச்சி உருவ சித்திரம். அவனுடைய படைப்புத் தவிப்பின் நேர்த்தி அதில் மிளிர்ந்தது. கீறி முடியும் தறுவாயில்தான் தங்களைச் சுற்றி தம் இன மக்கள் சூழ்ந்து கொண்டிருப்பது தெரிய வந்தது அவர்களுக்கு.

தலைவி மிகுந்த ஆவேசத்தோடு ஒரு கல்லை எடுத்து நாயகன்மீது எறிந்தாள். சுற்றி நின்றிருந்த மற்றவர்களும் உடனே ஆளுக்கொரு கல்லை எடுத்தனர். தங்கள் குல எதிரியாகக் கருதிவந்த முட்செடியின் ஒரு பகுதியை ஒரு பெண் கையில் சுமந்து கொண்டிருப்பதும் அதை ஒருவன் குகையில் சித்திரமாகத் தீட்டிக் கொண்டிருப்பதும் ஒரு பேராபத்தின் முன்னறிவிப்பாகத் தோன்றியது அவர்களுக்கு.

எல்லோரும் சொல்லிவைத்தது மாதிரி கற்களை எறியத் தொடங்கினர். உருட்டுக்கட்டை கொண்டு அவர்களைக் கொன்றுவிடும் நோக்கத்தில் சிலர் பாய்ந்தனர். பூக்களை வைத்திருந்த நாயகனுக்கும் நாயகிக்கும் தங்களுக்கு ஏற்பட்டிருக்கும் பேராபத்து புரிந்தது. இருவரும் ஓட ஆரம்பித்தனர்.

தங்கள் கூட்டத்தை விட்டு வெகுதூரம் ஓடினர். வேறொரு குகையில் வாழ்க்கையைத் தொடங்கினர். முட்செடிகளைப் பயிரிட்டு மகிழ்ந்தனர். பின்னாட்களில் அது ரோஜா என்று பெயர்பெற்றது. இப்போதும் காதலின் அடையாளமாகப் போற்றப்பட்டு வருகிறது.

புதுக் குகையில் வாழ்க்கையைத் தொடங்கிய அவர்களுக்கு ஒரு குழந்தை பிறந்தது. அந்தக் குழந்தைக்கு (8000 - 1 தலைமுறைக்கு முன்) ஏகப்பட்ட சைகைகளின் மூலமாகவும், சித்திரக் கோட்டோவியங்கள் மூலமாகவும் தங்கள் கதையைச் சொன்னான் நம் நாயகன். இந்தக் கதையின் அடையாளமாகத்தான் எங்கள் வீட்டுத் தொட்டியில் ஒரு ரோஜாச்செடி இருக்கிறது இப்போதும்.

திண்ணை டாட் காம் 2001

பரவசம்

'**ம**க்கள்தொகைக் கணக்கெடுப்பில் இந்துக்கள் பிறப்புவிகிதம் குறைந்துள்ளது' - இந்திய சென்சஸ் துறை அறிவிப்பு.

"நமஸ்தே... மொத்தம் 743 பேர் இருக்கிறீர்கள்" என்ற குருஜி, "எண்ணிக்கை சரிதானே?" என்றார் அருகில் இருந்த ஆசாமியைப் பார்த்து. 'அருகில் ஆசாமி' கையால் வாயைப் பொத்திக்கொண்டு தலையை மட்டும் அசைத்தார்.

அந்த இடம் அமைதியாக இருந்தது. வெண்மையாக இருந்தது. அநியாயத்துக்கு வெண்மை. தரை, திரைச்சீலை, சுவர், சாய்ந்துகொள்ளும் திண்டு எல்லாமே. சுற்றுப்புறத்தை மழுங்கடிக்கும் ஒரே மாதிரியான வெளிச்சம். ஒரே மாதிரியான சீதோ மட்டும்... உஷ்ணம் இல்லை. எனக்கு எதிரே அமர்ந்திருந்த பெண்ணின் கூந்தலில் இருந்து ஒரு மல்லிகை சிந்தினாலும் சத்தம் உண்டாகும் எனத் தோன்றியது. அப்படி ஓர் அமைதி. குருஜி பேசுவது ஒவ்வொருவரின் காதிலும் வந்து பேசுவதுபோல மென்மையாகக் கேட்டது. குருஜி, எங்களுக்கு எதிரே ஒரு மேடையில் மெல்லிய படுக்கையில் அரசர் போல அமர்ந்திருந்தார்.

"உங்களில் எத்தனை பேருக்கு சர்க்கரை வியாதி இருக்கிறது?" என்றார்.

எனக்குப் பக்கத்தில் இருந்தவர், என்னை ஏதோ உத்தரவு கேட்பதுபோல பார்த்துவிட்டு, கையை உயர்த்தினார். பிறகு, அங்கு இருந்த முக்கால்வாசி பேர் உயர்த்தினார்கள். குருஜி புன்னகைப் பூத்தார்.

"எத்தனை பேருக்கு மூட்டுவலி?"

இப்போதும் நிறையப் பேர் கையை உயர்த்தினார்கள்.

"எத்தனை பேருக்கு ரத்த அழுத்தம் இருக்கிறது?"

இதற்கும் சிலபேர்.

"எத்தனை பேருக்கு மனக் கவலை இருக்கிறது?"

கொஞ்சம் தயங்கி அங்கு ஒன்றும் இங்கு ஒன்றுமாக கைகள் உயர்ந்தன.

குருஜி கண்ணை மூடித் திறந்தார்.

"650 பேருக்கு சர்க்கரை, 384 பேருக்கு மூட்டுவலி, 280 பேருக்கு ரத்த அழுத்தம்... 180 பேருக்கு மனக் கவலை."

'ஹே' என்ற மெல்லிய ஆச்சர்யம் எங்கள் பக்கம் இருந்து வெளிப்பட்டது.

"இங்கே யாருக்கோ கேன்சர் இருக்கிறது..." குருஜி கூட்டத்தைக் கூர்ந்தார்.

"ஆமாம் குருஜி" எனக் கையை உயர்த்தி, கேவி அழுதார் ஒருவர். சமீபத்தில்தான் பென்ஷன் வாங்க ஆரம்பித்திருப்பார்போல இருந்தார்.

"இன்னும் ஒரு மணி நேரத்தில் இங்கே சொல்லப்பட்ட எந்தப் பிணியும் யாருக்கும் இருக்காது. உடம்பே காற்றுபோல மாறப்போகிறது. ஆஸ்துமா, கிட்னி பழுது, லிவர் வீக்கம், வயிறு உப்புசம்... எல்லாமே நிவர்த்தியாகும். தாமரை இலை மீது முத்துப்போல இருக்கும் பனி நீர், சூரியன் வந்ததும் மறைவதுபோல பரிசுத்தம் ஆகும்.

இன்னும் ஒரு மணி நேரம் பொறுத்துக்கொள்ளுங்கள். என்னுடைய மனோசக்தியால் உங்களுக்கு வரம் அளிக்க முடியும். அதுவும் ஆண்டுக்கு ஒரு முறை. ஆன்ம சக்தியை அப்படியே உங்களுக்குப் பகிர்ந்து அளிக்கப் போகிறேன்... இதோ... இன்னும் சிறிது நேரத்தில்..."

அவருடைய பேச்சு ஒவ்வொருவருக்கும் பிரத்யேகமாக ஒலித்தது. நிறுத்தி நிதானமான ஆங்கில உச்சரிப்பு. கொஞ்சம் ஆங்கிலம் தெரிந்தாலே, அவரவர் தாய்மொழிபோல புரியும்படியான

பாந்தமான தொனி.

"எல்லோரும் பத்து நிமிடம் அறைக்கு வெளியே உங்களைச் சுத்தப்படுத்திக்கொண்டு உள்ளே வாருங்கள்."

அறையின் மூன்று புறமும் விசாலமான மடிப்புக் கதவுகள் திறந்தன. தியான மண்டபத்தில் இருந்து காந்த ஈர்ப்புப் போல மூன்றாகப் பிரிந்து, மூன்று வாயில்கள் வழியாக வெளியே வந்தனர். சத்தம் இல்லாமல் ஆயிரம் பேரும் அங்கு இருந்து வெளியேறி அரங்கத்தைச் சுற்றியிருந்த தாழ்வாரப் பகுதிக்கு வந்தனர்.

வெள்ளைத் துணிகளால் வேயப்பட்ட தடுப்புகள். ஆசிரம சிப்பந்திகள் ஒவ்வொருவரையும் கருணையான முகத்தோடு அணுகி, சுத்தப்படுத்திக்கொள்ளும் முறையை விவரித்தனர்.

'தனித்தனியே குளிக்க வேண்டும். உடம்பில் பொட்டுத் துணி இருக்கக் கூடாது. பூ, ஆபரணம் எதுவும் இருக்கக் கூடாது. அனைத்தையும் கழற்றி அந்த அறைக்குள்ளேயே போட்டுவிடுங்கள். அங்கே ஒரு வெள்ளாடை இருக்கும். பெண்கள், ஆண்கள் இருவருக்குமானது, வெள்ளை அங்கி. அதை அணிந்துகொண்டு மீண்டும் அரங்கில் சென்று அமருங்கள்.'

சிஷ்யர், ஒருவரை அழைத்தார்.

"தூக்கிக்கொண்டு ஓடிவிடுவார்கள் என்றுதானே நினைத்தாய்?"

"ஐயோ இல்லை சுவாமி... மன்னித்துவிடுங்கள்... அப்படித்தான் நினைத்தேன்."

"பாவ மூட்டைகளைச் சுமக்காத, பரிசுத்தமான உடலைத்தான் குருஜி சுகப்படுத்த முடியும். உங்கள் ஆடைகள், ஆபரணங்கள் எல்லாவற்றிலும் பாவக் கறை இருக்கிறது... உங்கள் சொத்துக்கள் எங்கேயும் போய்விடாது. அதைப் பத்திரமாகப் பூட்டிவிட்டு வாருங்கள். உங்களுக்கான பிரத்யேக எண்ணைப் பொருத்துங்கள். அதை யாரும் திறக்க முடியாது. போதுமா?"

"குருஜி நார்த்ல இருந்து வந்திருக்காரா? இப்படி ஒரு சாமிஜியை இதுவரை எந்த மீடியாவிலும் பார்க்கவில்லையே..." - சிலர் விசாரித்தார்கள்.

"குருஜி ஆண்டு முழுதுமே தியானத்தில் இருப்பார். இமயமலை சிகரத்தில் இடுப்புத்துணி மட்டும்தான். குளிர் அவரை நெருங்காது. உடம்பைச் சுற்றி ஒளி வீசும்."

அது ஓர் ஐந்து நட்சத்திர ஹோட்டல். நான் மெள்ள மாடியில் இருந்து இறங்கி ரிசப்ஷனுக்கு வந்தேன். கூட்டம் நடத்தும் சுவாமிஜி பற்றி கேட்டேன்.

“ஹரித்துவார்ல இருந்து ரூம் புக் பண்ணாங்க. ஏதோ யோகா கிளாஸ்னு சொன்னாங்க” என்றான் ஃப்ரன்ட் ஆபிஸ் ஊழியன்.

“எனக்கு இவர்கள் மேல் சின்ன சந்தேகம் இருக்கிறது. அவர்களின் முகவரி, போன் நம்பர் ஏதாவது தர முடியுமா? என் பெயர் கணேசன்... அசிஸ்டென்ட் கமிஷனர்” என் காவல் துறை பதவி அடையாள அட்டையைக் காட்டினேன்.

“ஏன்? என்ன சந்தேகம்? ஏதாவது பிரச்னையா?”

“இதுவரை ஒரு பிரச்னையும் இல்லை. வந்திருப்பவர்களை ஏமாற்றிவிட்டுப் போய்விடுவார்களோ என ஒரு யூகம்.”

சற்று யோசனைக்குப் பிறகு, அவர்களின் லெட்டர் பேடில் யோகா வகுப்பு நடத்துவதற்கான அனுமதிக் கடிதம் எழுதப்பட்ட நகலைக் காண்பித்தான். நான் நம்பரையும் முகவரியையும் குறித்துக்கொண்டு, என் டெல்லி நண்பருக்கு போன் போட்டேன். இங்கே நடப்பவற்றை விவரித்தேன். விசாரிக்கச் சொல்லிவிட்டு, மீண்டும் யோகா வகுப்பு நடக்கும் இடத்துக்கு வந்தேன்.

“எங்கே போய்விட்டீர்கள்... சீக்கிரம் சுத்தப்படுத்திக்கொள்ளுங்கள்” என்றார் ஒரு சிப்பந்தி.

எல்லோரும் குளித்துவிட்டு வெள்ளை அங்கியோடு இருந்தார்கள். 999 ஆடுகள். ஆட்டு மந்தைக் கூட்டம்.

வேகமாக தண்ணீரில் தலையைச் சிலுப்பிவிட்டு அங்கியை மாட்டிக்கொண்டு வந்தேன். என்னுடைய லாக்கரில் செல்போனும் வாட்ச்சும் மட்டும்தான. பர்ஸில் நூறுத்திச் சொச்சம் பணம் இருந்தது. போனால் போகட்டும்... கையும் களவுமாகச் சிக்கவைத்தால் போதும்; சின்ன மீனைப் போட்டு பெரிய மீனைப் பிடிப்போம்.

சின்னச்சின்ன ஆசனங்களை, அதனால் உடலுக்கு ஏற்படும் நன்மைகளை மெதுவாக விளக்கினார். 36 ஆசனங்களைக் கற்பித்தார் குருஜி. “எல்லா வயதினரும் எல்லா பாலினரும் செய்யக்கூடியவை” எனச் சொன்னார்.

அடுத்து வாழ்வின் நிலையாமை குறித்த சிறிய பிரசங்கம். பிறகு, ஓர் ஆண்டு தவப்பலனை அப்படியே தலைக்குள் இறக்கப்போவதாகச் சொன்னார். ஒவ்வொருவரும் அவர் அருகே குனிந்து நிற்க, அவர் தன் கையை தலை மீது வைத்து ஆசீர்வதித்தார். சிலர் அவருடைய கை தலையில் பட்டதும் உடல் சிலிர்த்து மின்சாரம் பாய்ந்ததுபோலத் துடித்தார்கள். சிலர் கோவென அழுதார்கள். என்னுடைய முறைக்காகக் காத்திருந்தேன். ஏறத்தாழ இதை எல்லாம் நம்பிவிடுவேன்போல இருந்தது. ஏதோ தவறு நடக்கிறது... எங்கோ

இடித்தது. கண்டுபிடிக்க வேண்டும்.

நான் குருஜியை நெருங்கினேன். புன்முறுவினார். 'என்னையே எடைபோடுகிறாயா?' என்ற கிண்டல் போல இருந்தது.

"டெல்லி நண்பர் என்ன சொல்வார் எனச் சொல்லட்டுமா?"

மிரட்சியுடன் "அது வந்து..." என்றேன்.

குருஜி கண்ணை மூடித் திறந்தார். "ஹரித்துவாரில் விசாரித்துக்கொண்டிருக்கிறார்... அங்கே அப்படி யாரும் இல்லை எனச் சொல்லிக்கொண்டிருக்கிறார்கள்... எனக்கு முகவரி ஏது? அவசரமாக உனக்கு போன் செய்கிறார். ஓ! உன் போன் லாக்கரில் இருக்கிறதா?"

அவசரமாக, "ஆமாம்" என்றேன்.

"எல்லோரும் செல்போனை சைலன்டில் போட்டு வைக்குமாறுதான் சொன்னேன். பரவாயில்லை. வெளியில் போய் நிதானமாக அவருக்குப் பதில் சொன்னால் போதும்."

அடுத்து வந்த ஒருவர், "குருஜி எனக்கு பணக் கஷ்டம்" என்றார். "நான் பணம் அடிக்கும் எந்திரம் இல்லை" - குருஜி சிரித்தார்.

பணக் கஷ்டம் என்றவர் திடுக்கிட்டு, அவர் பாக்கெட்டில் இருந்து செல்போனை எடுத்தார். "குருஜி என் அக்கவுன்டுக்கு திடீரென நான்கு லட்சம் வந்திருக்கிறது" என்றார் சந்தோஷமாக.

கூட்டத்தில் இருந்த ஒருவர், அவசரமாக அவருடைய செல்போனை எடுத்துப் பார்த்தார். "அய்யா நான் இவருக்கு உதவலாம் என நினைத்தேன். என்னுடைய அக்கவுன்டில் இருந்து நான்கு லட்சம் குறைந்திருக்கிறது. உங்கள் மகிமையே மகிமை" - குருஜி அதேபோலச் சிரித்தார்.

ஒருவர், "அய்யா நான் ஒரு பாவம் செய்துவிட்டேன். பரிகாரம் வேண்டும்."

"நீ செய்த பாவம் பரிகாரம் இல்லாதது. சொந்தச் சகோதரனையே கொன்றிருக்கிறாய்..."

"ஆமாம் குருவே... ஆமாம்... எனக்குப் பரிகாரம் அருளுங்கள்" - அழ ஆரம்பித்தார்.

"பாவத்தைப் பரிகாரத்தால் கரைக்க முடியாது. எப்படி பாவம் செய்தாயோ... அப்படியே புண்ணியம் செய்" - ஆசீர்வதித்தார்.

இந்த ஆளை நம்புவதா, கூடாதா?

என் முறை. என்னுடைய தலையிலும் கைவைத்தார். ஏதோ உள்ளே பாய்ந்ததுபோல... இல்லை அதிர்வதுபோல... சுகமாக

இருந்தது.

ஆசி பெற்ற எல்லோருக்கும் ஓர் அதிர்வு. நோய் என ஒன்று இருப்பதாகத் தெரியவில்லை. பரவசம் பாய்ச்சப்பட்ட நிலை.

முடிந்தது. எல்லோரும் அவரவர் உடையில் வெளியே வந்தோம்.

என் டெல்லி நண்பர் போன் செய்தார். "குருஜி என யாரும் இங்கே இல்லை. நம்பாதே" என்றார்.

"குருஜியை நம்பக் கூடாது என நினைப்பதே பாவச் செயல்" என்றேன்.

"என்ன சொல்கிறாய் நண்பா... நீதானே விசாரிக்கச் சொன்னாய்?"

"யாரைச் சந்தேகப்படுவது என ஒரு வரைமுறை இருக்கிறது."

மறுமுனையில் நண்பனிடம் பேச்சு இல்லை.

நிற்க. இந்த விநாடியில் இருந்து இந்தக் கதையைச் சொல்லப்போவது கணேசனின் டெல்லி நண்பனாகிய நான். நான் ஒரு டாக்டர்.

நான் உடனே சென்னைக்குத் திரும்பினேன். கணேசன் ஒரு மாதிரி பரிபூரண நிலையில் இருந்தான். 'குறை ஒன்றும் இல்லை மறைமூர்த்தி கண்ணா...' பாடினான். அவனுடைய மனைவி சுமித்ரா, "அங்க போய் வந்ததில் இருந்து இப்படித்தாங்க இருக்காரு" என்றாள்.

"எப்படி?"

"எப்பவும் ஏகாந்தமா. குழந்தைக்கு ஃபீஸ் கட்றது... வீட்டு வாடகை தர்றது எல்லாம் எதுக்குன்னு கேட்கிறார். நான் கிட்ட போனா தெய்வீகமா சிரிக்கிறார்... நெருங்க மாட்டேங்கிறார்."

அந்த குருஜிதான் என்னவோ செய்திருக்கிறார்.

ஹோட்டலில் சென்று விசாரித்தபோது, அந்த யோகா வகுப்பினர் தந்த லெட்டர் பேடைக் காட்டினர். அப்படி ஒரு முகவரியைக் கண்டுபிடிக்கவே முடியவில்லை. ஒரு வெட்டவெளி மலையைத்தான் அங்கே பார்க்க முடிந்தது. அந்த முகவரியைத் தேடும்போது, ஒரு போன் வந்தது நினைவுக்கு வந்தது. மறு முனையில் பேசியது யார் எனத் தெரியவில்லை. 'குருஜியைச் சந்தேகிக்காதே' எனச் சொன்னது நினைவிருக்கிறது. அது சென்னை நம்பர். கணேசன் என்னிடம் குருஜியைப் பற்றி விசாரிக்கச் சொன்னதை அறிந்த யாரோ பேசியிருக்கிறார்கள். யோகா வகுப்பின்போது போன்களை ஓர் இடத்தில் வைக்கச் சொல்லியிருப்பார்கள். கணேசன் கடைசியாக என்னிடம் பேசிய எண்ணைப் பார்த்து, எனக்குப் பேசியிருக்கிறார்கள்.

யோகா வகுப்பில் எதையோ சாப்பிடக் கொடுத்திருக்கிறார்கள்.

கணேசன், 'அங்கே எதுவும் சாப்பிடவில்லை... வீணாகச் சந்தேகப்படாதே' என்கிறான். 'குண்டலினி யோகா... குண்டலினியை உச்சந்தலைக்குக் கொண்டுவந்தார் குருஜி' என்கிறான்.

லௌகீகங்கள் அற்ற நிலைக்கு வந்துவிட்டான். சுமித்ரா நெருங்கினால், தெய்வீகமாகச் சிரிப்பதாகச் சொன்னாள். ஏற்கெனவே சுமித்ராவை நெருங்காமல் இருந்தபோது நான் சில யோசனைகளையும் மாத்திரைகளையும் கணேசனுக்குத் தந்தேன்.

ஏதோ பிரெய்ன் கன்ட்ரோல் புரோகிராம். அன்று கலந்துகொண்ட எல்லோருக்கும் அப்படி ஆனதா? இவனுக்கு மட்டுமா?

மெனக்கெட்டு விசாரித்ததில் இன்னும் ஒரு நபர் அகப்பட்டார். அவரும் கணேசனின் நிலையில்தான் இருந்தார். ஒரே ஒரு வித்தியாசம். இவருக்கு ஒரு விஷயம் கூடுதலாகத் தெரிந்தது. வரப்போகிற உலக யோகா தினத்தில் குருஜி தலைமையில் 5,000 பேர் கலந்துகொள்கிறார்கள். அதற்கு முன்பணமும் வசூலிக்கப்பட்டுவிட்டது.

இந்த இரண்டு பேரை ஆராய்ந்ததில், நோய்கள் எல்லாம் குணமாக்கப்பட்டுவிட்டன என்பதைவிட, நோயை அலட்சியம் செய்யும் போக்குதான் வெளிப்பட்டது. நோயை மதிக்கவிடாமல் செய்யும் யுக்தி.

அவசரமாக 15 ஆயிரம் ரூபாய் கட்டி, யோகா வகுப்புக்குப் பதிவு செய்தேன். அவர்கள் கொடுக்கிற பச்சை தண்ணீரையும் அருந்தாமல் கவனமாக இருக்க வேண்டும்.

உலக யோகா தினம்.

எல்லோரும் காரில் வந்தவர்கள்தான். பெரிய மைதானம் முழுக்க சாமியானா எழுப்பி, எப்படியோ சவுண்டு புரூஃப் -ஆக இடத்தை வைத்திருந்தார்கள். ஒவ்வொரு சத்தத்தையும் சுத்தமாகத் துடைத்து வைத்தமாதிரி அப்படி ஓர் அமைதி. அங்கி மாட்டிக்கொண்டு வரச்சொன்னார்கள். பொருட்களை லாக்கருக்குள் வைக்கச் சொன்னார்கள். ஒருவனுக்கு பணம் தேவைப்பட்டபோது, இன்னொருவனின் அக்கவுன்டில் இருந்து பணம் பரிமாறப்பட்டது. 'இது ஏதோ தில்லுமுல்லு. அவர்களின் ஆட்கள் இருவர் நடத்துகிற நாடகம். அவங்களோட ஆள் எவனோ ஒருவன் அப்படியாக அவர்கள் இருவருக்கும் எஸ்.எம்.எஸ் அனுப்புகிறான். நம்பாதே...'

யோகா வகுப்பு முடிந்து, குருஜி ஒவ்வொருத்தரையும் அழைத்து ஆசீர்வதித்தார்.

தலையில் அவர் கை வைத்ததும் எல்லோரும் ஒரு விநாடி சிலிர்த்தார்கள். அது வினோதமாக இருந்தது. குருஜிக்கு

எதிரே தரையில் ஒரு சாக்பீஸ் வளையம்போல மெல்லிசாக வரைந்து வைத்திருந்தார்கள். யோகா அன்பர்கள் அதன் நடுவே நிற்கவைக்கப்பட்டார்கள்.

அதில்தான் ஏதோ விஷயம் இருக்கிறது. குருஜி ஆசீர்வதிப்பதற்கு வசதியாக, கை எட்டும் தூரத்தில் அங்கே நிற்கவைக்கப்படுவதாகச் சொல்லப்படுவது ஏற்றுக்கொள்ளும்விதமாக இல்லை. 'டேய் டேய் என்னடா பண்றீங்க?'

நான் மன உறுதியுடன் போய் வளையத்தில் போய் நின்றேன்.

குருஜி சிநேக... சந்தேகப் பார்வையோடு புன்னகைத்தார். தலையில் கையை வைத்தார். உடம்பு அதிர்ந்தது. குலுங்கியது போலவும் இருந்தது.

சாஷ்டாங்கமாக குருஜியின் காலில் விழ இருந்தே... விழவில்லை. சுதாரித்தேன்.

டென்மார்க்கில் நடைபெற இருக்கும் டாக்டர்கள் மாநாடு நினைவுக்கு வந்தது. நானும் அதில் ஒரு சிறப்பு விருந்தினன். அதில் டாக்டர்கள் சமர்ப்பிக்க இருக்கும் பேப்பர்... ஓ மை காட். எல்லாம் பனிக்காற்றின் ஊடே மலைச் சிகரம்போல பிசிறாகத் தெரிய ஆரம்பித்தன.

விவரமாக ஒரு கடிதம் எழுதினேன். பிரதமர், உளவுத்துறை, குடும்பநலம் மற்றும் சுகாதாரத் துறை, இந்திய மருத்துவக் கழகம் எல்லாவற்றுக்கும் ஒரு பிரதி அனுப்பிவைத்தேன்.

'அவசரம்... அவசியம்.

இப்படியான யோகா வகுப்பு இந்தியா முழுக்க உள்ள நகரங்களில் நடந்திருக்கிறது. குருஜியின் முன் அன்பர்கள் நிற்பதற்கான வளையம் ஒரு துத்தநாகத் தகரத்தால் ஆனது. குருஜி ஒரு செம்பு ஜடாரியை வைத்து ஆசீர்வதிக்கிறார். இதில் ஓர் எளிமையான விஞ்ஞானம் இருக்கிறது.

ஒரு பயாலஜி ஆய்வுக்கூடத்தில் தவளையை அறுத்து பாடம் நடத்திய ஆசிரியருக்கு ஷாக் அடித்தது. முதலில் தவளையின் உடம்பில் மின்சாரம் இருப்பதாக நினைத்தார்கள். பிறகுதான் உண்மையைக் கண்டறிந்தார்கள். தவளை வைக்கப்பட்டிருந்த மேடை ஒரு செம்புத் தகட்டால் ஆனது. பாடம் நடத்திய ஆசிரியர் துத்தநாக கத்தியால் தவளையை வெட்டியிருக்கிறார். தவளையின் உடம்பில் உப்புத் திரவம் அதிகமாக இருக்கும். தாமிரத்துக்கும் துத்தநாகத்துக்கும் இடையில் உப்புக் கரைசலை வைத்தால், மின்னோட்டம் ஏற்படும் என்பது ஐந்தாம் வகுப்புப் பாடம். சுவர் கடிகாரங்களுக்கு நாம் பயன்படுத்தும் பேட்டரி

தமிழ்மகன்

கண்டுபிடிக்கப்பட்டது இப்படித்தான்.

அதைத்தான், கொஞ்சம் அந்த அறிவியலைத்தான், கொஞ்சம் அதிகமாக்கியிருக்கிறார்கள். அந்த மின்னோட்டத்தை மூளையின் ஆர்கஸ்மிக் செயல்பாட்டுப் பகுதியோடு தொடர்புபடுத்தியிருக்கிறார்கள். மின் காந்தவியல் மையத்தில் மனிதர்களை நிறுத்தி, 0.8 செகண்டு பரவசத் துடிப்புகளாக... சிற்றின்பத்தையே பேரின்பமாக்கி இருக்கிறார்கள். உடனடியாக சில ஹார்மோன் இம்பேலன்ஸ் இதனால் நிவர்த்தியாவதால், நோய் தீர்ந்த உணர்வும் தற்காலிக உற்சாகமும் ஏற்படும். வெளித் தோற்றத்தில் மக்களை ஏமாற்றி பணம் சம்பாதிப்பது புரியும். இன்னொரு முக்கியமான ஆபத்து, செக்ஸ் ஆர்வம் இன்மை. இது மனித இனத்தையே பாதிக்கும்.

கடந்த யோகா தினத்தில் இந்த அமைப்பினர் நடத்திய இந்தியக் கூட்டங்களில் சுமார் 80 ஆயிரம் பேர் செக்ஸ் ஆர்வம் இழக்கவைக்கப்பட்டிருக்கிறார்கள். இது, மேலும் வேகமாக நிகழ்த்தப்படுகிறது. இதை நிவர்த்திசெய்வதற்கான மருந்தை வரும் நவம்பர் மாதம் டென்மார்க்கில் நடக்கும் செக்ஸாலஜிஸ்ட் மாநாட்டில் அறிவிக்க இருக்கிறார்கள். இது சர்வதேச மருந்து நிறுவனங்களின் சதி. விரைந்து நடவடிக்கை எடுக்கவும்.'

இதுதான் நான் அனுப்பிய கடிதத்தின் சாரம்.

பின்குறிப்பு: மனைவியிடம் விலகிப்போக வேண்டியிருக்கிறது. நானும் அந்த மருந்துக்காகத்தான் காத்திருக்கிறேன் நண்பர்களே!

ஆனந்த விகடன் தீபாவளி மலர்

காஸ்மிக் திரை

“இந்தச் செய்திகளை எல்லாம் நம்புகிறார்களா?” ஹாசினி வெறுப்புடன் கேட்டாள். இடக்கை மணிக்கட்டில் கட்டியிருந்த ஆல்ஸ்ட்ரிப்பை பார்த்தாள்.

“நம்புகிறார்களா எனத் தெரியாது. விரும்புகிறார்கள் ஹாசினி. இதை நீ நம்பித்தான் ஆக வேண்டும்.”

எல்லோரும் ஆழ்ந்த மௌனத்தில் இருந்தனர்.

“ஹாசினி சீக்கிரம் முடிவெடு. செய்திப் பிரிவு தயாராகிவிட்டது. மொத்தம் 20 நிமிடங்கள்தான். அதில் நான்கு கிளிப்பிங்ஸ். நீ பேசப் போவது ஐந்து நிமிடங்கள் கூட இருக்காது.” ஹாசினி மீண்டும் ஆல்ஸ்ட்ரிப்பைப் பார்த்தாள். உலக நேரம், பால்வீதி புள்ளியின் நான்காம் பரிமாணம், உடம்பின் டெம்பரேச்சர் வரைக் காட்டியது. ரெக்கார்டர், ஹாஸ்பிடல், ஆயுதம் எல்லாமே அதுதான்.

“எதற்கு மீண்டும் மீண்டும் அதைப் பார்க்கிறாய்?”

அப்படிப் பழகிவிட்டது. ஹாசனி தலைமுடியைக் கோதிக்கொண்டாள். வேண்டாத விருப்பத்துடன் சம்மதம் தெரிவிக்கும் ஒரு பாவனை அதில் தெரிந்தது. பெண்

அடையாளங்களுக்கான இடங்களில் மட்டும் செப்பு உடை அணிந்திருந்தாள். ஆண்களுக்கு அந்த அவசியம் இருக்கவில்லை. சுற்றுலா வந்த இடத்தில் அவளுடைய செய்திவாசிப்பைப் பயன்படுத்த நினைப்பதை அறவே வெறுத்தாள். பூமி மட்டத்தில் இருந்து 60 அடி ஆழம். எல்லா அறைகளும் ஒன்றே போல அமைக்கப்பட்டு அதற்குள்தான் மக்கள் வசிக்கிறார்கள் என்கிறார்கள்.

செய்திவாசிப்பு அறையில் இருந்து புவியை தரிசிக்க ஒரு ஜன்னலும் இல்லை. புவி இப்போது எப்படி இருக்கும் என யாருக்குமே தெரியவில்லை. என்னதான் காஸ்மிக் புயல், நியூட்ரான் குண்டு என அச்சுறுத்தினாலும் புவியைப் பார்க்கும் ஆசை மட்டும் போகவே இல்லை. ஆண்டுக்கு ஒரு முறை ஓஸா விண்வெளித்தளம் வெளியிடும் புவிக்கோளத்தின் படங்கள்தான் மக்களுக்கு ஒரே புவி தரிசனம். கருகிய நெடிதுயர்ந்த கட்டடங்கள், ஆங்காங்கே புகை, மை பூசிவிட்டது போன்ற மலைகள், சகதிகள், ஒரே ஜீவராஜன்களாக கரப்பான் பூச்சிகளின் மொய்ப்பு... இதையேத்தான் வெவ்வேறு வகைகளில் படம் எடுத்து கேலக்ஸி கேலரியில் வெளியிடுவார்கள். இன்னும் ஆயிரம் ஆண்டுகளாவது ஆனபின்புதான் புவியை மனிதர்கள் நேரடியாகப் பார்க்க முடியும் அதுவரை கதிர்வீச்சு இருக்கும் என்று உறுதியாகக் கூறிவிட்டார்கள்.

ஹாசினியுடன் அவளுடைய காதலன் ஹாசன் வந்திருந்தான். கணவன் மனைவி பெயர்கள் இப்படி விகுதியில் மட்டும் மாற்றம் செய்யப்படும் வழக்கத்தைக் கொண்டிருப்பதால் சமீபத்தில் அப்படி பெயரை மாற்றியிருந்தனர். ராணி என்றால் ஆண்பால் விகுதி ராணன். ராஜா என வைக்கக் கூடாது. ராஜாவுக்கு ராஜி. கேலக்ஸி குடும்பத்தின் தலைவன் பெயர்களை நீக்குவதில் குறியாக இருந்தான். அவனுக்குப் பெயர் ஒன். அடுத்த லெவல்களில் டு, த்ரி... அவன் அன்ட்ரமீடா வாசி. அவன் என்பதுகூட பழக்க தோஷத்தில்தான். அது! அதுகளின் அத்துமீறலை ஒழிக்க வேண்டும் என்பதில் செய்திப்பிரிவில் தனியே ஒரு சதிப்பிரிவே செயல்பட்டு வருகிறது.

கேலக்ஸி டூரிஸத்திலேயே தடைசெய்யப்பட்ட பகுதி என்ற பட்டியலில் இருந்தது பூமி. நியூக்ளியர் போருக்குப் பின்னர் அது வாழ உகந்ததாக இல்லை என்பது யுனிவர்ஸா் மேப்பிலேயே குறிக்கப்பட்டுவிட்டது. டார்க் ஏரியா. மூடிய விண்கலத்தில்தான் பயணம். புவியைப் பார்ப்பதுகூட ஆபத்தானது. கதிர்வீச்சின் அபாயம் அப்படி. எல்லாம் ஆன்ட்ரமீடா காரர்கள் வந்தபின்புதான். இப்போது ஹாச ஜோடியுடன் மற்றும் நால்வர் வந்திருந்தனர். செய்தியாளர்கள்... சதியாளர்களும்கூட. பூமி மீட்புப் போராளிகள். அவர்களுடன் மிக எளிமையான ட்ரான்ஸ்மீட்டர் கருவி. பல்குச்சி

அளவுக்கு. செய்தி பரப்புப் பணிக்காக.

"சரி இப்போது நான் என்ன செய்ய வேண்டும்?" என்றாள்.

"ஏற்கெனவே 100 முறை சொல்லிவிட்டோம். செய்தி வாசிக்க வாசிக்க வேண்டும்." ராண் சொன்னான்.

"இதற்கெல்லாம் விடிவே இல்லையா? எவ்வளவு நேரம்?"

"அதுவும் 10 முறை... சரி. 20 நிமிடங்கள்."

"எத்தனை நாளைக்கு?"

"ஒரு வாரத்துக்கு."

ஹாசினி மனதுக்குள் பல்லைக்கடிப்பது வெளியே கேட்டது. செய்தி வாசிப்பது அவளுக்கு மிக சாதாரணமான விஷயம்தான். ஆனால், வாழ வழியற்ற பூமியில், மனிதர்கள் எல்லாம் 60 அடி ஆழத்தில் அபயம் தேடிக் கிடக்கும் அவலத்தில் இருக்கும் மக்களுக்குச் செய்தி வாசிப்பது பெரும்துன்பம். அதுவும் செய்திகள் அனைத்தும் கற்பனை. மக்கள் செய்திகளுக்காக ஏங்கிப் போய் கிடக்கிறார்களே என இட்டுக்கட்டிச் சொல்லும் செய்திகள்.

ஹாசினி தன் விரிந்த கூந்தலை நெற்றிக்குப் பின்னே தள்ளிவிட்டு, அது மீண்டும் முகத்தின் மீது வந்து விழுவதற்குள் இன்றைய செய்தி சுருக்கங்களை ஒரு முறை பார்வையிட்டாள். ஃப்ரிவியூ ரன்னரில் செய்திகள் திருப்தியாக இருந்தன.

"ரெடி?" கட்டைவிரல் உயர்த்தினான் ராக்ஷன்.

தயார் என்பதை ஹாசினி எப்போதும் கண்களைச் சிமிட்டி தெரிவிப்பாள். தெரிவித்தாள்.

கேமிரா இயங்க ஆரம்பித்ததன் அடையாளமாக, அதன் கொண்டையில் சிவப்புப் புள்ளி தெரிந்தது.

"துள்ளுவார் துள்ளட்டும் முப்பரிமாண திரைப்படத்தின் துவக்கவிழா தமிழகத்தின் திரை நகரமான நெல்லை மாவட்டத்தில் இன்று நடைபெற்றது.

விழாவைத் தொடங்கிவைத்துப் பேசிய பொழுதுபோக்குத் துறை அமைச்சர் ரெமோ, 'முப்பரிமாணங்களில் பழைய நடிகர்களை மீண்டும் உருவாக்க முடிவது மகிழ்ச்சி அளிக்கிறது. என்றாலும் இன்னொரு புறம் அவர்களைக் கொச்சைப்படுத்துவதை ஏற்றுக்கொள்ள முடியாது' என்றார்.

எம்.ஜி.ஆர். தனுஷ், புரூஸ் லீ இணைந்து நடிக்கும் அந்தப் படத்தின் வெளியீட்டு விழாவில் அமைச்சர் இவ்வாறு கருத்து தெரிவித்தார். முதலில் இதற்கு புருஸ்லீ யின் ஆறாம் தலைமுறை

வாரிசு ஒருவர் எதிர்ப்பு தெரிவித்தார். தனுஷின் கொள்ளு பேத்தி ஒருவரும் தங்களிடம் அனுமதி பெறவில்லை என்று வழக்கு தொடுத்தார். இப்போது அந்தப் பிரச்னைகள் பேச்சுவார்த்தையின் மூலம் தீர்க்கப்பட்டு, இன்று படப்பிடிப்பு ஆரம்பமானது.

அந்த விழாவில் அமைச்சர் மேலும் பேசியதாவது:

'ஒவ்வொரு நடிகரும் ஒவ்வொரு கொள்கை கோட்பாடு உடையவர்கள். அதை இன்றைய காலத்துக்கு ஏற்ப சொல்லும்போது சில தவறுகள் நேர்ந்துவிடுகின்றன. தனுஷ் இருபதே நிமிடங்களில் ஆங்கிலமும் தமிழும் கலந்த பாடல் புனையும் திறன் பெற்றவராக இருந்தார் என்பதுதான் உண்மை. அதைவைத்து அவர் சீன மொழியும் பல்கேரிய மொழியும் கலந்த பாடல்களைப் புனைந்ததாகச் சொல்லி இருப்பது சரியில்லை. அவருக்கு சீன, பல்கேரிய மொழிகள் தெரிந்திருந்ததற்கான ஆதாரங்கள் இல்லை. எம்.ஜி.ஆர். அநீதிகளைத் தட்டிக் கேட்டார் என்ற தகவலையும் அவர் அண்ணாவின் சீடர் என்பதையும் மட்டும் பிடித்துக்கொண்டு அவரை அண்ணா ஹசாரேவின் சீடரான கெஜ்ரிவால் என தவறாகச் சித்திரித்திருக்கிறார்கள்; அதுவும் தவறு. தமிழக முதல்வர், டெல்லி முதல்வர் இரண்டையும் குழப்பிவிட்டனர். இருவரும் வேறு வேறு நபர்கள். வெவ்வேறு கால கட்டத்தைச் சேர்ந்தவர்கள்' என்று அமைச்சர் ரெமோ கூறினார்.

'மகாத்மா காந்தியை ஸ்டண்ட் காட்சியிலும் புத்தரை நடனக் காட்சியிலும் காட்டுவது உங்கள் தொழில்நுட்பத்தின் சாதனையா?' என சிலர் கேள்வி எழுப்ப, மனுஷ்காந்த் பதிலடி கொடுத்துள்ளார்.

'மகாத்மா காந்தி ஸ்டண்ட் காட்சியில் தோன்றினார். ஆனால், சண்டை வேண்டாம் என்று வலியுறுத்துவதற்காகத்தான் அந்தக் காட்சியைப் பயன்படுத்தினோம். புத்தர் நடனமாடியது அவர் சித்தார்த்தனாக இருந்தபோதுதான் என்பதையும் நினைவுபடுத்த விரும்புகிறேன்.' இருவரின் கருத்துக்களுக்கும் சராசரியாக ஒரு லட்சம் கைதட்டல்கள் விழுந்துள்ளன."

அடுத்த செய்திக்கான புதிய புன்னகையுடன் ஹாசினி மீண்டும் திரையில் தோன்றினாள். "புவி காக்கும் நாளை ஒட்டி இன்று இந்தியாவில் ஒரே நாளில் ஒரு பில்லியன் செயற்கை மரங்கள் நடப்பட்டன. கடந்த இருநூறு ஆண்டுகளாக நிலவி வந்த புவி வெப்பமயப் பிரச்னை இதனால் முடிவுக்கு வந்தது. 'உலகின் பல பகுதிகளிலும் இன்று செயற்கை மரங்கள் நட்டு இருப்பது குளோபல் வார்மிங் பிரச்னையை முடிவுக்குக் கொண்டு வந்துவிடும் என்று நம்பிக்கை தெரிவித்துள்ளனர்' என தட்ப வெப்பத்துறை அமைச்சர் பூமிநாதன் இன்று மரம் நடும் விழாவைத் தொடங்கிவைத்துப்

பேசினார்.

செயற்கை மரங்கள் நாட்டின் பிரதான சாலை ஓரம் முழுவதுமே நடப்பட்டன. உடனடியாக செயற்கை மரங்கள் ஆக்ஸிஜனை வெளியிட ஆரம்பித்தன. உலக ஆக்ஸிஜன் அளவு மூன்று புள்ளிகள் உயர்ந்திருப்பதாகவும் தகவல்கள் வெளியாகி உள்ளன. இந்தத் தாவரங்கள் இயற்கையான தாவரங்களைவிட வேகமாக ஆக்ஸிஜன் தயாரிக்கக் கூடியவை. சூரிய சக்தியின் மூலம் சோலார் கன்வெர்ஸன் முறையில் கார்பன் டை ஆக்ஸைடை இவை ஆக்ஸிஜனாக மாற்றும். ஸ்டார்ச் முறையைவிட வேகமாக இது நடப்பதால் இன்னும் சில தினங்களில் உலக தட்ப வெப்பம் சீராகும் என தெரிகிறது' என்று அமைச்சர் உறுதிபட தெரிவித்தார்.

'காற்று வரி செலுத்த நாளையே கடைசி தினம் என்று அரசு எச்சரித்துள்ளது. வரி செலுத்தாதவர்களுக்கு நாளைமுதல் சுத்திகரிக்கப்பட்ட காற்று நிறுத்தப்படும்" எனவும் சுகாரத் துறை அதிகாரி ராகேஷ் தெரிவித்தார்.

'2147- ம் ஆண்டு இந்தத் திட்டத்தின் முதல் அறிவிப்பு வந்த நாளில் இருந்து இதை நாங்கள் கடுமையாக எதிர்த்து வருகிறோம். நாடு சுதந்திரம் அடைந்து 200 ஆண்டுகள் கழித்து நாம் கண்ட பலன் இதுதானா?" என மக்கள் போராட்டம் நடத்தினர். இயற்கையாகக் கிடைக்கும் ஒரு பொருளுக்கு வரி செலுத்துவதை மக்கள் ஏற்றுக்கொள்ளவில்லை. காற்றுவரித் துறை அதிகாரி ராமசேஷன், 'இந்தப் போராட்டமே வேடிக்கையாக இருக்கிறது. தண்ணீருக்கும் மின்சாரத்துக்கு நிலத்துக்கும் வரி செலுத்தும்போது ஏன் இந்தக் கேள்வியைக் கேட்கவில்லை. அவையும் இயற்கையாகக் கிடைப்பதுதானே? தண்ணீர் இயற்கையாகத்தான் கிடைக்கிறது. நிலம் இயற்கையாக அமைந்ததுதான்... இயற்கையாக இருப்பவற்றுக்கு எதற்கு வரி என்பது சரியான வாதமல்ல. சொல்லப்போனால் இயற்கையாகக் கிடைப்பவைக்குத்தான் வரி செலுத்த வேண்டும்' என தெரிவித்துள்ளார்.

"அடுத்து நாம் காண இருப்பது, செய்தி சிலவரிகளில்..."

(திரையில் அடுத்து வர இருக்கும் செய்திகள் பற்றிய துண்டுக் காட்சிகள் ஓடுகின்றன.)

ஹாலோகிராம் ஆசிரியர்கள்

"எந்த இடத்திலும் என்ன பாடத்தையும் படிக்கும் வசதி. நமக்கு பாடம் கற்பிக்கும் ஆசிரியர் கம்ப்யூட்டரில் ஹாலோகிராம் பட்டனைத் தட்டியதும் ஆசிரியர் தோன்றுவார். கண்டிப்புடன் நடக்கும் ஆசிரியரை கண்ட்ரோல் செய்ய முடியும். ஆசிரியர்களின் செயல்திறன் போதவில்லை என்று மாணவர்கள் போராட்டம்.

பருவகால எந்திரம்

வீடுகளில் நாம் விரும்பும் பருவகாலத்தை உருவாக்கிக்கொள்ளும் எந்திரங்களுக்கு மக்களிடையே பெரும் வரவேற்பு. குளிர்காலம், மழைக்காலம், கோடை காலம் எல்லாமே ஒரு நொடியில் உருவாக்க முடியும். ஒரு காலத்தில் ஏ.சி. என்ற முறையில் மக்கள் குளிர்காலத்தை மட்டுமே உருவாக்குவார்கள். இந்த நற்கால எந்திரம் நாளைமுதல் விற்பனைக்கு வருகிறது.

...இத்துடன் செய்திகள் நிறைவடைந்தன."

கேமிராவின் சிவப்பு விளக்கு அணைந்த மறுவிநாடி, குலுங்கிக் குலுங்கி அழ ஆரம்பித்தாள் ஹாசினி. சொன்ன செய்திகள் அத்தனையும் பொய். இது ஒரு பிழைப்பா அக அறம் அவளைச் சீண்டியது.

காஸ்மிக் புயல்களால் மக்கள் பூமிக்கடியில் வாழ நேர்ந்த பின்னர், தொலைக்காட்சி செய்திகள் ஒரு முடிவுக்கு வந்துவிட்டன. செய்திகளுக்கு அடிமையாகிவிட்ட மக்களைத் திருப்திப்படுத்துவதற்காக ஸ்பேஸ்ஷிப்களில் வசிக்கும் செய்தியாளர்கள் வாரத்துக்கு ஒரு முறை வந்து இப்படி செய்திகள் யோசிக்க வேண்டும். அதற்காக அவளுக்கு மாதத்துக்கு 3,000 உணவு மாத்திரையும் 30 லிட்டர் நீரும் சலுகை சம்பளமாக வழங்கப்படுகிறது.

ஹாசனுக்கு அவளை எப்படி தேற்றுவது என்றே தெரியவில்லை. 21-ம் நூற்றாண்டின் இரக்கச் சொச்சம் அவளிடம் அதிகமாகவே இருந்தது. எத்தனையோ மருத்துவர்களைப் பார்த்தாகிவிட்டது. அவளிடம் இருந்து இரக்கத்தை அப்புறப்படுத்தவே முடியவில்லை. ஓய்வு அறைக்கு வந்ததும் ஆளுக்கொரு உணவு மாத்திரையும் 50 எம்.எல் நீரும் எடுத்துக்கொண்டனர்.

அது பூமியின் பங்கர் அறை. ஸ்பேஸ் ஷிப்பில் இருந்து ட்ரான்ஸ்மிட் செய்வதில் சில சிக்கல் இருப்பதால் பூமிக்கு வந்து செய்தி வாசிக்க வேண்டிய நிர்பந்தம். இன்னும் சில நாட்களில் இந்தத் தொல்லை இருக்காது. அங்கிருந்தே ஏமாற்றலாம். ஹாசினி ஏப்பம் விட இருந்த நேரத்தில், பூமியைக்குடைந்து யாரோ உள்ளே வருவதுபோன்ற வினோத ஓசை கேட்டது. "நீ கேட்டாயா?" என ஹாசனைப் பார்த்துக்கேட்டான் ப்ரியன். ஹாசன் ஆமாம் என தலையசைத்தான்.

யாரோ எதையோ இடித்துத் தள்ளுவது போன்ற ஓசை. எல்லோரும் உற்றுக் கேட்பதை உணர்ந்துகொண்டதுபோல அதுவே அடங்கிவிட்டது. பிரமையாக இருக்கலாம். அல்லது யாரோ எதையோ உடைத்துக்கொண்டிருந்தால்தான் என்ன?

அன்றைக்கான உறக்க ஆணை பிறப்பிக்கப்பட்டதும் அனைவரும் டார்மெட்ரியில் தனித்தனியாகப் படுத்தனர். ஹாசன், ஹாசனிக்கு மட்டும் விதிவிலக்கு.

மூன்றாவது நாள் செய்தி வாசிப்புக்குப் பிறகு அறைக்கு வந்தபோது அந்த சத்தம் அதிகமாகவே கேட்க ஆரம்பித்தது. அதையும் பிரமை என ஒதுக்கிவிட யாருக்கும் மனசு வரவில்லை. வினோத விலங்காக இருக்குமோ? ட்ராகன், கொரில்லா படங்களில் பூமிக்கு அடியில் இருந்து எழுந்துவரும் ஜீவராசிகள் நினைவுக்கு வந்தன. ஒளிச்சுவர் காட்சிகளில் எத்தனை லைவ் அனிமேஷன் சலனங்கள் பார்த்திருக்கிறார்கள்.

ஹாசினியின் மல்டிஸ்ட்ரிப் அது ஒரு உயிரினம்தான் என்பதை உறுதிப்படுத்தியது. சிவப்புக் கதிர்வீச்சு தெரிகிறது. உயிரினத்தின் அசைவும் தெரிகிறது. "ஹாசன் இனி தாமதிக்க வேண்டாம். ஷிப்புக்கு தகவல் தெரிவிக்கலாம். அங்குள்ள குண்டூசி மண்டையர்கள் பார்த்துக்கொள்வார்கள்" ப்ரியன் பதறினான். ஆன்ட்ரமீடா ஜீவராஸிகளுக்கு அவன் அப்படித்தான் பெயரிட்டிருந்தான்.

அறையை நெருங்கிவந்துவிட்டது தெரிந்தாலும் ஹாசினி எதற்காகவோ காத்திருந்தாள். அது விலங்காக இருக்க முடியாது என்பது அவளுடைய திண்ணம். 'அந்த உயிரினம் கையில் ஒரு பலமான ஆயுதம் வைத்திருக்கிறது. அதைக்கொண்டுதான் இடிக்கிறது. ஆயுதம் பயன்படுத்தும் விலங்கு... மனிதன் ஒன்றுதான். ஒரு மனிதன் தான் நம்மை நெருங்கி வருகிறான்.'

"என்ன ஹாசினி யோசனை?" நம்மை நோக்கி வருவது ஒரு மனிதன். நீங்கள் ஆல்ஸ்ட்ரிப் கட்டுவதை அவமானமாகக் கருதுகிறீர்கள். அடையாள அட்டை மட்டுமல்ல அது. இதோ நம்மை நெருங்கிக்கொண்டிருப்பது 23 ஜோடி க்ரோம்சோம் செல் கொண்ட உயிரினம். அதாவது மனிதன்."

"என்ன ஹாசனி சொல்கிறாய்? நாம் தங்கியிருக்கும் இடத்துக்கும் பங்கருக்கும் வெகுதூரம். இங்கே மனிதர்கள் வருவதற்கு வாய்ப்பே இல்லை..."

"சத்தம் இந்தப் பக்கம் இருந்துதான் வருகிறது. வாருங்கள் நாமும் இங்கிருந்து இடிப்போம்."

"வேண்டாம் ஹாசினி" என்ற குரலுக்கு ஆதரவு இல்லை. மற்ற எல்லோருமே சப்தம் வந்த இடத்தை நோக்கி சுவரை இடிக்க ஆரம்பித்தனர். தொம்... தொம்... சுவரின் ஓரிடத்தில் சரிந்தது. சிறிய ஓட்டை... ஓ... இப்போது வெளிப்புறம் இருக்கும் மண்

தமிழ்மகன் | 147

உள்ளே சரிந்தது. ஆஹா... வெளிச்சம்... ஒரு மனிதன் தெரிகிறான்.

அவனுடைய தலை அந்த ஓட்டை வழியே எட்டிப் பார்க்கிறது. உழைத்து, உழைத்து உரமேறிய உடம்பு. கருப்பன். கண்கள் தீர்க்கமாய் பார்த்தன. அவனுடைய உலர்ந்த உதடுகள் அசைந்தன. "நீங்கள்தான் செய்தி பிரிவினரா?"

ஹாசினியை திரையில் பார்த்திருக்கக் கூடும். இப்போதும் பார்த்தான். அதனால் யாரும் அவன் கேள்விக்குப் பதில் சொல்ல வேண்டியிருக்கவில்லை.

"நீங்கள்?"

"நான் சோழ நாட்டில் இருந்து வருகிறேன். இங்கே என்னை கேலக்ஸியில் காட்டும் கருவி எதுவும் இல்லை அல்லவா? (ஹாசினி ஆமோதித்தாள்) நாங்கள் விரும்பாத செய்திகளை எங்கள் மீது திணிக்கிறீர்களே அதை தடுக்கத்தான் வந்தேன். சற்றும் உண்மைக்குப் பொருந்தாத செய்திகள். நீங்கள் உருவாக்குபவற்றுக்குப் பெயர் செய்தி அல்ல." கதிர் வீச்சு, எரிந்து போன நகரம் என்ற அச்சுறுத்தல்களை மீறி எப்படி வந்தான்?

"நீங்கள் பூமிக்கு அடியில் வசிப்பதாகவும் செய்திகளுக்கு அடிமையாகிப்போய் அதற்காக ஏங்குவதாகவும் சொன்னார்களே?"

அவன் அந்த ஓட்டையின் வழியே உள்ளே வந்தான். அறையை இளக்காரமாகப் பார்த்தான்.

"உங்களுக்கே தெரியாமல்தான் இந்தத் தவற்றைச் செய்கிறீர்கள் என்பது எங்களுக்கும் தெரியும். நீங்கள் பூமி மீட்புப் போராளிகள் என்பதும் தெரியும். நாங்கள் விரும்புவதை நீங்களோ, நீங்கள் விரும்புவதை நாங்களோ அறிந்துகொள்ள வழியில்லாமல் செய்துவிட்டார்கள். நீங்கள் எங்களைப் பற்றி நினைத்துக்கொண்டிருப்பது எதுவுமே உண்மை இல்லை."

"எங்களைப் பற்றி எப்படித் தெரியும்?... ஏன் அப்படி செய்தார்கள்?"

"தெரியும். போராளிப் பிரிவினர் பலமாக இருக்கிறார்கள். பிரபஞ்சத்தில் பூமி போன்ற சில கோள்களில்தான் உயிர்த் தேவையைப் பூர்த்தி செய்யும் இயற்கை ஆதாரங்கள் இருக்கின்றன. ஆன்ட்ரமீடா பால்வீதியில் இருக்கும் ஜீவராசிகள் வாழ உகந்த அத்தனை கோள்களுக்கும் பூமியில் இருந்துதான் உணவும் உடைகளும் தயாராகின்றன. பூமியையே அவர்களின் காலனி ஆக்கிவிட்டார்கள். பூமியைச் சுரண்டி பிரபஞ்சத்துக்குப் பங்கிடுகிறார்கள்."

"இங்கே காஸ்மிக் புயலும் நியுட்ரான் குண்டும்..."

“பூமி மீது யாரும் கவனம் செலுத்தாமல் இருப்பதற்காக. பூமிதான் பிரபஞ்சத்துக்கே ஆதாரம் என்பது தெரிந்துவிட்டால் சுலபமாக இதை யாராவது ஆக்ரமித்துவிட முடியும். அதனால் யுனிவர்ஸை முதலில் பூமியில் இருந்து தனிமைப்படுத்திவிட்டார்கள். பூமியில் வாழ்ந்த 700 கோடி பேரும் இப்போது கேலக்ஸி தலைவருக்கு அடிமைகள்... பூமியில் இருப்பவர்களின் நிலைமை இதுதான்” அவனுடைய அழுக்கு உடையைக் காட்டினான்.

“உச்.”

“உங்களைப் போன்ற தொழில்நுட்ப ஜீவன்களை மட்டும் ஸ்பேஸ்ஷிப்புக்குக் கொண்டுபோய் வைத்திருக்கிறார்கள். பூமியில் இருப்பவர்களை மேய்க்க. நீங்கள் உயர்மட்ட அடிமைகள்.”

“காலனி ஆதிக்கத்தை ஒழிப்பது எப்படி?”

“நீங்கள் நினைத்தால் பூமியில் மனிதர்கள் இயற்கைச் சூழலில்தான் இருக்கிறார்கள் என்பதை கேலக்ஸிக்கு உணர்த்த முடியும். நீங்கள் செய்தியாளர்கள்...”

“நீங்கள் உணவு, உடை தயாரிப்பதை நிறுத்தலாமே?” ஹாசினி கேட்டாள்.

“நிறுத்தினால் சித்ரவைக்கு ஆளாவோம். அடங்க மறுத்தால் கொல்லப்படுவோம்.”

அனைவரும் ஒருவரை ஒருவர் பார்த்துக்கொண்டனர். இதற்கு என்ன செய்வது?

“இங்கு இருந்து தயாரித்து அனுப்பும் உணவுப் பொருட்களில் எரிவசம்பு கலந்து அனுப்புகிறோம். எரிவசம்பு அவர்களுக்கு அலர்ஜி. விரைவில் ஆன்ட்ரமீடாவாசிகளின் தோல்கள் உரிய ஆரம்பித்துவிடும்.”

“அவர்கள் வேறு இடத்தை தேடிப் போக முயற்சி எடுப்பார்கள். நல்ல யோசனை. உணவும் நீரும் நம்மிடம் இருக்கும் வரை அவர்கள்தான் நம்முடைய அடிமைகள்.” ராண்டன் கண்கள் பிரகாசித்தன.

சர்வலோக மொழி பெயர்க் கருவியை நீக்கிவிட்டு, ஹாசினி கேட்டாள்: “நீங்கள் தமிழில்தான் பேசுகிறீர்களா? சோழ நாடு என்று சொன்னதால் கேட்கிறேன்.”

“ஆமாம்.”

ஹாசினிக்கு தமிழைக் கேட்பது பரவசமாக இருந்தது. மின் அலைமாற்றி ஒலிக்கருவியில் மட்டுமே கேட்டுவந்த தமிழ்... யார் எந்த மொழியில் பேசினாலும் கேட்பவர் மொழிக்கு மாற்றித்

தரும் கருவி.

"நான் கிளம்புகிறேன். இன்னும் இருந்தால் என் நடவடிக்கையைக் கண்டுபிடித்துவிடுவார்கள்." அவன் எந்த ஓட்டை வழியாக வந்தானோ அந்த வழியே வெளியேறினான்.

ஹாசினி அவன் தலை மறைவதற்குள் அவசரமாகக் கேட்டாள்: "நீங்கள் என்ன தொழில் செய்கிறீர்கள்?"

"உணவு மாத்திரை தயாரிப்புப் பிரிவில் இருக்கிறேன். சோழநாடு சோறுடைத்து..." அவன் திரும்பிப் பார்க்காமலேயே சொல்லிவிட்டு வேகமாக அகன்றான்.

ஆனந்த விகடன்   2016

நீல நிற கோலி குண்டு!

வானம் பொய்த்தால் எல்லாமே பொய்க்குமோ? ஆறுகள் பொய்த்தன. மண் பொய்த்தது. மனிதர்கள் பொய்த்தனர். மானுடம் பொய்த்தது. ஏரியும் குளமுமாகப் பரந்துகிடந்திருந்த நீர், பாட்டில்களில் சுருங்கிவிட்டது. நீர் சுருங்கியதும் மனங்களும் சுருங்கின. தனக்கு வழங்கப்பட்டிருந்த அன்றைய ஒதுக்கீடான நீரைக் கையில் எடுத்துப் பார்த்தார் சுந்தரம். எண்ணி நிரப்பப்பட்ட மில்லி லிட்டர்கள்.

அவருடைய தேவையும் அவருக்கான ஒதுக்கீடும் பொருந்தவேயில்லை. மலைக்கும் மடுவுக்குமான வித்தியாசம். மடுவா? என்ன வேதனை... அப்படியொன்று இப்போது இல்லையே? மடுவை வைத்து வித்தியாசத்தை அளப்பது பல்லாயிரம் ஆண்டு சிந்தனையின் விளைவு. இப்போது பேச்சு மொழியில் இல்லையெனினும் சிந்தனை அளவில் இருந்தது. கடலளவு செல்வம், தண்ணீராய் செலவு செய்வது என்பன போன்ற நீரைக் குறைத்து மதிப்பிட்ட உதாரணங்கள் இப்போது வழக்கத்தில் இல்லை. சுந்தரம் இன்றும் பழைய வாக்கியங்களை நினைவில் வைத்திருப்பதால் ஏற்பட்ட பழக்கதோஷத்தில் இப்படி

பல நேரங்களில் சிரமப்பட்டார்.

அதிபர் இட்ட கட்டளை அவரைத்துரிதப்படுத்தியது. நேரமில்லை. ஆறாவது மாடிக்கு உடனே சென்றாக வேண்டும். அங்கேதான் நகரத்துக்கான விவசாயம் நடக்கிறது. நகர மக்களின் உணவுத் தேவையைப் பூர்த்தி செய்யும் பொறுப்பு சுந்தரம் தலைமையில்தான் நடைபெற்றது. அவர்தான் வயல் பிரிவின் தலைவர். மந்தமான சூரியனின் தயவில் குறைந்த நீரில் விளையும் தாவரங்களை உருவாக்குவதும் பிறகு அவற்றை உற்பத்தி செய்வதும் அங்கே தனித் தனிப்பிரிவுகளாகச் செயல்பட்டன. இரண்டு பிரிவுகளாக இருந்தாலும் இரண்டுக்கும் அவர்தான் தலைவர்.

உருவாக்கும் பிரிவில் நாற்பது பேரும் உற்பத்தி பிரிவில் 160 பேரும் இருந்தனர். உருவாக்கும் பிரிவில் நெல் ரகமொன்றைப் புதிதாக உருவாக்கியிருந்தனர். அதிபர் அதை இன்று நாட்டு மக்களுக்கு அர்ப்பணிப்பதாக அறிவித்திருந்தார். அதற்கான விழாவும் இன்றுதான். விழா என்றால் பெருங்கூட்டமெல்லாம் இருக்காது. அங்கே சுந்தரம் மட்டுமே இருப்பார். ஒலிகாண் முறையில் அதிபர் தலைமையிடத்திலிருந்து கொடியசைத்துத் தொடங்கிவைப்பார். சுந்தரம் ஒலிகாண் முறையில் அந்த விதைகளை ஹைபர்நேட் செய்ய வேண்டும். அவ்வளவுதான். விழா நிறைவு பெற்றுவிடும். என்றாலும் அதை நாட்டு மக்கள் அனைவருக்கும் திரையிடுவார்கள். மக்கள் அவரவர்க்கு விதிக்கப்பட்ட நேரத்தில் நிகழ்வைப் பார்த்துவிட வேண்டும். பார்க்காமல் விடுவது தண்டனைக்குரிய குற்றம். பார்ப்பதற்கு வேறு என்ன இருக்கிறது அதைத்தவிர? அனைவருமே பார்த்துவிடுவார்கள்.

அதிபர் ஒலிகாண் மூலம் கொடியசைத்தார். சுந்தரத்தைப் பார்த்துப் புன்னகைத்தார். நாட்டு மக்களுக்குப் புதிய நெல்லை அர்ப்பணிப்பதாகச் சொன்னார். அவ்வளவுதான் நிகழ்ச்சி முடிவடைந்துவிட்டது.

எளிமையான நகரம். சிலவரிகளில் புரிந்துகொள்ளலாம்.

பகல் நேரம் முழுவதும் பணி செய்ய வேண்டும். பின்பு குடியிருப்புப் பகுதிகளுக்குச் சென்றுவிட வேண்டும். குடியிருப்புப் பகுதி எட்டாவது மாடியில் இருந்தது. அதுதான் கடைசி மாடியும்கூட. கீழே உள்ள ஏழு மாடியில் பணியாற்றுகிறவரும் இரவு எட்டாம் மாடிக்கு வந்துவிடுவார்கள். மக்கள் ஒருவரை ஒருவர் பார்த்துப் பேசிக்கொள்வதே அங்குதான் நடக்கும். நீராவி, உணவு, உடை, மருந்து, கல்வி, தொழில்நுட்பம், ஆட்சி என ஏழுப் பிரிவுகளுக்கு ஏழு மாடிகள். ஒரு பிரிவில் வேலை செய்கிறவர் இன்னொரு மாடிக்குச் செல்ல இயலாது. செல்ல விரும்புதல்

கூடாது. அதனால் எல்லோருக்கும் பொதுப் புகலிடமாகவும் எட்டாம் மாடி அமைந்திருந்தது.

அந்தக் கட்டடம்தான் நகரம். இது போல் பல நகரங்கள் நாட்டில் இருப்பதாகப் பேசிக்கொள்வார்கள். யாரும் நேரில் பார்த்ததில்லை. சில ஒலிகாண் நிகழ்ச்சிகளில் பார்த்ததோடு சரி. ஏழு மாடிகளில் மாடிக்கு இருநூறு பேரென ஆயிரத்தி நானூறு பேர் இருந்தனர். அனைவருமே ஒவ்வொரு பிரிவில் விற்பன்னர்கள். அதில் பெண்கள் எண்ணிக்கை குறைவு. இன்பம் துய்க்கக் கட்டுப்பாடுகளும் ரேஷன் முறையும் இருந்தது. இனப் பெருக்கம் செய்ய இயலாது. சொல்லப்போனால் அதில் வேட்கையும் ஈடுபாடும் கொண்டவர்கள் குறைவாகவே இருந்தனர்.

பொதுவாக மழை பெய்வதில்லை. அதாவது மழை பெய்வதற்கு முன்பே பெய்யும் சூழலைக் கண்டறிந்து காற்றிலிருந்து நீரைப் பிரித்துவிடுவார்கள். நீர் வீணாக்கக் கூடாது என்பதற்காக இந்த ஏற்பாடு. நீராவிப் பிரிவில் இருப்பவர்களின் வேலையே அதுதான்.

“உணவும் நீரும் இத்தனை சீக்கிரம் தட்டுப்பாடாகிவிடும் என்று நினைக்கவில்லை.” பொது உணவு அரங்கத்தில் மரபு மாற்றம் செய்யப்பட்ட ஹைபர்நேட் காய்கறிகளைச் சுவைத்தபோது சுந்தரம் இப்படி முனகினார்.

“வயல் பிரிவு தலைவரே இப்படிச் சொன்னால் நாங்கள் என்ன செய்வது?” என்றாள் கேத்தரின். மருத்துவப் பிரிவில் வேலை செய்பவர். அன்பான பெண்மணி.

அதன் பிறகு அவர்களுக்குப் பேசிக்கொள்வதற்கு எதுவுமில்லை போல இருந்தது. அமைதியாகச் சாப்பிட்டார்கள். சிலவற்றைக் கடித்தும் சிலவற்றைக் குடித்தும் விழுங்க வேண்டியிருந்தது. ஏழு மாடியில் பணியிலிருப்பவருக்கும் ஒரே இடத்தில்தான் சமையல். யாரும் தனியே சமைப்பதற்குத் தடையிருந்தது. பொது உணவுதான். எல்லோருக்கும் ஒரே உணவு. ஒரே அளவு. நெனோ நுட்பத்தில் நோய்கள் பலவற்றை அகற்றியபோதே சுவை உணர்வையும் அகற்றிவிட்டதால் வாகனத்துக்கான எரிபொருள் போல உணவு வயிற்றுக்கு அனுப்பப்பட்டது. இதில் வேறு என்ன பேச இயலும்?

“இயற்கையோடு போரிடுவது எளிதல்ல. தாவரங்களைப் போலவே வேறு உயிரினங்களையும் இனப்பெருக்கப் போகிறார்களாம். தேனீ அழிந்தாலே மனித இனம் அழிந்துவிடும் என்றார்கள். புல் பூண்டு முதற்கொண்டு கொசு வரை எல்லாமே அழிந்துவிட்டது என்கிறார்கள். இயற்கையின் கண்ணிகள் கழன்றுவிட்டன. ஒரு வேளை நம்மோடு மனித இனம் அழிந்துவிடும் என்றே நினைக்கிறேன்.” சுந்தரம் நம்பிக்கை இழந்துவிட்டார். ஐம்பது

தமிழ்மகன் | 153

வயதுதான் ஆயுள் என நிர்ணயித்திருந்தார்கள். புதிய மனிதர்களை உருவாக்குவதிலும் சில நேரங்களில் பிழைகள் ஏற்பட்டன. மூன்று கண்கள், இரண்டு வாய் உள்ள குழந்தைகள் பிறந்தபோது சுந்தரம் மிகவும் கவலைப்பட்டார்.

பெற்றோர் சகவாசமே (சுகவாசம்?) இல்லாமல் வளர்த்தெடுக்கப்படும் புதிய தலைமுறை எப்படியிருக்கும் என்பது விபரீதமாகத்தான் இருந்தது. ஆரோக்கியமான இளைஞர்களைக்கொண்டு புதிய தலைமுறை உருவாக்கப்படுகிறது. அவர்கள் வேறு ஒரு நகரத்தில் வளர்க்கப்படுகிறார்கள். அவர்களுக்கு வழங்கப்படும் உணவும் பராமரிப்பும் கல்வியும் நகரத்தைப் பராமரிக்கிற தகுதியை மட்டும் வளர்க்கும். முட்டையிலிருந்து பொரிந்து நடக்கத் தொடங்கிய எறும்பு உணவை நோக்கிப் படையெடுப்பதுபோல... பறக்கத் தொடங்கிய தேனீ மலரைக் கண்டடைவது போல. புதிய தலைமுறைக்கு ஒரு நோக்கம்தான். அவரவர் வேலையை நிறைவேற்றி மடிய வேண்டும். உறவுகள், நட்புகள் எதுவும் இருக்கப் போவதில்லை.

“மனித இனம் என்பது புழு பூச்சியின் தொடர்ச்சி.. பரிணாமத்தின் முதிர்ச்சி. ஒன்று இல்லாமல் இன்னொன்று இல்லை. யானைகள் அழிந்ததால் எத்தனையோ தாவரங்கள் அழிந்துபோனதை ஒப்புக்கொண்டவர்கள், இல்லாமல்போன ஏதோ ஓர் உயிரினத்தால் நாளை மனிதனும் இல்லாமல் போவான் என்பதை மறந்துவிட்டார்கள்” என்றார் சுந்தரம்.

“இழந்த கண்ணிகளை மீண்டும் உருவாக்கும் முயற்சிகள் பலனளிக்காதா?” வலப்பக்கக் கேசத்தை இடப்பக்கமாக நீவி விட்டபடி கேட்டார் கேத்தரின்.

“அளிக்கலாம். ஆனால் மனிதர்களின் அவசரம் அந்த முயற்சியை முறியடித்துவிடும்.”

கேத்தரின் யோசனையில் ஆழ்ந்தாள். “சில நூறு ஆண்டுகளாவது தேவைப்படும்தான்” எனச் சொல்லிக்கொண்டார். யாரோ அவருடைய ஆலோசனையைக் கேட்டதுபோல தலையை அசைத்து ஆமோதித்தாள். சுந்தரத்தைவிட கேத்தரினுக்கு பத்து வயது அதிகம். ஆகவே, ஆயுள் எல்லையை எட்டியிருந்தாள்.

“நாம் பார்க்கப் போவதில்லை... பார்த்துதான் என்ன செய்யப் போகிறோம்? பொது உடை, பொது உணவு, பொது மொழி, பொது இன்பம்... இதிலே வாழ்வதற்கு என்ன இருக்கிறது?” கேத்தரினுக்கு ஆறுதல் சொன்னார் சுந்தரம்.

இன்னும் சில நாளில் கேத்தரினுக்குப் பயனற்றவர் சான்றிதழ் வழங்கப்பட்டுவிடும். வாழ்வே பயனற்ற வாழ்வுதான் என்று

சொல்வது அவருக்கு ஆறுதலாக இருக்குமென நினைத்தார் சுந்தரம். கேத்தரின் ஆறுதலடையவில்லை. அவர் கண்கள் கலங்கியிருந்தன.

"வாழவே வழியில்லையென்றாலும் வாழப் பிடிப்பதுதான் எளிதில் மாற்ற முடியாத மனிதப் பிடிவாதமாக இருக்கிறது. இந்தக் குணத்தை மாற்றிக்கொள்ள வேண்டும்" அதிபர் வேண்டுகோள் வைத்தார்.

ஒரு கட்டடம்தான் நகரம் என்பதை ஏற்கப் பழகிவிட்டபின்னும் வாழப் பிடிப்பது ஆச்சர்யமாகத்தான் இருந்தது. வாழும் ஆசையின் கடைசித் துளி உள்ளவரை மனிதம் காக்கப்படும் என நினைத்தாள் கேத்தரின். இன்று ஆயுள் சான்றிதழ் கைக்குக் கிடைத்துவிடும் என்று சொல்லியிருந்தார்கள். சாகடிப்பதற்குச் சான்றிதழ்… அதில் ஒன்றும் குறைச்சலில்லை. கதிர்வீச்சைத் தடுக்கும் கண்ணாடிகளுக்கு வெளியே சூரியன் புள்ளிபோல தெரிந்தது. உச்சிவெயில் வேளையே மாலை நேரம்போலத்தான் இருந்தது.

வயல் உற்பத்திப் பிரிவில் நல்ல விளைச்சல் என்றுதான் சொல்ல வேண்டும்.. சுவரெங்கும் பச்சைப் பசேல் எனப் பயிர். ஒவ்வொரு செடிக்கும் தினமும் ஐந்து சொட்டு நீர் இறைக்கப்படுகிறதா என்பதைக் கண்காணித்துக்கொண்டிருந்தார் சுந்தரம். கதிர்வீச்சு விளைவுகளால் மரபுப் பிறழ்வு ஏற்பட்டு சில காய்கறிகள் வினோதமான வடிவங்களில் விளைந்தன. மரபு நீக்கம் செய்யப்பட்டதால் விபரீத சுவையுடன் அவை இருந்தன. சுந்தரத்துக்கு ஆச்சர்யமாக இருந்தது. மக்கள் அந்தச் சுவைக்குப் பழகிவிட்டனரா… சுவை நீக்கம் செய்யப்பட்டதால் ஏற்றுக்கொண்டனரா என யோசித்தார்.

நெற்பயிர் பிரிவுக்குச் சென்றார். விதையிலிருந்து தழைகள் தோன்றுவதற்கு முன்பே கதிர்கள் தோன்றும் விதமாக அவை உருவாக்கப்பட்டிருந்தன. "இதுவும் சரிதான். மாடுகள் இல்லாதபோது வைக்கோல் மட்டும் எதற்கு?" சுந்தரத்தின் உதடுகள் மனதைத் தாண்டி இயங்கின.

கதிர்கள் ஏன் இப்படியிருக்கின்றன என நெருங்கிச் சென்று பார்த்தார். நெல் மணிகள் போல இல்லாமல் பச்சைப் பட்டாணி போல இருந்தன. பச்சையாக உருண்டையாக இருந்தது ஒவ்வொரு நெல்லும். என்னதான் சுவை தெரியாமல் போனாலும் பார்வைக்காகவாவது அரிசியை நினைவுபடுத்திக்கொண்டிருந்தனர். இப்போது அதற்கும் முடிவு வந்துவிட்டது. நெனோ மரபு மாற்றத்தால் இப்படிச் செய்யப்பட்டிருக்கலாம் என முதலில் நினைத்தார். பிறகு

கதிர்வீச்சு மரபுப் பிறழ்வாக இருக்குமோ என அச்சப்பட்டார். மாதிரிக்காக சில நெல் மணிகளை எடுத்து தொழில்நுட்பப் பிரிவுக்கு அனுப்பினார். "எதிர்பாராமல் நிகழ்ந்ததா?" எனக் கேட்டார்.

தொ.நு. பிரிவு அதிகாரியிடமிருந்து "எதிர்பார்த்துதான்" என பதில் வந்தது.

"அரிசியைப் பட்டாணி போல் செய்வதால் என்ன பலன்...?" ஏன் இப்படி செய்கிறார்கள் என அவருக்குக் கோபம் வந்தது.

"ஒரு பட்டாணி பத்து நெல்லுக்குச் சமம்" என விளக்கமளித்தார் அந்த அதிகாரி. சுந்தரம் மிகவும் நொந்துபோனார். இனி அரிசி என்ற உணவுக்கு முழுக்குப் போடப்படும் என்பதை உணர்ந்தார்.

இரவு கேத்தரினிடம் பேசியபோது தன் வருத்தத்தைப் பகிர்ந்துகொண்டார் சுந்தரம். கேத்தரின் வழக்கமாக வருத்தமாகவே இருப்பவர் எனினும் இன்று வழக்கத்துக்கு மாறான வருத்தத்தில் இருந்தார். சுந்தரம் சொன்னதைக் காதில் ஏற்றுக்கொண்டாரா என்பதும் தெரியவில்லை.

"ஏன் அமைதியாக இருக்கிறீர்கள் கேத்தரின்?"

"எனக்கு ஆயுள் சான்றிதழ் கொடுத்துவிட்டார்கள்" என்றாள் இறுக்கமான முகத்துடன்.

"அதற்காக வருந்த வேண்டியது இல்லை. நிம்மதி என உணருங்கள். சொல்லப்போனால் எனக்கும் சான்றிதழ் கொடுத்தால் நானும் வாழ்க்கைக்கு முற்றுப்புள்ளி வைத்துவிடுவேன்."

"சான்றிதழுக்காக வருந்தவில்லை. எனக்கு ஓர் ஆசையுண்டு. அதை நிறைவேற்றிட அவகாசம் தேவைப்படுகிறது."

சுந்தரத்துக்கு ஆச்சர்யமாக இருந்தது. "என்னது ஆசையா? எத்தனை ஆண்டுகாலம் ஆகிவிட்டது இந்த வார்த்தையைக் கேட்டு. அப்படி என்ன ஆசை? அதை நிச்சயம் நிறைவேற்றி வைக்கிறேன்."

கேத்தரின் யோசித்தாள். தயக்கமாக இருந்திருக்க வேண்டும். நிதானமாகப் பேசினார். "என் நினைவுகளில் தோய்ந்த ஓர் உருவத்தை வரைய ஆரம்பித்திருக்கிறேன். அதை முடிக்க வேண்டும் என்ற ஆவல் ஏற்பட்டிருக்கிறது."

"ஓவியமா?" சுந்தரம் வியப்பில் ஆழ்ந்தார். கல்விப் பிரிவில் ஓவியம் என்பது ஒழிக்கப்பட்டுவிட்டது. சொல்லப்போனால் பொதுமொழியில் அப்படியொரு வார்த்தை இருப்பதே இப்போது கேத்தரின் பேசுவதிலிருந்துதான் தெரிந்தது. வரைவதற்கான எந்த உபகரணமும் இப்போது இல்லவே இல்லை. காகிதம், தூரிகை, வண்ணங்கள் எதுவுமே இல்லை. கேத்தரினின் கடைசி ஆசையை

நிறைவேற்றுவதற்கான ஒரு பாதையும் கண் முன் இல்லை.

"ஆமாம் ஓவியம்தான். நீங்கள் நினைப்பது போல இதற்கு ஓவிய சாதனங்கள் எதுவும் தேவையில்லை. எனக்குத் தேவை மேலும் இரண்டு நாட்கள் மட்டுமே."

ஓவியம் வரைவதற்கான சாத்தியங்கள் எதுவுமில்லாமல் ஓவியமா? எப்படி வரைவார்... எதில் வரைவார்... ஏன் வரைகிறார்... முதல் கேள்வியாக "அப்படியென்ன வரையப் போகிறீர்கள்?" என்று மட்டும் கேட்டார்.

"என் இறுதி ஆசை. எப்படியும் தெரியத்தான் போகிறது. வரைந்து முடிந்தபின்பே தெரியட்டுமே." கேத்தரினின் குரலில் ஜீவன் வற்றியிருந்தது.

குடும்பமாக வாழ்வதற்கு வழி செய்தால் வாழும் விருப்பம் அதிகரித்துவிடும் என்பதால் அரசு அதை ஏற்க மறுத்திருந்திருந்தது. தனித்தனி சமையல் வேண்டாம் என்பதுபோல தனித்தனி இனப்பெருக்கமும் தேவையில்லை என்பதே அரசின் முடிவு. வாழும் விருப்பம் குறைய வேண்டும். ஆனால் உற்பத்தி பெருக வேண்டும் என்பது அரசின் நிலைப்பாடு. இப்படி இயந்திரத்தன்மையை மனிதத்தன்மைக்குப் பொருத்துவது பெரும்பாலும் ஒத்துவரவில்லை. பலர் அரசின் போக்கை மீறுவதற்குத் தயாராகிக்கொண்டிருந்தார்கள். சில தருணங்களில் அது வெளிப்பட்டு, அடக்கப்பட்டது நினைவிருந்தது. பழைய வாழ்விடத்துக்குத் திரும்பிவிட வேண்டும் என்று சிலர் கோரிக்கை வைத்தார்கள். "பழைய வாழ்விடம் வாழ உகந்ததாக இல்லை. உகந்ததாக மாற்றும் பணி நடைபெறுகிறது" என மறுத்துவிட்டது அரசு.

மொழிகளை அழித்துப் பொதுமொழி உருவாக்கியபோதே பாதி உயிர் போய்விட்டது. மீண்டும் பழைய நிலைமை என்றேனும் ஏற்படும் என்ற நப்பாசைதான் மீதி உயிரை இறுக்கிப் பிடித்து வைத்திருந்தது. இதில் இரண்டு நாட்கள் வாழ்வதற்கு அவகாசம் கேட்கும் கேத்தரினின் மீது பரிதாபமாகத்தான் இருந்தது.

சுந்தரம் கேத்தரினின் கைகளை இறுகப்பற்றிக்கொண்டார். அவள் கைகள் வியர்த்திருந்தன. அவள் முகத்தைப் பார்த்தார். கண்களில் திரண்டிருந்த நீர் மின்னியது. சுந்தரத்தின் உதடுகள் நம்பிக்கையுடன் முனகின. "நான் எப்படியாகினும் இரண்டு நாட்கள் பெற்றுத் தருகிறேன்."

அவள் இந்த உலகுக்கு விட்டுப் போகும் நினைவுச் சின்னம் என்னவாக இருக்கும் என்ற ஆர்வம் சுந்தரத்துக்கு ஏற்பட்டது.

நினைவில் இருக்கும் யாரையோ உருவமாக்க விரும்புகிறாள். ஆனால், அதை எப்படிச் செய்வாள் என்பது அதைவிட மிகுந்த எதிர்பார்ப்பை ஏற்படுத்தியது.

அரசுப் பிரிவில் விசாரித்துப் பார்த்தார் சுந்தரம். பொதுவாக ஆயுள் நீட்டிப்புக்கு நிபந்தனைகள், வாய்ப்புகள் உள்ளனவா என சட்டரீதியான வாய்ப்புகளைத் தேடினார். ஒருவருக்கு வழங்கப்பட்ட பணித் திட்டத்தை முடிக்க வேண்டிய அவகாசம் தேவைப்பட்டால் அதுவரை ஒத்திப் போடலாம் என்பது மட்டுமே சட்டத்தில் இருந்தது. ஐம்பது வயதை நெருங்குகிறவர்களுக்கு அப்படி எந்த ப்ராஜெக்டையும் அரசு வழங்குவதில்லை. நாற்பத்தொன்பதாவது வயதிலிருந்தே வெகுமதி போன்ற வாழ்க்கைதான். அவர்களிடமிருந்த பெரும்பான்மையான பணிகள் தவிர்க்கப்பட்டுவிடும். கேத்தரின் சில மாதமாகவே பணியற்றவளாகவே இருந்தாள். அதனால் சட்டரீதியான வாய்ப்பு இல்லை.

சட்டத்துக்கான புறம்பான வழிகளை யோசிக்க வேண்டியிருந்தது. பிறந்த தேதியைத் திருத்துவது. அதாவது, இரண்டு நாட்களுக்கு அடுத்த தேதியை கேத்தரினின் பிறந்த நாளாக மாற்றி எழுதுவது. அரசுப் பிரிவினர் அதற்கு ஒத்துழைக்க வேண்டும். ஆயினும் அது அத்தனை சுலபமானதாக இல்லை. அப்படியிருந்தால் அரசுப் பிரிவில் பணியாற்றுகிறவர்கள் எல்லோரும் அவர்களின் வாழ்நாட்களை நீட்டித்துக்கொள்ள இயலுமே?

அதற்கு சில விதிமுறைகள் இருந்தன. அதில் இரண்டு ஆபத்துகளைக் கடக்க வேண்டியிருந்தது. முதல் ஆபத்து... அரசப் பிரிவின் தலைவர் மட்டுமே பிறந்த நாட்களைப் பார்வையிட முடியும். அவரைச் சம்மதிக்க வைக்க வேண்டும். அவரோ கெடுபிடியும் அச்சமும் அதிகம் கொண்டவர். ரஷ்ய தேசத்தவர். அலெக்சேய் ரஸ்னிகோவ் அவர் பெயர். அவர் மூலமாக ஏதாவது தில்லுமுல்லு செய்ய நினைத்தால், அவரே முதல் ஆளாக நின்று பிடித்துக்கொடுத்துவிடுவார் என்பதைத் தெரிந்துகொள்ள முடிந்தது. அப்படியே அது நடந்துவிட்டாலும் இரண்டாவது கண்டம் ஒன்று இருந்தது. ஆயுள் சான்றிதழை மாற்றித் தருவது. அதிபரின் நேரடி உதவியாளர் மட்டுமே ஆயுள் சான்றிதழை மாற்றித் தர முடியும். ஆக இரண்டு நெருப்பாற்றைக் கடந்துதான் கேத்தரினின் வாழ்க்கையை இரண்டு நாட்கள் அதிகரிக்க இயலும். நம்பிக்கையான சிலரிடம் கேத்தரினுக்கு இரண்டு நாட்கள் அவகாசம் தேவைப்படுவதைச் சொல்லிப் பார்த்தார். அதை மனதில் போட்டுக்கொள்ளவோ, ஏன் காதில் போட்டுக்கொள்ளவோ யாருக்கும் ஈடுபாடு இல்லை. ஒரே ஒரு மார்க்கமிருந்தது. கணிவாசலின் கடவு எண்ணைக் கண்டுபிடிப்பது. அது இருந்தால் இந்த இரண்டு கண்டங்களையும்

தாண்டிவிட முடியும். அது அசாத்தியமானது என்றாலும் அது ஒன்றுதான் கடைசி வழி. சுந்தரம் உண்மையில் துவண்டு போனார். கணிவாசல் கடவு எண் யாருக்கும் தெரிந்திருக்க வாய்ப்பில்லை. நகரத்தின் ஒட்டுமொத்த கணி கேந்திரத்தை நிர்மாணிக்கும் அதிகாரம் படைத்தவர் இந்த எட்டாவது மாடியில் பொது வசிப்பிடத்தில் இருக்க வாய்ப்பே இல்லை.

அன்று இரவு எல்லோரும் பொது உணவு உண்ணும்போது கேத்தரினுக்கு அது கடைசி விருந்து என்பது ஊர்ஜிதமாகிவிட்டது. அவளுக்குக் கொடுத்த வாக்குறுதியை நினைத்து வெட்கினார். வருந்தினார். கேத்திரின் முகம் ஆழ்ந்த விரக்தியில் இருந்தது. அருகில் இருந்தவர்களுக்கு கேத்தரினுக்கு இது இறுது நாள் என்பது தெரிந்திருந்தும் வருத்தமோ, பரபரப்போ இல்லாமல் அமைதியாகச் சாப்பிட்டுக்கொண்டிருந்தனர். அனைவருக்கும் அது பழகியிருந்தது. உறக்கத்துக்குச் செல்லும் முன் இறுதி நாள் கொண்டாடப்படும். ஒய்வு பெறுகிறவர் முன் நின்று எல்லோரும் உதடுகளில் விரல்களைத் தொட்டு முத்தங்களைப் பறக்க விடுவார்கள். ஆயுள் சான்றிதழ் பெற்ற அந்த ஓய்வு பெறுநர் அவற்றைக் கைகூப்பி ஏற்றுக்கொள்ள வேண்டும். அதுதான் நடைமுறை.

உணவு உண்டுகொண்டிருந்த நேரத்தில் சுந்தரம் சற்றே பரபரப்படைந்தார். அவர் பெரும்பாடுபட்டு வேகமாகத் தன்னைக் கட்டுப்படுத்திக்கொண்டார். கண்களில் செவ்வரி ஓடி அடங்கியது. அவர் முக தசைகள் இறுக்கமடைவதை யாரும் கவனிக்கவில்லை. தன் நோக்கின்றி கேத்தரினைப் பார்த்தார்.

வழக்கமான முறைப்படி எல்லோரும் முத்தம் பறக்கவிட்டனர். கேத்தரின் இறுதியாக ஒரு முறை சுந்தரத்தைப் பார்த்தாள்.

மறுநாள் காலை எல்லோரும் எதிர்பாராத ஒரு நிகழ்ச்சி நடந்தது. காலை உணவுக்கு கேத்தரினும் வந்தாள். எல்லோருக்கும் ஆச்சர்யம். சுந்தரத்தைப் பார்த்து பெரு மகிழ்ச்சியுடன் தனக்கு ஆயுள் சான்றிதழ் இரண்டு நாட்கள் ஒத்திவைக்கப்பட்டிருப்பதாகச் சொன்னாள். அனைவரும் கேத்தரினுக்கு வாழ்த்துகள் சொன்னார்கள்.

“மகிழ்ச்சி” என்றார் சுந்தரம்.

கூடுதலாக இரண்டு நாட்கள் என்பது மலைப்பாக இருந்தது. நிறைய நேரமிருப்பதாக மகிழ்ந்தாள் கேத்தரின். “எப்படி இந்த சலுகை கிடைத்தது எனத் தெரியவில்லை. யாரோ உதவி செய்திருக்கிறார்கள். சுந்தரம்... அது நீங்களாகவும் இருக்கலாம். உங்களைப் போல சிலரிடம்தான் நான் என் விருப்பத்தைச் சொன்னேன். அது இறைவனின் காதுகளை எட்டிவிட்டது. இறைவன் ... ஆ.. எத்தனை

பழைய வார்த்தை. வழக்கொழிந்துபோய்விட்டாலும் இப்போது சொல்வதற்கு உவப்பாக இருக்கிறது. இறைவன் சித்தம்.” கேத்தரின் சந்தோஷத்தில் திளைத்தாள். உணவு முடிந்து பலரும் பணிக்குச் சென்றுவிட்டனர். வெறிச்சோடியிருந்தது பொது உணவகம்.

“சரி... இப்போதாவது சொல்லுங்கள்... என்ன வரைகிறீர்கள்?” சுந்தரம் கேட்டார்.

“உண்மையில் அது அத்தனை பெரிய சாதனையாக இருக்காது. அதை ஓவியம் என்பது பெரிய வார்த்தை. வரைவது என் மனத் திருப்திக்காகத்தான். அதனால் அது ரகசியமாகவே இருக்கட்டும். நான் நீக்கப்பட்ட பிறகு நிச்சயம் உங்கள் எல்லோருக்கும் அது தெரிந்து போகும். அந்த ஓவியம் அப்போது தெரிவதுதான் நல்லது.”

அன்று இரவும் அடுத்த நாள் இரவும் கேத்தரின் திருப்தியாக இருந்தாள். கேத்தரினின் கண்களில் நிறைவு தெரிந்தது.

இறுதிவிடைக்கு முன், “நீங்கள்தான் எனக்கு உதவினீர்கள் என்று என் உள் மனது சொல்கிறது” என்றாள் கேத்தரின்.

சுந்தரம் தலையசைத்து மறுத்தார். “உங்களுக்கு உதவி செய்தது யாரென்று உண்மையிலேயே தெரியவில்லை. நேற்றைய முன்தினம் சாப்பிட்டுக்கொண்டிருந்தோமே அப்போதுதான் கணிவாசல் கடவு எண் எனக்குக் கிடைத்தது. நான் சாப்பிட்ட தட்டிலே அந்தப் பனிரெண்டு இலக்க எண் எழுதப்பட்டிருந்தது. சாப்பிட்டு முடிக்கும் தறுவாயில் தட்டிலே அந்த எண்கள் தெரிய ஆரம்பித்தன. ஆரம்பத்தில் அதை ஏதோ கிறுக்கல் என இருந்தேன். பிறகுதான் அதைக் கடவு எண் என யூகிக்க முடிந்தது. என் தட்டிலே அதை யார் எழுதினார்கள் என்று தெரியவில்லை. ஒவ்வொரு நாளும் அந்தக் கடவு எண் மாறிவிடும். அன்று ஒருநாள்தான் அந்த எண்ணுக்கு மரியாதை. அதை யாரோ எனக்குச் சரியான நேரத்தில் தெரிவித்தார்கள். அதன் மூலம்தான் உங்கள் பிறந்த தேதியை மாற்றினேன்.”

“நீங்கள் முயற்சி எடுக்காவிட்டால் நடந்திருக்குமா?” எனக் கேட்டாள்.

“என் முயற்சியை யாரோ மதித்திருக்கிறார்கள். அதுதான் பெரிய விஷயம். சட்ட திட்டங்களை மீறுவதற்கு யாரோ சிலர் தயாராகிவிட்டார்கள் என்பதன் அறிகுறி அது.”

“நல்லது நடக்கட்டும்” என்றாள் கேத்தரின்.

மறுநாள் அவர் இருக்கப் போவதில்லை. ஆனால் அவள் வரைந்த ஓவியம் இருக்கும்.

காலையில் கேத்தரின் படுக்கையில் இல்லை. அவள் இருந்த

படுக்கையைச் சுற்றி சிலர் அமைதியாக நின்றிருந்தனர். சுந்தரம் அவர்களில் ஒருவராகப் போய் நின்றார். படுக்கைப் போர்வையில் வட்டமாகத் நீல நிறத் துணியொன்று தைக்கப்பட்டிருந்தது. ஓவியமென அவள் சொன்னது இதைத்தான். அவளுடைய சட்டை நூலையே பிரித்தெடுத்து அந்த வெள்ளைப் போர்வையில் நீலத் துணியைத் தைத்திருந்தாள். நீலநிற வட்டத்தில் சோற்றுப் பருக்கைகளை திட்டுத்திட்டாக ஐந்து இடங்களில் ஒட்டியிருந்தாள்.

ஆ...

சோற்று பருக்கைகள் நிலங்களைக் குறிப்பன. நீலம்... கடல். அது... அது.. முன்பு எப்போதோ மானிடர் வாழ்ந்த நீலப் புவிக்கோளம். வெகுநாட்களாகப் பார்க்க மறந்துவிட்ட அந்தக் கோளத்தை விண்வெளியில் தேடினார். அது ஒரு நீல கோலி குண்டென கதிர் தடுப்புக் கண்ணாடி ஜன்னலுக்கு வெளியே தெரிந்தது.

ஆனந்த விகடன் 2021